*'काळ' हा आयुष्याचा अखंड असमाधानी साक्षीदार असेल, पण आधुनिक युगात तोही प्रभावी आणि त्रासदायक बदलांमधून जातोय, असं हे मर्मभेदी लिखाण प्रतिपादन करतं. कादंबरीकार आणि इतिहास-लेखक इव्हा हॉफमन समकालीन समाज सध्या तोंड देत असलेल्या अतिरेक आणि दुष्काळ यांचं विश्लेषण करते. आपली आयुमर्यादा वाढलीय, पण एकाचवेळी अनेक कामं करण्याच्या पध्दतीमुळे आपण अधिकाधिक कामं आणि उद्योगांचे डोंगर उभे करतो. मध्यंतरी तंत्रज्ञानानं काळाच्या प्रवाहाचे एकमेकांशी संबंध नसलेले असंख्य नॅनो-सेकंद तयार केले आणि तसं करताना दैनंदिन आणि ऋतुकालाची नैसर्गिक लयबद्धता घालवून आपल्याला २४/७मध्ये गुरफटून टाकलं. मज्जासंस्था-विज्ञान, मनोविश्लेषण आणि आधुनिकतावादी साहित्य यांच्या अभ्यासाद्वारे काळाच्या गूढतेचा शोध घेण्याचा हॉफमनचा प्रयत्न विचारगर्भ आणि किंचित विषण्ण करणाराही आहे. वेळेचं व्यवस्थापन आणि त्याचा शक्य तितका चांगला उपयोग करण्याच्या प्रयत्नात काय गमावलं आहे, याबद्दलची जाणीवही त्यातून दिसून येते. काळानं केलेला विध्वंस आणि घातलेलं मृत्यूचं तांडवही जीवनाच्या अर्थामध्ये अविभाज्यपणे गुंतलेलं आहे, हे ती स्पष्ट करते.*

**– पब्लिशर्स वीकली**

*"कुठल्याही समकालीन अमेरिकन लेखकाइतकीच यशस्वी, अनुभवाधारित (memorist) लेखन आणि समीक्षा करणारी अशी इव्हा हॉफमन ही लेखिका आहे... तिच्या समीक्षा आणि समालोचनाची पारदर्शी गद्य-शैली आणि वैचारिकतेशी जवळीक ही तिची वैशिष्ट्ये आहेत आणि त्यांचा सप्तरंगी अवाका चकित करणारा आहे."*

**– 'द न्यू यॉर्क टाइम्स बुक रिव्ह्यू'**

*एक तत्त्वज्ञानप्रचुर विषय कुठलाही आविर्भाव न आणता, साध्या-सोप्या प्रकरणांतून हॉफमन हाताळते. काळ आपल्या शरीरांवर, आपल्या मनांवर, आपल्या संस्कृतींवर कसा प्रभाव टाकतो आणि अखेरीस काळाला वेग आलाय आणि तो कसा बदललाय किंवा काहीतरी 'इंटरेस्टिंग' घडतंय, हे जाणवण्यासाठी आपल्याला किती प्रमाणात वेगाची आणि उत्तेजनेची गरज असते, याचा ती विचार करते.*

**– बेंजामिन मोझर, 'हार्पर्स'**

*सुप्रसिद्ध कादंबरीकार आणि अनुभवकथन करणारी इव्हा हॉफमन हा गुंतागुंतीचा विषय अतिशय वाचनीय आणि मनोरंजनात्मक पद्धतीने हाताळते... आपल्या भोवतालचं जग समजून घेण्यात किंवा आपला भोवताल नव्या प्रकाशात पाहण्यात रस असलेल्या वाचकांसाठी हे पुस्तक आहे. वरवर सोप्या आणि साध्या संकल्पनेबद्दल सहज वाचण्यासारखं आणि भुरळ पाडणारं हे चिंतन आहे.*

**– लायब्ररी जर्नल**

*'काळ आपल्याला जगण्याचा आधार देतो आणि त्याच्याशी जुळवून घेणं म्हणजे अवघड प्रश्नांना तोंड देण्यासारखंच आहे.' अर्थात, हाफमन हेच करण्याचा प्रयत्न करते आहे. पण ती इथे एक गोष्ट कधीच सांगत नाही की, त्या अवघड प्रश्नांना तोंड देताना भविष्यकाळाचा वर्तमानकाळ होईपर्यंत आपण तिथे पोहचत नाही, आणि तो लगेच भूतकाळात जमा होतो. काहीही केलं तरी तो परत येतच नाही. या सगळ्यांतून काही महत्त्वाचे प्रश्न उभे राहतात. 'काळ कुठे जातो हे कुणाला माहीत आहे?' निना सायमनचं हे गाणं आहे. याचं उत्तर, दुर्दैवानं हे आहे की, ते कुणालाच माहीत नाही किंवा कुणाला माहीत असेल, तर ते सांगत तरी नाहीत. म्हणून मग हॉफमनने या विषयाभोवती गुंफलेल्या 'काळ आणि शरीर', 'काळ आणि मन', 'काळ आणि संस्कृती' आणि 'काळ आणि आपला काळ' या चार लेखांवर स्वत:चं समाधान करून घ्यावं.*

**– 'द वॉशिंग्टन पोस्ट'**

'**टाइम**' या इंग्रजी पुस्तकाचा मराठी अनुवाद

# कालाय नमः

**इव्हा हॉफमन**

अनुवाद

**प्रा. पुरुषोत्तम देशमुख**

**मेहता पब्लिशिंग हाऊस**

**Mehta Publishing House,** Pune 411030.
✆ +91 020-24476924 / 24460313 / Mob. No. 9545000513
Email : production@mehtapublishinghouse.com
Website : www.mehtapublishinghouse.com


**TIME** by EVA HOFFMAN
First Published in Great Britain in 2009 by Profile Books Ltd London

Translated into Marathi Language by Prof. Purushottam Deshmukh

**कालाय नमः** / एक चिंतन

अनुवाद : प्रा. पुरुषोत्तम देशमुख

Email : author@mehtapublishinghouse.com



प्रकाशक : सुनील अनिल मेहता, मेहता पब्लिशिंग हाऊस,
१९४१, सदाशिव पेठ, माडीवाले कॉलनी, पुणे-४११ ०३०.

मुद्रक : ट्रिनिटी ॲकॅडमी फॉर कॉर्पोरेट ट्रेनिंग लिमिटेड

मुखपृष्ठ : चंद्रमोहन कुलकर्णी

प्रथमावृत्ती : सप्टेंबर, २०१५

किंमत : ₹ १६०

P Book ISBN 9788184988260

---

...मधुर संगीतही किती कर्णकटु होतं
जेव्हा काळ कफल्लक होतो आणि सगळंच हाताबाहेर जातं!
तसंच होतं माणसांच्या जीवन-संगीतात.

– शेक्सपिअर, 'रिचर्ड द सेकंड'

पण किमान काळासाठी जरी मला शक्य झालं असतं
माझं काम सिध्दीस नेणं, तर मी अपयशी झालो नसतो....
ज्यांनी अग्रेसर स्थान मिळवलंय, त्याचं वर्णन करण्यात
अगदी महत्त्वाचं स्थान, सामान्य माणसाच्या तुलनेत,,जे त्यांच्या वाट्याला
आलंय अवकाशात, असं स्थान;
याउलट ते वाढलं असतं अमर्याद... काळाच्या परिमाणात.

– मार्सेल प्राउस्ट, 'रिमेंब्रन्स ऑफ थिंग्ज पास्ट'

वर्तमानकाळ आणि भूतकाळ
सामावलेले असतात बहुधा भविष्यकाळामध्ये,
आणि भविष्यकाळ, भूतकाळामध्ये....
काय घडलं असतं आणि काय घडलंय,
यांची दिशा एकच, जी नेहमीच असते वर्तमान.

– टी. एस. इलियट, 'फोर क्वार्टेट्स-बर्न्ट नॉर्टन'

# प्रस्तावना

'टाइम' किंवा 'काळ' हा शब्द आपल्या जीवनाचा अविभाज्य अंगच झाला आहे. वरवर पाहता 'टाइम म्हणजे दैनंदिन जीवनात पाळायचं वेळापत्रक' इतका साधा विचार आपल्या मनात येतो. पण 'टाइम' हे देशमुख यांनी अनुवादित केलेलं पुस्तक वाचताना याच शब्दाला आणि कल्पनेला किती पैलू असावेत, हे लक्षात येतं. हे पुस्तक किती खोलवर अनेक विषयांना स्पर्श करून काळाचा महिमा सांगतं हेही जाणवतं.

खरंतर हा शब्द रोजच्या वापरातला असला, तरी त्याचा अर्थ खूप खोलवर जातो. अगदी विश्वाच्या उगमापर्यंत. विश्वाचा उगम १४०० कोटी वर्षांपूर्वी झाला असं 'बिग बँग थिअरी' आपल्याला सांगते. पण मग आपल्याला प्रश्न पडतो की, १४०० कोटी वर्षांपूर्वी जेव्हा हे विश्वच अस्तित्वात नव्हतं, तेव्हा काय होतं? याचं उत्तर म्हणजे काहीच नव्हतं – आणि आश्चर्य म्हणजे काळ किंवा टाइम हाही अस्तित्वात नव्हता! कारण जेव्हा हे विश्व निर्माण झालं, तेव्हाच जसं विश्व प्रसरण पावायला सुरुवात झाली, तेव्हाच काळ किंवा टाइम जन्माला आला. तेव्हापासून आपण काळ मोजायला लागलो. थोडक्यात हे विश्व निर्माण होण्यापूर्वी 'काळ' नावाची गोष्ट नव्हतीच. थोडक्यात, १४०० कोटी वर्षांपूर्वी काय होतं, असा प्रश्नच आपल्याला विचारता येत नाही. जणूकाही ती व्याकरणातली चूक असावी. 'काळ' या कल्पनेविषयीचा हा पहिला धक्का आयआयटीत असताना कॉस्मॉलॉजीचं वाचन करताना बसलाच होता.

पण दुसरा धक्का आणखीनच मोठा होता. तो म्हणजे हा काळ सापेक्ष असतो, हे आईनस्टाइनच्या 'स्पेशल थिअरी ऑफ रिलिटिव्हिटी'नं मला शिकवलं. आईन्स्टाइनच्या पूर्वी जे फिजिक्स होतं, ते 'क्लासिकल फिजिक्स' होतं. त्यात काळ (टाइम) आणि अवकाश (स्पेस) या गोष्टी स्थिर, कधीही न बदलणाऱ्या होत्या. उदाहरणार्थ, आपण जमिनीवर उभे आहोत आणि दुसरा माणूस एका अंतराळयानात बसला आहे. समजा, दोघांकडे एक घड्याळ आणि फूटपट्टी आहे. आता १ सेकंद म्हणजे

किती? किंवा १ फूट म्हणजे किती? असा प्रश्न आपण दोघांना विचारला, तर दोघांचं उत्तर क्लासिकल फिजिक्सप्रमाणे तेच यायला पाहिजे. यापेक्षा दुसरं उत्तर असूच शकत नाही, असं आपला कॉमनसेन्ससुद्धा सांगतो. पण आईनस्टाइननं यातली चूक दाखवून दिली. जर वेळ किंवा अवकाश मोजणारी माणसं वेगवेगळ्या वेगानं प्रवास करत असतील, तर त्यांची वेळ आणि अवकाश यांची मोजमापंही वेगळी येतील. याचं कारण वेळ आणि काळ या संकल्पनाच मुळी सापेक्ष आहेत आणि त्या कोण, कशा, किती वेगानं जाताना मोजतोय यावर अवलंबून असतात असं आईनस्टाइननं सांगितलं.

याची गोष्ट मॅक्सवेल या वैज्ञानिकापासून सुरू होते. त्यानं सांगितलं की, प्रकाशाचा वेग कुणीही, कसाही म्हणजे कितीही वेगानं स्वत: प्रवास करता-करता मोजला तरी तेवढाच म्हणजे दर सेकंदाला ३ लाख कि.मी. येतो. हे म्हणजे अजबच होतं. आत्तापर्यंत क्लासिकल फिजिक्सनं काळ आणि अवकाश हे अचल, न बदलणारे असले तरी वेग मात्र मोजणाऱ्याच्या वेगाप्रमाणे बदलतो असं शिकवलं होतं. दोन आगगाड्या त्याच दिशेनं दरताशी ४० कि.मी. या वेगानं जात असतील, तर त्यातल्या एका आगगाडीत बसलेल्याला दुसरी आगगाडी स्थिर वाटेल. म्हणजेच तिचा वेग ० वाटेल. पण तेच या दोन आगगाड्या दरताशी ४० कि.मी. वेगानं एकमेकींच्या विरुद्ध दिशेनं जात असतील, तर एका आगगाडीत बसलेल्याला दुसरीचा वेग दरताशी ८० कि.मी. वाटेल! थोडक्यात क्लासिकल फिजिक्सप्रमाणे वेग हा सापेक्ष असतो आणि तो मोजणाऱ्याच्या वेगावर अवलंबून असतो. पण हे तत्त्व प्रकाशाला लागू पडत नाही. हे तत्त्व मॅक्सवेलनं गणिताचा उपयोग करून मांडलं. मायकेलसन आणि मोरले यांनी ते प्रयोगानं सिद्ध केलं. यामुळे क्लासिकल फिजिक्स मोडून पडलं.

आईन्स्टाइननं मॅक्स्वेलचंच तत्त्व पुढे नेलं आणि त्याच्या कल्पनेतल्या प्रयोगानं (थॉट एक्स्पेरिमेंट) त्याची 'स्पेशल थिअरी ऑफ रिलिटिव्हिटी' मांडली. ही समजण्यासाठी आपण मगाचंच एक उदाहरण घेऊ. समजा, मी जमिनीवर आहे आणि माझ्याकडे एक घड्याळ आणि फूटपट्टी आहे. आता एक प्रकाशकिरण जमिनीपासून अंतराळात त्याच्या नेहमीच्या म्हणजे दर सेकंदाला ३ लाख कि.मी. वेगानं निघाला आणि त्याच वेळी एक अंतराळयान प्रकाशाच्या वेगाच्या थोडंसं कमी म्हणजे दर सेकंदाला २ लाख कि.मी. या वेगानं अंतराळात झेपावलं. आता माझ्या घड्याळात १ सेकंद झाला असताना प्रकाशकिरण ३ लाख कि.मी. एवढा दूर गेला असेल, तर अंतराळायान २ लाख कि. मी. गेलं असेल. समजा, आपण त्या प्रकाशकिरणाला किंवा त्याच्या अंतराळातल्या टोकाला तिथेच थिजवलं. आता जमिनीवर उभ्या असलेल्या माझ्या मताप्रमाणे त्या यानाला त्या प्रकाशकिरणाच्या टोकापर्यंत

पोहोचण्यासाठी १ लाख कि.मी. अजून जावं लागेल. म्हणजे दर सेकंदाला २ लाख कि.मी. या दरानं त्या अंतराळयानाला प्रकाशकिरणाच्या थिजलेल्या टोकापर्यंत पोचायला अजून १/२ सेकंद लागेल. पण तसंच त्या अंतराळायानातल्या माणसाला वाटत असेल का? तर नाही. याचं कारण जरी अंतराळयान दर सेकंदाला २ लाख कि.मी. वेगानं जात असेल, तरी त्यालाही अंतराळयानात बसलेला असतानाही मॅक्सवेलच्या नियमाप्रमाणे प्रकाशाचा वेग तेवढाच म्हणजे दर सेकंदाला ३ लाख कि.मी. एवढाच वाटेल. थोडक्यात, त्याच्या १ सेकंदानंतर तो जिथे आहे, तिथपासून प्रकाशाचं टोक ३ लाख कि.मी. दूर असल्यासारखं त्याला वाटेल. म्हणजेच त्याला प्रकाशाचं टोक गाठण्यासाठी त्याच्या मते ३/२ सेकंद लागतील. थोडक्यात आमच्या दोघांच्या वेळेच्या कल्पना बदललेल्या आहेत. आमची घड्याळं बदललेली आहेत! आईनस्टाइनची रिलेटिव्हिटी हेच तर सांगत होती.

'टाइम' हे पुस्तक वाचताना हे सगळे विचार माझ्या मनात झर्रकन येऊन गेले. मी जसंजसं पुस्तक वाचत गेलो, तसतसं या पुस्तकातल्या 'टाइम'नं माझ्यावर कब्जा केला. या पुस्तकात माणसाच्या जीवनातलं काळाचं स्थान अधोरेखित केलं आहे. या पुस्तकात काळाला (टाइमला) घेऊन अनेक संदर्भ आहेत, दाखले आहेत, संशोधनं आहेत आणि अनेक तज्ज्ञांनी केलेला अभ्यासही आहे. लेखकानं अत्यंत क्लिष्ट विषय अतिशय सोपा करून सांगण्याचा प्रयत्न केला आहे. मुळात या पुस्तकाचा प्रवासच मुळी माणसाच्या जैविक संस्थेपासून सुरू होतो. सजीवांची वैशिष्ट्यं नमूद करत-करत लेखक प्रत्येक सजीवाचं त्याचं स्वत:चं एक जैविक घड्याळ असल्याचं सांगतो आणि वाचकाचं कुतूहल चाळवण्यात यशस्वी होतो. माणसाच्या बालपणापासून ते मृत्यूपर्यंतचे सगळे टप्पे या पुस्तकात वेगळ्या रीतीनं वर्णिले गेले आहेत. यात मेंदूचा अभ्यास, मन म्हणजे काय, झोपेचं चक्र, निद्रानाश, त्याचे परिणाम, भूत आणि भविष्यकाळ हे सारं त्या जैविक घड्याळाला सोबत घेऊन आपल्यासमोर लेखक उलगडतो.

काळ (टाइम) ही थोडक्यात एक भन्नाटच कल्पना आहे. त्याला वैज्ञानिक, जीवशास्त्रीय, मानसशास्त्रीय अशी अनेक अंगं आहेत. काळाच्या मानसशास्त्रीय बाणाची दिशा वैश्विक आणि थर्मोडायनॅमिक बाणाच्या दिशेप्रमाणेच आहे, असं स्टीफन हॉकिंगचं विधान लेखकानं पुस्तकात योग्य रीतीनं मांडलंय. काळ म्हटलं की दिवस आणि रात्र आलेच. त्याचेही तास, मिनिटं आणि सेकंद हे आपण आपल्या सोयीनं केलेले भागही आलेच आणि त्यांची मोजमापं करण्याचे माणसाचे इतिहासातले चित्रविचित्र प्रयत्नही आलेच.

काळाचं जीवशास्त्रीय अंगही गंमतशीर आहे. लेखकानं ते खूपच चांगलं मांडलंय. प्रत्येक प्राण्याच्या शरीरात एक कालचक्र, कालमापन यंत्र दडलेलं

असतंच. 'पृथ्वीच्या विशिष्ट ताल आणि चक्राशी आपण जमवून घेतलंय' असंही लेखक यात म्हणतो. गेल्या काही दशकात जैविक काळाच्या समस्यांमधून 'कालिक जीवशास्त्र' (क्रोनोबायॉलॉजी) हा एक नवाच विषय वैज्ञानिक चर्चेत आला आहे' असं सांगून लेखक त्याविषयी सांगतो. प्रत्येक सजीव शरीरात एक 'बायोलॉजिकल क्लॉक' असतं. बघू न शकणाऱ्या प्राण्यांनाही वेळ सांगता येते. याविषयी लेखक खूप रंजक अशी उदाहरणं देतो. उदाहरणार्थ, मधमाशांचं प्रसिद्ध नृत्य, त्यांचं मोहोळापासून मध असलेल्या ठिकाणाचं अंतर, दिशा आणि सूर्याच्या स्थितीवरून योग्य वेळ माशा सूचित करतात आणि इतरांनाही कळवतात. त्यांनतर इतर माशा अचूकपणे, योग्य वेळी मध गोळा करण्यासाठी तिथे पोहोचतात. हे कसं घडलं याविषयी बरंच संशोधन चालू आहे. प्रत्येक प्राण्यामध्ये त्याच्या प्रत्येक अवयवाच्या (उदा. हृदय, जठर...) कार्यपद्धतीप्रमाणे एका आंदोलनाच्या – आसिलेशनच्या तत्त्वावर शरीर काम करतं. वाचकाला कंटाळवाणं होऊ नये यासाठी अनेक गंमतशीर उदाहरणांनी लेखक एक-एक मुद्दा समजावून सांगतो. अगदी जैविक घड्याळाचं उदाहरण देताना अगदी सुरुवातीलाच लेखक वेगवेगळ्या प्राण्यांमधल्या कालचक्राविषयी गमतीदार गोष्टी सांगतो. उदाहरणार्थ, सस्तन प्राण्यांमध्ये आयुमर्यादा आणि हृदयाच्या ठोक्यांचं प्रमाण व्यस्त आहे. उंदीर आणि हत्ती यांच्यातल्या आयुर्मानाविषयी तो सांगतो. उंदरापेक्षा हत्ती सातपट अधिक काळ जगतो आणि तरीही या दोघांचा जगण्याचा काळ एकसारखाच असतो. हे ऐकल्यावर खूप आश्चर्य वाटतं. तेव्हा लेखक सांगतो की, हत्तीच्या हृदयाच्या ठोक्यापेक्षा उंदराच्या हृदयाचे ठोके सातपट अधिक वेगानं पडतात. थोडक्यात, उंदीर आपलं छोटंसं आयुष्य हत्तीच्या आयुष्याइतकंच जगतो. याच मुद्द्यावरून लेखक अतिशय उच्च चयापचयचक्राचं प्रमाण ज्यांच्यात जास्त त्यांचं आयुष्य तुलनेत कमी असं सांगतो. यावर तो पशु, पक्षी, मधमाशा, रातकिडे, खार, वटवाघूळ यांच्या जगण्यातल्या अनेक अगम्य गोष्टी, घटना आणि त्यांचं एक स्वत:चं घड्याळ याविषयी अत्यंत रंजक तऱ्हेनं आपल्याला माहिती देतो.

यानंतर झोपेच्या कालचक्राविषयी लेखक चर्चा करतो. माणसांची चयापचय (मेटॅबोलिझम) हा घुबड आणि इतर पक्षी यांच्या चयापचयापेक्षा कशी वेगळी असते आणि त्याचा त्यांच्या कालचक्रावर किंवा झोपेवर परिणाम होतो, याविषयी चर्चा करताना आपल्याला झोपेचं मानसशास्त्र आणि मेंदूविज्ञान याविषयीही माहिती उलगडत जाते. झोप म्हणजे काय याविषयी सविस्तर विश्लेषण लेखक करतो. व्यक्तिगणिक झोपेचं गणित वेगळं कसं असतं आणि झोपेचं सजीवांच्या आयुष्यातलं महत्त्व तो अधोरेखित करतो. शारीरिक शक्ती सांभाळून ठेवण्याचं आणि नवी शक्ती पुरवण्याचं काम ही झोप करते असं तो सांगतो. 'अंतर्मनाकडे जाण्याचा राजेशाही

मार्ग म्हणजे स्वप्न' अशी फ्राईडची मनासंबंधीची प्रसिद्ध व्याख्या लेखक सांगतो आणि ती स्वप्नं पडण्यासाठी झोपेची आवश्यकताही नमूद करतो. हे झोपेचं गणित कसं असतं, त्यासाठी जैविक घड्याळ काय काम करतं याविषयी तो सांगतो. झोपेविषयी विस्तृत चर्चेनंतर निद्रानाशाबद्दलही लेखक अनेक गोष्टी सांगतो. 'गुन्हा करून आपल्या झोपेचाही खून करणारा' मॅक्बेथ, चुंबन घेऊन 'शुभरात्री' म्हणणारी आई येऊन जाईपर्यंत बिछान्यात थरथरत जागा राहणारा प्राऊस्ट, 'सर्वात अपरिपक्व मेंदू असणारं भावंडं' असं झोपेला उद्देशून म्हणणारा नोबोकॉव्ह, रोज चारच तास झोपणारे नेपोलियन आणि जॉर्ज सँड अशी अनेकांची उदाहरणं आपल्यापुढे येऊन ठेपतात.

झोपेच्या दीर्घ विवेचनानंतर लेखक आयुष्यमान आणि दीर्घायुष्याविषयी बोलतो. मानवी आयुष्याच्या प्रवासात वार्धक्य हा स्वाभाविकपणे येणारा टप्पा. त्वचेचं तारुण्य टिकवण्यापासून ते क्लोनिंगसारख्या विषयांना लेखक स्पर्श करतो. लेखक मृत्यूसंबंधीही भाष्य करतो. यात लेखक पुनरुज्जीवनाविषयी काही विक्षिप्त आणि अनाकलनीय गोष्टी सांगायला लागतो. आपल्याला जेव्हा वार्धक्य येतं तेव्हा आपल्या पेशीत, शरीरात काय काय बदल होतात याविषयीचं विवेचनही आपल्याला इथे वाचायला मिळतं. प्रजोत्पादन - प्राण्यांचं आणि माणसाचं आणि त्यानिमित्त संपूर्ण आयुष्यातच जन्म - बालपण - तारुण्य - वार्धक्य - मृत्यू या कालचक्राविषयी तो सांगतो. यातून जन्माची प्रक्रिया, स्त्री-पुरुष यांच्यातला फरक अशा काहीशा असंबद्ध वाटणाऱ्या पण खूप रंजक आणि माहितीपूर्ण गोष्टींबाबत लेखक सखोल चर्चा करतो. यामध्ये स्टेम सेल्स, क्लोनिंग अशा विषयांनाही लेखक स्पर्श करतो. म्हातारपण, दीर्घायुष्य, मृत्यू, इच्छामरण यांच्याविषयी खूप सखोल विवेचन आपल्यासमोर येतं.

यानंतर काळाच्या तत्त्वज्ञानामध्ये लेखक शिरतो. फिनॅमिनॉलॉजी, काळाचं मानसशास्त्र अशा अनेक गोष्टींचे तपशील आपल्याला वाचायला मिळतात. माणसाच्या आयुष्यात येणारा वर्तमानकाळ ज्याला आपण 'आज' म्हणून संबोधतो. याविषयी लेखक खूपच मजेशीर माहिती देतो. तो म्हणतो, 'वर्तमानकाळ हा वर्तमानकाळ कधीच नसतो.' यासाठी विल्यम जेम्सनं वर्तमानकाळाला 'चुकीचा वर्तमानकाळ' तर एडेलमन यानं 'आठवलेला वर्तमानकाळ' या शब्दप्रयोगाविषयी सांगतो. तो म्हणतो. वर्तमानकाळातल्या प्रत्येक क्षणाचं आकलन हे आपल्या स्मृतीतल्या अलीकडल्या भूतकाळावर किंवा भविष्यकाळावर अवलंबून असतं. यातूनच मग अल्झायमर्स किंवा कोर्सेकोव्ह सिंड्रोमसारख्या मानसिक विकारांवर लेखक वाचकाला सांगतो. यात रुग्ण काळाचा एकसंध अनुभव घेऊ शकत नाही, त्यामुळे त्याचं आयुष्य कसं विस्कळित होतं. थोडक्यात, त्याच्या आयुष्यात काळाचे खूप तुकडे होतात किंवा

त्याच्या दृष्टीनं काळ हा विस्कळित होतो. हे सांगताना तो पुन्हा फ्रॉईडचं मनाविषयीचं आकलन करण्यातलं योगदान आवर्जून सांगतो. पुन्हा आपण मेंदूच्या रचनेमध्ये शिरतो आणि मेंदू काळाचं भान कसा ठेवतो, याविषयीची खूप खोलवर चर्चा आपल्याला वाचायला मिळते. आपण गोष्टी लक्षात कशा ठेवतो, प्रोसिजरल मेमरी, आपल्या भावना, पॅशन्स, अनेक मनोविकार. काळाच्या कार्यपद्धतीचा परिणाम जसा शरीरावर होतो तसाच तो मनावरही होतो, हा विचार ॲरिस्टॉटलपासून ते इमॅन्युएल कॅन्टने कसा केला आणि मग मनासंबंधी विसाव्या शतकात मानसिक कालिकतेसंबंधी झालेलं मानसशास्त्राविषयीचं संशोधन यावर तो बोलतो. यातूनच मेंदूचा अभ्यास सुरू होतो. मेंदूच्या अनेक अपरिचित आणि आजतरी निदान आपल्याला न उलगडलेल्या भागांविषयी लेखक बोलतो.

यानंतर काळ आणि संस्कृती, आफ्रिकन लोकांपासून इतर अनेक संस्कृतींनी काळाकडे कसं बघितलं. आजच्या काळाकडे आपण कसं बघतो, अमेरिकेत लोक जास्त का काम करतात, 'वर्कहॉलिक' कसे असतात याविषयीही लिहिलंय. १९९०च्या शेवटी-शेवटी ८८ टक्के फॉर्च्यून ५०० कंपन्यांनी अर्धा वेळच कामाचा पर्याय त्यांच्या कर्मचाऱ्यांपुढे ठेवला, पण तो फक्त ३ ते ५ टक्के लोकांनीच स्वीकारला. जपान आणि इतर अनेक ठिकाणी कामाचे तास वाढले आहेत, याच्या मानसशास्त्राविषयी आपल्याला चर्चा वाचायला मिळते.

थोडक्यात टाइम या पुस्तकात काळाबरोबर संस्कृती, इतिहास, भूत, भविष्य आणि आपलं जगणं हे सगळं कसं एकमेकांशी गुंफलं गेलंय, हे लेखक सांगतो. यात तंत्रज्ञानाच्या आधुनिक काळापर्यंतचा प्रवास अधोरेखित केला आहे. यानंतर लेखक डिजिटल एजकडे वळतो. कम्प्युटर्स, टीव्ही, मोबाइल वगैरेंचं आपल्या आयुष्यावर होणाऱ्या परिणामाविषयी लेखक लिहितो आणि त्याच संदर्भात ती 'अटेन्शन डेफिसिट डिसऑर्डर' (एडीडी) आणि 'अटेन्शन डेफिसिट हायपरॲक्टिव्हिटी डिसऑर्डर' (एडीएचडी) यांच्या कारणांविषयी आणि उपचारांविषयी माहिती देतो. ड्रग्ज, बेबीबूमर्स, प्रस्थापितांविरुद्धचं १९६०च्या दशकातलं तरुणांचं बंड, धर्म, ध्यानधारणा, तंत्रज्ञानामुळे आयुष्याला आलेली गतिमानता.

तंत्रज्ञानाचं मानवी जीवनातलं आजचा प्रभाव आणि स्थानही लेखक मान्य करतो. पण त्याचबरोबर मानवाने जैविक घड्याळाशी केलेल्या विसंवादामुळे होत असलेले दुष्परिणामही तो आपल्याला दाखवतो. आज प्रत्येकात दिसत असलेला सोशिकतेचा अभाव, भावनिक सातत्य नसणं, निद्रानाश, अनेक विकार यासंबंधी तो वाचकाला सजग करण्याचा प्रयत्न करतो.

लेखक माणसाला त्यानं निसर्गाची कालिकता लक्षात घ्यावी, असं आवाहन करतो. तसंच माणसानं स्वत:च्या कालिक मर्यादा समजून घेतल्या पाहिजेत आणि

त्यांचा आदर करूनच जगलं पाहिजे, तरच तो आपलं जीवन सुखाच्या मार्गावरून नेऊ शकेल अन्यथा त्याची वाटचाल निसर्गाच्या आणि त्याच्या विनाशाकडेच असेल, हा इशाराही तो देतो.

इतक्या सगळ्या गोष्टी लेखकानं फक्त १३० पानांत सहजतेनं कशा मांडल्या आहेत, याचंच राहून राहून आश्चर्य वाटतं. या पुस्तकाच्या काही मर्यादा आहेत. पण पुस्तक हे अनुवादित असल्यामुळे या मर्यादांना घेऊनच लेखकाला हा प्रवास करावा लागतो, हे वास्तव आहे. असं असतानाही लेखकानं अतिशय नेमक्या आणि तरीही सोप्या शैलीत या अवघड विषयाचा अनुवाद केला आहे. तसंच विषय मल्टिडायमेन्शल आणि गहन असला तरी त्याची रंजकता न घालवता तो वाचकांपर्यंत पोहोचवल्याबद्दल देशमुख यांचं खरोखरंच अभिनंदन करायला हवं. मानसशास्त्राच्या आणि समाजशास्त्राच्या अभ्यासकांनी हे पुस्तक नक्कीच वाचावं असं आहे. देशमुख यांचं मराठी आणि इंग्रजी भाषेवरचं प्रभुत्व आणि इंग्रजी साहित्यावरचा अभ्यास आहे. एकूणच प्रत्येकानं हे पुस्तक आवर्जून वाचलं पाहिजे. हे पुस्तक वाचकाला ज्ञानाच्या प्रदेशाची एक रंजक सफर घडवून आणतं यात शंकाच नाही. माझ्या 'टाइम' या पुस्तकाला मनापासून शुभेच्छा!

**– अच्युत गोडबोले**

*achyut.godbole@gmail.com*

# मनोगत

सामान्य माणसाला काळ-वेळ, काळ-काम-वेग, काळ बदललाय, काळाबरोबर चालणं, काळ आला होता, पण... वगैरे नेहमीचे शब्दप्रयोग, वाक्प्रयोग माहीत असतातच. काळ असतो, पण तो डोळ्यांना दिसत नाही – म्हणजेच तो अदृश्य आहे, हे माहीत असतं, काळ वेगळा आणि वेळ वेगळी, हेही त्याला माहीत असतं; पण या पलीकडे काळाचा विचार तो करत नाही, असं साधारणपणे दिसतं. काळावर प्रभाव टाकण्याचे यशस्वी-अयशस्वी प्रयत्न, माणसाकडून कळत-नकळत प्रत्येक युगात, प्रत्येक क्षेत्रात झालेले आहेत, होत असतात. कितीही ज्यूलियस सीझर किंवा नेपोलियन बोनापार्ट, हिटलर-मुसोलिनी जन्माला आले, कितीही लढाया त्यांनी जिंकल्या, तरी अखेरीस त्यांना या जगाचा निरोप घ्यावाच लागला. कितीही पराक्रमी, श्रेष्ठ माणसं असली, तरी त्यांना जरा-मरण यांपासून सुटका नाही. कुणीही अजरामर होत नाही, हेच या विश्वातील शाश्वत सत्य आहे!

पण हा झाला काळाचा एक पैलू. एक अर्थ. मानवानं आपल्या प्रखर बुद्धिमत्तेच्या आणि अफाट कल्पनाशक्तीच्या साहाय्यानं जे तंत्रज्ञान निर्माण केलंय, जीवनाच्या विविध क्षेत्रांत जी विधायक प्रगती केलीय, त्यामुळे त्याचं जीवन सुखकर झालंय, जीवनमान उंचावलंय, आयुर्मर्यादा वाढलीय, दळणवळणाची साधनं उपलब्ध झालीयेत, जग आपल्या जवळ आलंय – पण माणसं दुरावताहेत – किंबहुना जग हे जग राहिलं नसून, ते 'ग्लोबल व्हिलेज' झालंय; पण या तंत्रज्ञानाच्या प्रचंड विकासाबरोबरच आपलं जग विनाशाच्या उंबरठ्याजवळही आलं आहे. विकासाच्या नाण्याची दुसरी बाजू विनाशकारी होऊ पाहते आहे. या तंत्रज्ञानामुळे आयुर्मर्यादा वाढली असली तरी, मृत्यूला थोपवण्याचे विशेष प्रयत्न यशस्वी होत असले, तरी मृत्यूवर विजय मिळवण्याचं – 'मृत्युंजय' होण्याचं माणसाचं स्वप्न काही पूर्ण होणार नाही; पण तरी त्याचे अथक प्रयत्न चालूच आहेत. मृत्यूवर विजय मिळवणं, म्हणजे काळावर विजय मिळवणं

– आणि ते माणसाच्या आवाक्याबाहेरचं सत्य आहे.

याच काळाचे माणसाच्या शरीरावर, त्याहीपेक्षा त्याच्या मनावर होणारे परिणाम तेवढेच भयप्रद आहेत. मिळालेल्या कमी आयुष्यात अधिक वेगानं, अधिक कार्यक्षमतेनं आपलं ध्येय गाठण्यासाठी माणूस धडपडतो आहे आणि त्याचा त्याच्या मनावर, मेंदूवर विपरीत परिणाम होऊन वेगवेगळ्या मानसिक विकारांना तो बळी पडण्याच्या शक्यता वाढत आहेत. या सगळ्या प्रयत्नांचा प्रभाव, शारीरिक, मानसिकच नव्हे, तर माणसाच्या सामाजिक, सांस्कृतिक जीवनावरही होत असल्याचं आपण पाहतो आहोत आणि हे प्रगत पाश्चिमात्य देशांमध्ये प्रकर्षानं दिसून येतं.

इव्हा हॉफमनचं 'टाइम' हे प्रस्तुत पुस्तक या सर्वव्यापी, सर्वस्थित आणि सर्वज्ञ काळाच्या परिमाणांचं विदारक दर्शन आपल्याला घडवतं. हे पुस्तक माणसाचं शरीर, मन-मेंदू, संस्कृती यांना काळ कसा घडवतो – आणि बिघडवतोही – यावर स्वच्छ प्रकाशझोत टाकतं. शरीर विज्ञानशास्त्र, मनोविकारशास्त्र, मानवी संस्कृती आणि अस्तित्ववादासारख्या सर्व महत्त्वाच्या विषयांना स्पर्श करून काळ किती सर्वसामर्थ्यशाली आहे, हे लेखिका अधोरेखित करते. एवढंच नाही, तर मिळालेलं आयुष्य आणि झालेल्या विधायक प्रगतीचा समाधानकारक उपयोग करावा, 'मृत्युंजय' होण्यासाठी काळाला अनावश्यक आव्हान देऊ नये आणि 'कालाय तस्मै नमः।।' म्हणावं, असं शेवटी सुचवते.

मेहता पब्लिशिंग हाऊसनं या पुस्तकाचा मराठीत अनुवाद करण्याची मला संधी देऊन माझ्यावर जो विश्वास दाखवला, त्याबद्दल त्यांचे मनःपूर्वक आभार.

**– प्रा. पुरुषोत्तम देशमुख**

**अनुक्रमणिका**

# उपोद्घात

मी हे सुरुवातीलाच सांगितलं पाहिजे की, मी नेहमीच काळाचा विचार करत आले आहे. ही माझी स्वाभाविक प्रवृत्तीच आहे की, मी ज्या ठिकाणी आणि ज्या ऐतिहासिक क्षणी लहानाची मोठी झाले, त्याचा हा परिणाम आहे, हे मला नक्की सांगता येणार नाही; पण ही प्रवृत्ती फार वर्षांपूर्वीच निर्माण झाली आणि वाढत्या वयातही ती सतत कायम आहे, हे मात्र मला माहीत आहे.

तरुणपणीच व्लदिमिर नोबोकोव्हप्रमाणे, कदाचित मला काळाची एक प्रकारची भीती वाटत असावी.[१] काळाच्या अस्तित्वाची आणि त्याच्या अखंड प्रवाहीपणाची मला निश्चितच तीव्र जाणीव होती. रात्रीच्या शांत वेळी, लहान मुलांसाठी असलेल्या गोष्टी वाचत असताना, मी माझ्या खोलीतल्या घड्याळाची टिकऽऽटिकऽऽ ऐकत असे, त्याबरोबर काळ पुढेच सरकतोय – तो मागे जाऊ शकत नाही आणि सेकंदा-सेकंदानं पुढे जाणारा हा काळ कधी थांबणार नाही, हे मला तेव्हासुद्धा कळत असे. एखाद्या उबदार दुपारी शाळेतून घरी चालत येत असताना, मी टाकलेलं प्रत्येक पाऊल भूतकाळात जमा होतंय आणि आयुष्यातले असे क्षण मर्यादित असतात आणि ते जतन करण्याचा एकच मार्ग, म्हणजे ते मनात, आठवणीत साठवून ठेवायचे. हा क्षण मी लक्षात ठेवेन, असं मी मनाशी म्हणत असे; म्हणजे तो पूर्णपणे नाहीसा होणार नाही.

मुलं ही निसर्गतःच तत्त्वज्ञ असतात, त्यांच्यापैकी बरीच मुलं अस्तित्वविषयक अनुभव, आपल्याला वाटतं त्यापेक्षा जास्त घेतात. वयाच्या चौथ्या वर्षी आपण 'शुद्ध मूलतत्त्वा'मध्ये अस्तित्वात होतो, याची नोबोकोव्हला जाणीव झाली होती आणि ही जाणीव-जागृती त्याला त्याच्या धाकट्या भावाच्या 'दुसऱ्या बाप्तिस्म्याच्या वेळी ग्रीक कॅथलिक पद्धतीनं घातलेल्या पवित्र स्नाना'च्या पेक्षाही अधिक पवित्र वाटली होती. काळाच्या अखंड प्रवाहीपणाची माझ्या मनातली कटुता मी ज्या

---

१. व्लदिमिर नोबोकोव्ह, 'स्पीक, मेमरी : ॲन ऑटोबायॉग्राफी रीव्हिझिटेड' (पेंग्विन मॉडर्न क्लासिक्स, २०००).

वातावरणात वाढले, त्यामुळे कदाचित निर्माण झाली असावी. मी पोलंडमध्ये लहानाची मोठी झाले. युद्धानंतरच्या लगेचच्या काळात-म्हणजे, मृत्यूनं प्रचंड थैमान घातलेल्या क्षेत्रात जिकडे-तिकडे मृत्यूचं तांडव चालू होतं आणि त्यातून कुणाचीच सुटका नव्हती. जीवन ही तात्पुरती अवस्था आहे, आयुष्याची दोरी कधीही तुटू शकते, जे काय थोडंसं आयुष्य मिळालंय, ते मृत्यूच्या दाढेतून हिसकावून घेतलेलं आहे, हे युद्धोत्तर काळात जन्मलेल्या आम्हा मुलांनाही कळून चुकलं होतं.

ही परिस्थिती खरोखरच फार भयानक होती; पण यातून बहुतेक हेच सूचित होत होतं की, आमचा काळाबद्दलचा दृष्टिकोन खूपच आधी तयार झाला होता आणि आमच्यासमोर आलेल्या सांस्कृतिक, ऐतिहासिक संदर्भातून तो आम्हाला माहीत झाला होता; पण आणखी एका प्रकारच्या काळाची मला जाणीव झाली (कारण अंतराळात अणूपेक्षाही लहान-लहान कण एकमेकांत गुंफलेले असतात त्याप्रमाणे अनेक प्रकारच्या कालिकता (temporality) एकाच वेळी अस्तित्वात येतात आणि त्या एकमेकींत गुंफल्या जातात.). आपल्या दैनंदिन आयुष्यातला आणि आपल्याभोवती सर्वत्र चाललेल्या मानवी क्रियांचा हा काळ असतो. हा काळ संथपणे, सावकाश आणि योग्य त्या वेगानं वाहत असतो. अर्थात, मी जो काळ अनुभवत होते, तो निवांत, बालपणीचा खेळण्या-बागडण्याचा (tempo giusto) काळ होता; पण तरुणपणी क्रॅकोमध्ये घालवलेल्या त्या वर्षांतही काळ, नंतर मी ज्या शहरात राहिले, तेव्हापेक्षा अधिक सावकाश चालला होता, असं वाटत होतं. हा काही फक्त काव्यमय आभास नव्हता, उलट आता मी जेव्हा मागे वळून पाहते, तेव्हा आधीचा अधिक सावकाश जाणारा काळ, हा लोकांच्या आयुष्यातल्या वास्तव परिस्थितीतल्या क्रियांचा एक थोडासा भाग होता आणि थोडासा सांस्कृतिक अस्मितेचा किंवा स्वभावाचा भाग होता. युद्धानंतरच्या दशकांमध्ये पोलंड हा भिकेला लागलेला देश होता आणि त्या समाजाची आर्थिक प्रगती खुंटलेली होती. एकवटलेल्या साम्यवादाच्या आश्रयाखाली कुणी चांगलं करिअर करू शकत नव्हतं, नेत्रदीपक प्रगती होण्याची शक्यता कुणाला दिसत नव्हती किंवा खूप संपत्ती मिळवण्याचा कुणाला मोह होत नव्हता. कुणालाच कुठेच जाण्याची कसलीच घाई नव्हती. त्या दिवसांत एकच प्रसिद्ध ब्रीद-वाक्य होतं, 'आपण काम करण्याचं नाटक करतो, ते पगार देण्याचं नाटक करतात,' गंभीर वस्तुस्थितीवरचा हा विनोद होता – समाजाच्या घसरगुंडीवर केलेला.

पण या दोषांचा एक फायदाही होता, वेळेची पर्याप्तता आणि विपुलता. पूर्व युरोपातील प्रसिद्ध किचन-टेबलभोवती बसायला लोकांना वेळ होता, रात्री

*उशिरापर्यंत गप्पा मारण्यासाठी; एखाद्या बागेत निवांतपणे फेऱ्या मारत कुठल्याही आलतू-फालतू विषयांवर विचार करण्यासाठी लोकांना वेळ मिळत होता. सध्या न्यू यॉर्कमध्ये राहणारी रोमानियन कवयित्री कार्मेन फिरान याबद्दल म्हणते : 'साम्यवादाच्या अपारदर्शी जगात मी तीस वर्षांहून अधिक काळ राहिले. तिथे वेळेला काहीच किंमत नव्हती. बोलत बसण्याशिवाय आमच्या हातात काहीच उरलं नव्हतं. कधी-कधी मजेशीर होणारी आमची संभाषणं म्हणजे अखंड बडबड, सिगरेटी ओढत आणि हलक्या प्रतीच्या दारूच्या बाटल्यांच्या संगतीनं, रात्रभर चालणाऱ्या चर्चा आणि रोज सकाळी येणारा हँग-ओव्हर. काळ आमच्यासाठी जणू गोठून गेला होता. आम्हाला कुठेच जायची घाई नव्हती. कुठे जायला आम्हाला ठिकाणही नव्हतं.'[२]*

*अशा गोष्टींसाठी लोकांना सवड होती. पण त्यांची गरज आणि हेतूंबद्दल आणि रात्रभर बसून गप्पा मारण्याचा फायदा किंवा परिणाम काय, असा प्रश्नही त्यांना पडत नव्हता, कारण त्या दिवसांतल्या हवेमध्ये दुसरंच काहीतरी होतं, सामाजिक परिस्थितीपेक्षा काहीतरी जास्त भ्रामक असं, सांगणं किंवा स्पष्ट करणं अवघड असं काहीतरी होतं : निव्वळ वैयक्तिक आणि खासगी अनुभव सांगण्याची आणि त्या अनुभवाची चव चाखण्याची प्रवृत्ती. आपली खिन्नता व्यक्त करण्याची, लहानसहान गोष्टींबद्दलचे विचार आणि मोठ्या गोष्टींवर चिंतन करण्याची प्रवृत्ती. दुसऱ्या शब्दांत सांगायचं, तर जीवन प्रवाहाविषयी बोलण्यात वेळ घालवण्याची प्रवृत्ती.*

*त्या प्रसिद्ध स्लाव्हिक विषण्णतेची ही काव्यगत बाजू होती; पण अशा वातावरणातही अतिशय सखोल असे सांस्कृतिक आकार-प्रकार दिसून येत. साम्यवादाच्या परिणामांव्यतिरिक्त पूर्व युरोपात सावकाश वाहणारा काळ, हे थोड्याशा खुल्या वातावरणाचं, भांडवलशाही अस्मिता पूर्णपणे विकसित न करणाऱ्या (चांगल्या किंवा वाईट हेतूंनी) संस्कृतीचं किंवा वेळ हीच संपत्ती या विचाराचं एक वैशिष्ट्य होतं. भरमसाट महत्त्वाकांक्षा, इच्छापूर्तीसाठी धडपडणं, हे खरोखरच जरासं अशोभनीय आणि असभ्यपणाचं वाटे. 'माणसानं केली घाई की, ती त्याला संकटात नेई,' (When man is in a hurry, the devil makes merry. या म्हणीचं हे रूपांतरण.) अशी म्हण माझ्या बालपणी नेहमी वापरली जात असे आणि हे संकट एखाद्या महत्त्वाच्या व्यक्तीच्या रूपातच असे. 'विधिलिखित'हा शब्दही सदैव उच्चारला जात असे; लोकांच्या आयुष्यावर*

---

२. कार्मेन फिरान, 'इनसाइड ॲन्ड बियाँड वर्ड्स', ॲस्पेशिया, खंड २, अंक १ (मार्च, २००८) पृष्ठ-१९७.

नियंत्रण ठेवणाऱ्या या शक्तीचा विचार करणं, म्हणजे ती शक्ती मान्य करणं, आयुष्य जसं मिळालं, तसं स्वीकारण्याची तयारी असणं. जिला आपल्या अधिक कार्यक्षम किंवा स्वयंनियंत्रित समाजांमध्ये निष्क्रिय म्हणता येईल किंवा जिची कल्पनाही करणं कठीणच.

स्थलांतरामुळे काळाच्या जाणिवेत कटुता निर्माण होते. माझ्या आयुष्यात मातृभूमी सोडल्यामुळे खूप मोठा व्यत्यय आला. काळ सहजपणेच सतत उलगडत जातो, यावर माझा विश्वास होता. भूतकाळ हा अचानकच भल्यामोठ्या दरीच्या दुसऱ्या बाजूला गेला. त्याला मी मनात जतन केला; पण वर्तमानापासून दूर ठेवला. भविष्यकाळ एवढा अतर्क्य आणि दुर्बोध, जणू त्याला अस्तित्वच नव्हतं. सुसंगत कालिक घटक विस्कळित झाले होते. एका अर्थानं, कालप्रवाह थांबला होता आणि त्याचे आकार आणि ताल अधिक स्पष्ट होऊ लागले होते. या बाबतीतला माझा अनुभवही, अर्थात वेगळा नव्हता. देशांतरं, लोकांच्या सामाजिक चळवळी आणि नेहमीचे चलनवलनाचे प्रकार, ही आपल्या युगाची वैशिष्ट्यपूर्ण ओळख आहे आणि जगलेल्या काळाची कुणाला किती जाणीव आहे, हे त्यावरून कळतं. त्याची भौगोलिक स्थिरता आणि सततची जीवनकथा हा या दिवसांतला अपवाद आहे, तर खंडित होण्याचे आणि तुकडे पडण्याचे वेगवेगळे प्रकार, आता त्याचे निकष होऊ लागले आहेत.

पण मला असं वाटतं की, सांस्कृतिक तेढ निर्माण झाली आहे. तिचा परिणाम व्यक्तिगत जीवनावर अधिक होतोय. मी अमेरिकेत राहून अभ्यास आणि तिथल्या संस्थांमध्ये काम करू लागले, तेव्हा मला माहीत झालेल्या त्या दोन जगांत काळाच्या रचनांमध्ये असलेले मूलभूत फरक मला जाणवू लागले. अमेरिकेत काळ नुसता वेगानं वाहत होता असं नव्हे, तर तणावपूर्ण अशा अनेक प्रकारांनी तो सर्वांना पुढे-पुढे ढकलत होता. लोक, अर्थातच, खूप कष्ट करत होते आणि तेही अधिक अस्वस्थपणे. एकोणिसाव्या शतकाच्या अखेरपासून 'अमेरिकन अस्वस्थता' ही सामाजिक जीवनाच्या समालोचनामध्ये अलंकारिक भाषेत वर्णन केली जात होती, हे मी पाहत होते; पण सुरुवातीला ते माझ्या लक्षात आलं नव्हतं. अमेरिकन लोकांचा आत्मविश्वास हा बाह्य देखावा असून, त्याच्या खाली विशिष्ट प्रकारची असुरक्षिततेची भावना आहे, असं त्यांच्या अस्वस्थतेचं निदान केलं जात होतं. देशात सतत होणाऱ्या नव्या-नव्या गोष्टींमुळे अनिश्चितता निर्माण होत होती, शिवाय अमेरिकन संस्थांमधली पराकोटीची स्पर्धात्मकता आणि प्रगतीच्या सतत वाढलेल्या शक्यता, ही कारणंही होतीच. लोक खूप मेहनत करत होते. अधिकाधिक उत्पादकता वाढावी, म्हणून प्रत्येक जण आपल्या कामाच्या दिवसाचं प्रत्येक मिनिट वापरत नसला, तरी – प्रमुख

अमेरिकन कार्यालयांमध्ये काम करत असताना मी बघत होते – आपण पुरेसं काम करत नसल्याचा किंवा जास्त करू शकू किंवा निदान त्याबद्दल आनंद आणि अपराधीपणाचा ताण प्रत्येकावर असे (थोड्याच दिवसांत माझाही त्यात समावेश झाला.). ही अस्वस्थता म्हणजे जणू, भरघोस त्याग करण्याऐवजी, श्रमदेवतेला वाहिलेला दहावा हिस्सा होता. अमेरिकन करिअरमध्ये मोठ्या पदावर बढत्या, खूप पैसा, मोठ्ठी घरं – असं सगळंच धोक्यात होतं आणि 'हे सगळं कमावण्यात' तुम्हाला अपयश आलंच, तर फक्त स्वत:ला दोष देण्याशिवाय दुसरा पर्याय नव्हता.

या सगळ्याचा एकंदरीत अर्थ असा की, वेळेचा उपयोग करण्याच्या बाबतीत लोक खूपच काटेकोर होते आणि इतर बिनमहत्त्वाच्या कामांमध्ये वेळ घालवायला फारसे तयार नव्हते. एखाद्या मित्रानं निवांतपणे गप्पा मारायला घरी बोलावलं तर कुणी चटकन त्याच्याकडे जात नसे, कारण त्याचा काही उपयोगही नसे, तासन्तास गप्प बसून विचार करत राहायचं किंवा एकमेकांच्या शेजारी नुसतंच बसून राहायचं, असं अमेरिकेत सहसा घडत नव्हतं. वेळेचं नियोजन काळजीपूर्वक करणं आवश्यक असे. त्याची 'उपयुक्तता आणि लाभांचा' विचार मनात ठेवून, मग ती भांडणं असोत किंवा संभाषणं असोत.

हळूहळू माझ्या लक्षात आलं की, वेळेच्या बाबतीत वेगवेगळे दृष्टिकोन असले, तर आपल्या '*Filofax*' (त्या विशिष्ट काळातील वेळेचं व्यवस्थापन आपल्या गरजेप्रमाणे करण्याचं साधन.)ची रचनाच वेगळी असणं पुरेसं नाही, तर आपली व्यक्तिगत आणि अंतर्गत व्यवस्थाही बदलणं गरजेचं असतं. अमेरिकनांच्या वेळेच्या नियोजन पद्धतीकडून मी बऱ्याच गोष्टी शिकले : जीवनाच्या काही क्षेत्रांत कार्यक्षमतेचं आणि वेळापत्रकाचं निर्विवाद महत्त्व, व्यस्त आणि गुंतागुंतीच्या आयुष्यात आपल्याकडे असलेल्या वेळेचं मूल्य, आणि आपल्याकडे असलेल्या वेळेवरचा आपला अधिकार, आपल्या ध्येयाकडे जाण्यासाठी योजना तयार करणं; आणि ती पार पाडल्यावर मिळणारा आनंद. अशा वृत्तीबद्दल मला नेहमीच आदर वाटतो आणि तो विशिष्ट प्रकारचा स्वयंसंस्कार – ती स्वयंशिस्त, त्यामुळे प्रोत्साहनही मिळतं. १९८९मध्ये सोव्हिएट साम्यवादाचा पराभव झाला, त्यानंतर लगेचच मी पूर्व युरोपमधून प्रवास केला, तेव्हा लांबच लांब रांगांमधून शांतपणे उभं राहण्याची माझी तयारी नव्हती आणि धुळीनं भरलेल्या भल्या-मोठ्या हॉलमध्ये, काही कागदपत्रं मिळवण्यासाठी निर्विकारपणे वाट पाहत बसलेल्या असंख्य रोमानियन लोकांची मला आठवण झाली. त्यांची कीवही आली, चीडही आली आणि जरासं आश्चर्यही वाटलं.

आणि तरीसुद्धा: मला असं वाटत राहिलं की, वेळेवर नियंत्रण ठेवण्याचा

आग्रह धरताना, जीवनाच्या बऱ्याचशा क्षेत्रांमध्ये आवश्यक तेवढी कार्यक्षमता यावी म्हणून, उत्पादनक्षमता वाढावी म्हणून इतर अनेक गोष्टी न करता आणि आधीच्या उद्दिष्टपूर्तीसाठी, सगळ्या प्रकारचं भान ठेवताना, त्यांनी काहीतरी किंवा खरं तर खूपच – गमावलं होतं. ते काहीतरी नेमकं काय होतं, हे सांगणं अवघड आहे. निर्माण होणाऱ्या तणावाची किंमत, टाइप-ए व्यक्तिमत्त्वाचे लक्षणसमूह (Syndromes) (त्या सर्वसामान्य मानसिकतेचे नमुने, उदाहरणार्थ – स्वभावातला उतावीळपणा, वेळेची अतिरेकी जाणीव, आक्रमक स्पर्धात्मकता आणि निवांतपणे राहण्याची असमर्थता), मध्यमवयीन व्यावसायिक पुरुषांना येणारे हृदयविकाराचे झटके, या सगळ्यांची नोंद १९५०नंतरच्या अमेरिकन रेकॉर्डमध्ये झाली होती; पण अमेरिकन जीवनातले नेहमीचे ताणतणाव मी पाहत (आणि सहन करत) असतानाही मला असं वाटलं की, इथे जी देवाण-घेवाण चालू होती, ती अनुभवाचा अनुभव घेण्याशिवाय दुसरं काही नव्हतं आणि तो काय आहे? तर कदाचित, त्या क्षणाचा पोत किंवा स्पंदनं अनुभवण्याची क्षमता समजून घेण्यासारखं काहीतरी. कदाचित एखाद्या प्रसंगाचा किंवा वैयक्तिक भेटीचा ताल अनुभवण्याइतका निवांतपणा मिळवणं, त्या भावनेचा किंवा विचाराचा धागा कुठपर्यंत जातो, हे माहीत नसूनही त्याचा माग काढणं किंवा त्यावर चिंतन आणि मनन करण्यासाठी बराच वेळ थबकणं, असं काहीतरी. कार्मेन फिरानलाही तसंच वाटतं : 'अमेरिकेत वेळ म्हणजेच सगळं काही आहे. कुठलेही खाद्यपदार्थ किंवा हॉट-डॉग विकणाऱ्या प्रत्येक हातगाडीवर, टीव्हीवर आणि विमा कंपन्यांकडून, स्लॉट-मशीन्सवर वेळेची विक्री होते किंवा तुम्हाला दिवसभरासाठी शुभेच्छा देणारा प्रत्येक जण तसं सहजपणे म्हणून जातो, तुम्हाला लगेच कटवण्यासाठी... वेळ म्हणजे पैसा. आणि आत्मा? तो पडलाय एकाकी कुठल्या तरी मानसोपचार तज्ज्ञाच्या खुर्चीत, कम्प्युटर स्क्रीनसमोर किंवा एखाद्या सेलफोनमध्ये.'[३]

दुसऱ्यांच्या संस्कृतीच्या काळाचा अर्थ समजून घ्यायला वेळ लागतो. मी ब्रिटनमध्ये राहायला आलेल्या वर्षामध्ये कालिक माध्यमाचा वेगळाच अर्थ आणि उपयोग मला समजू लागला. ब्रिटिश व्यक्तिमत्त्व (त्या समाजाच्या रचना आणि घटक इतक्या वेगानं बदलत असताना असा शब्दप्रयोग करता येत असेल तर) हे अपवादात्मकरीत्या अत्यंत कार्यक्षम असलं, तरी अमेरिकन माणसापेक्षा कमीच कर्तव्यकेंद्रित आहे, असं वाटतं. ब्रिटिश लोक नव्या-नव्या गोष्टींचे

---

३. कार्मेन फिरान, 'इनसाइड अॅन्ड बियाँड वर्ड्स', अॅस्पेशिया, खंड २, अंक १ (मार्च, २००८).

पुरस्कर्ते, आयुष्यभर ज्ञानपिपासू असलेले, दूरवर प्रवास करणारे असे आहेत. अनौपचारिक चर्चा चालू असताना, दोन्ही देशांत राहिलेले निरीक्षक नेहमी सांगतात आणि त्याचं बरंच आश्चर्य वाटतं की, ब्रिटिश व्यावसायिक अमेरिकन लोकांपेक्षा अनेक उद्योगांत खूपच जास्त रमलेले असतात आणि तरी त्यांना इथे अथक परिश्रम करणारे (Workaholics) असं म्हटलं जात नाही. जगाच्या महत्त्वाच्या शहरांमध्ये झालेल्या सामाजिक-मानववंशशास्त्रीय सर्वेक्षणातून असं दिसून आलंय की, लंडनमध्ये लोक सर्वाधिक वेगानं चालतात; पण त्यामध्ये अधिकच निवांतपणा किंवा खरं तर बेफिकीरपणा, स्वतःची खासियत दाखवण्याचा प्रकार असतो. उलट, अमेरिकन लोक – त्यांच्या देवांना किंवा त्यांच्या वरिष्ठांना – दाखवण्याचा प्रयत्न करतात की, ते पराकोटीचा प्रयत्न करतायत. ब्रिटिशांना मात्र कुठलंही काम सहजपणे आणि बेफिकीरपणे केल्याचं दाखवायचं असतं. एका अर्थानं, वेळेकडे पाहण्याची त्यांची प्रवृत्ती ही अधिक सहेतुक असते असं दिसतं. कोणतं काम करायचं, हे पुरेसा विचार करून ते ठरवतात आणि मग मनात नसलं, तरी ते काम ते करतातच, (निदान वर-वर तरी) अस्वस्थता दिसू न देता करतात. ब्रिटिशांचा दृष्टिकोन, अस्वस्थता किंवा अनिच्छा दिसू न देणं, यावरून असं म्हणता येतं की, ते वेळेवर नियंत्रण ठेवू शकतात आणि त्यांच्यावर कुणीच दडपण आणू शकत नाही किंवा त्यांना कशाचं प्रलोभनही नाही.

या चकवणाऱ्या गोष्टी आहेत, सहजपणे स्पष्ट करता येण्यासारख्या नाहीत आणि सर्वांबद्दलच असं निश्चित विधानही करता येणार नाही. आपल्या जीवनशैलीवर संवेदनक्षमतेवर, अनुभवाच्या खोलीवर आणि पोतावर काळाबद्दलच्या सांस्कृतिक दृष्टिकोनांचे दूरगामी परिणाम होऊ शकतात, हे जगाच्या वेगवेगळ्या भागांत वास्तव्य केलेल्या किंवा खूप प्रवास केलेल्या व्यक्तीला नक्की ठाऊक आहे. माझ्या स्वतःच्या आयुष्यातील निरीक्षणावरून असं साधारणपणे म्हणता येईल की, मला दैववादी संस्कृतींमध्ये स्वीकार-नकाराच्या पद्धतीमध्येही फरक दिसत होते – इच्छा आणि नियंत्रणाच्याही. हे फरक असल्यामुळे आणखी काय-काय फरक पडतात, हे बाहेरून समजणं कधी-कधी अवघड असतं; पण पूर्व युरोपातल्या अनेक लोकांशी झालेल्या संभाषणातून – त्यापैकी बरेच जण त्याप्रकारचं जीवन हेतुपुरःसर जगत होते – आधीच्या विचार – प्रणालीबद्दलची अधिक मोहवशतेबद्दलची ओढ कधी-कधी दिसून येते. पॅरिसमध्ये स्थायिक झालेला एक लेखक मिलान कुन्देरा यानं 'Slowness' ही प्रबंधवजा कादंबरी लिहिलीय. शारीरिक दौर्बल्य आणि आसक्तीबद्दलचं, पूर्व-औद्योगिक अवकाश असलेलं समर्थ प्रदीर्घ स्तवन, असं तिचं वर्णन करता येईल आणि एका

प्रसंगी, निवडक स्लाव्हज लोकांमध्ये मी बसलेली असताना मीही 'Slow Time Manifesto' लिहिण्याचं ठरवलं होतं, हे मला आठवतं (पण एका प्रदीर्घ प्रेमळ संभाषणानंतर मी तो विचार सोडून दिला.). तेव्हा मी म्हटलं होतं, युद्धोत्तर पोलिश सुट्ट्यांचा काळ मला आता इतका जास्त वाटतो की, ती केवळ सुट्ट्यांची आवड नव्हती, तर निष्क्रियता होती. तसंच काही खास कारण नसताना, इतकी प्रदीर्घ विश्रांती घेणं मी सहन करूच शकत नव्हते. काही काळासाठी का होईना, मी दोन संस्कृती स्वीकारल्या, असा त्याचा अर्थ झाला असता.

पण काहीही असलं, तरी अशा आठवणींचा उद्देश आणि उपयुक्तता कालांतरानं संपू शकते. पूर्व युरोपमध्ये काळाचं चलन बदललं आहे, तसं ते सगळीकडेच बदललं आहे – अगदी अमेरिकेतसुद्धा अभिजात कलाकृतींचं नीतिमूल्य मला पहिल्यांदा जाणवलं आणि भावलं, तेव्हापासून. जगभरातले बरेच लोक, ते त्यांच्या स्वतःच्या देशात राहत असले, तरी होणाऱ्या बदलांमुळे थरथराट आणि तणाव अनुभवतायत, कारण त्यांचे समाज आधुनिक-पूर्व ताल आणि सवयी सोडून काळाच्या अधिक उत्पादक, पण अधिक निष्ठुर परिणामांकडे झेपावतायत. १९८९च्या बदलानंतर पूर्व युरोपात आणि बाल्कन्स प्रदेशातून प्रवास करताना मला भूकंपामुळे झालेल्या उत्पातांसारखेच उत्पात अनुभवायला मिळाले.

परंतु या बदलांच्याही पलीकडे आणि कधी-कधी त्यामुळेच गोंधळल्यानं, काळाचा एक आणखी प्रकार अस्तित्वात आहे; असा एक प्रकार ज्यामुळे नोबोकोव्हच्या मनात भीती आणि बंडखोरी निर्माण झाली, तेव्हा 'आपलं अस्तित्व म्हणजे दोन अमर्याद अंधकारांच्यामध्ये पडलेली प्रकाशाची एक छोटीशी तिरीप आहे' असं त्याच्या लक्षात आलं, असा एक प्रकार ज्यामुळे युद्धोत्तर काळात माझा जन्म झाला, म्हणून मला त्रास (त्या शब्दाच्या दोन्ही अर्थांनी) झाला. ते सर्वांत महत्त्वाचं कारण अगदी अवर्णनीयही आहे आणि प्रत्येकासाठी सत्य समजून घेण्याचं माध्यम आणि त्याचा घटकही आहे. आपण आपल्या शरीरात, मनात, कुटुंबामध्ये, प्रदेशांमध्ये आणि राष्ट्रांमध्ये राहतो; पण मुख्य म्हणजे, आपल्या काळात राहतो. ते अनुभवाचं असं एक परिमाण आहे, ज्यामधून आपण बाहेर झेप घेऊ शकत नाही. निदान शेवटचा अंक संपल्याशिवाय. पण आपण त्यावर चिंतन करू शकतो, त्याचा शोध घेऊ शकतो, त्याचा स्वभावधर्म आणि कार्यपद्धती जाणून घेऊ शकतो. विचार करण्याची, आपल्या क्षणभंगुर अवस्थेचा अर्थ समजून घेण्याची गरज, ही काळाची विरोधाभासयुक्त अशी देणगी आहे आपल्याला आणि कदाचित त्याच्या सर्वशक्तिमान असण्याबद्दल आपलं उत्कृष्ट असं सांत्वनही. काळ आपल्याला जगण्याचा आधार देतो आणि

त्याच्याशी जुळवून घेणं, म्हणजे अवघड प्रश्न सोडवण्यासारखंच आहे आणि म्हणून मला माझं कुतूहल शमवायचं होतं. काळाशी आपण सख्य वाढवू शकतो का, हे बघायचं होतं. आपली आयुष्यं तो कशी घडवतो, याचा विचार करायचा होता आणि त्याच्या सहवासातले आपले सर्वांत सुखाचे क्षण कोणते हे शोधायचं होतं आणि शक्य असेल, तर – त्याच्या अदृश्य कायद्यांपासून आणि अपरिहार्य प्रवाहापासून संरक्षण मिळवण्यासाठी कुठल्या तत्त्वज्ञानाचा उपयोग करता येईल, हेही शोधून काढायचं होतं.

★

काळाशी संबंध असूनही – त्याच्याबद्दल मनात भीती आणि प्रेम असलेल्या एका व्यक्तीनं लिहिलेलं हे छोटंसं पुस्तक आहे; पण जगलेल्या काळाचं स्वरूप आमूलाग्र आणि अभूतपूर्वरीत्या बदलत चाललंय, या विचारानंही हे पुस्तक लिहिण्यास प्रेरणा मिळालीय. कालिकतेनं निर्माण केलेल्या समस्या सर्वत्र व्यक्त होतात, जाणवतात आणि काळाचा प्रश्न जो पूर्वी व्यावसायिक तत्त्वज्ञांवर किंवा स्लाव्ह तत्त्वचिंतकांवर सोपवला होता, तो आता सार्वजनिक प्रश्न आणि व्यक्तिगत समस्या बनला आहे.

काळानं निर्माण केलेल्या समस्या अनेक प्रकारे जाणवतात. समकालीन समाजाला सर्व बाजूंनी घेरणारा तणाव, घाईगर्दी आणि दडपण यांची जाणीव हा धोरणावरच्या चर्चांचा आणि कायम तक्रारींचा विषय झालेला आहे. समृद्धीच्या इतर प्रकारांत आणि आपली आयुर्मर्यादा पूर्वीपेक्षा वाढल्यामुळे वेळेच्या कमतरतेच्या रोगाची साथ आपल्याकडे सुरू झालीय, असं वाटतं. जुन्या संकल्पनेतले शब्द उलटे-पालटे केल्यामुळे काही लोकांच्या दृष्टीनं पैशापेक्षा वेळ, ही अधिक मौल्यवान आणि कमी सुलभ वस्तू झालीय. स्वत:साठी मोकळा वेळ 'खरेदी' करता यावा, म्हणून लोक कधी-कधी जास्त काम करतात. आपण आता वेळेचं व्यवस्थापन केवळ करत नाही, तर ते करण्यासाठी सल्लागार नोकरीवर ठेवतो, हे बेलगाम तत्त्व काबूत ठेवण्यासाठी आपल्याला मदत व्हावी म्हणून. मेंदूच्या विकारांमध्ये सामाजिक परिस्थितीचं प्रतिबिंब पडलं असतं, तर ते फार महत्त्वपूर्ण ठरलं असतं, कारण तीन-एक दशकांमध्ये एका नव्याच रोगनिदानशास्त्राची (Pathology) ओळख आपल्याला झाली असती – अवधान अभाव विकार (attention deficit disorder) – त्याची लक्षणं (की कारणं?) सहनशक्तीच्या ऱ्हासाशी, विशेषत: सतत धावणाऱ्या काळाच्या घटकांशी संबंधित असतात.

पण हे बदल केवळ समाजशास्त्रीय किंवा व्यक्तिनिष्ठ नाहीत. काळाच्या बाह्य, 'वस्तुनिष्ठ' परिस्थितीमध्ये होणारे हे बदल सर्वांत धक्कादायक आहेत. काळाचा एकाच वेळी वेग वाढणं आणि त्याचा विस्तार होण्याचे प्रयत्न,

औद्योगिक क्षेत्रातील कौशल्यापासून आणि कार्यपद्धतीतील एकंदरीत बदलापर्यंत अशा अनेक स्रोतांपासून हे बदल सुरू होतात. काळ हा जर विज्ञान-कथांचा मोठा विषय झाला असेल, तर त्याच्या एकूणच मानसिक लवचिकपणामुळे, त्याची प्रत्यक्ष कार्यप्रणाली आपण आपल्या कल्पनाशक्तीनुसार बदलू शकतो, असं आपण गृहीत धरलंय; पण अशात, आपण त्याच्या कार्यप्रणालीत खरोखरच हस्तक्षेप करतो आहोत आणि तेही इतक्या सखोलपणे की, ती जणू एक मूर्त वस्तू आहे. अगदी सूक्ष्म प्रमाणात, आपण काळाला दाबून-दडपून त्याचे अधिकच लहान घटकांमध्ये तुकडे-तुकडे करतो आहोत. कम्प्युटर काळाच्या वाढत्या माध्यमात आपण राहतो आहोत. तो कम्प्युटर कमीत कमी सेकंदांत (nano-seconds) काम करतोय आणि आतापर्यंत अकल्पनीय वेग त्यानं धारण केलाय. आपला विचार करण्याचा आणि आकलनाचा वेग वाढवण्याची आणि नजीकच्या वर्तमानकाळावर लक्ष केंद्रित करण्याची सवय तो आपल्याला लावतोय.

दुसऱ्या बाजूला, आपण दीर्घायुष्य विस्तारण्याच्या पद्धतीवर प्रयोग करतो आहोत. त्यामुळे पूर्वी कधी वाटलंही नव्हतं, इतकी आयुर्मर्यादा वाढते आहे आणि अधिक वेगानं अधिक स्वातंत्र्य आपण उपभोगत असताना वर्ष, दिवस आणि ऋतू या निसर्गचक्रापासून काळाची बंधनं अधिकाधिक झुगारून देत आहोत. जेट प्रवासात असताना चोवीस तासांचा विचार न करता आपण रात्र आणि दिवस एकत्र करतो. आपण जर ठरवलंच, तर 'उन्हाळा' किंवा 'हिवाळा' वर्षातून अनेकदा अनुभवू शकतो आणि एकाच ठिकाणी राहूनसुद्धा, दळण-वळणाच्या तंत्रज्ञानाच्या साहाय्यानं, पृथ्वीवरील कुठल्याही काल-प्रदेशात (time-zone) एकाच वेळी आपण काम करू शकतो. याचा अर्थ असा की, वेगवेगळ्या भौगोलिक आणि कालिकतेशी संबंधित ठिकाणी घडणाऱ्या घटनांची माहिती कुठल्याही क्षणी आपल्याला मिळू शकते. निसर्गापासून काळाचा विच्छेद करण्याच्या बाबतीतल्या तक्रारींचा संबंध दिवस आणि ऋतूंच्या चक्रांमध्ये घड्याळाच्या वेळेच्या समावेशाशी होता; पण आपलं वेळेचं ज्ञान आता काळाशीसुद्धा जोडलेलं नाहीय, ज्याद्वारे आपण शारीरिक हालचाली करतो. उलट, आपला कालिकतेचा अनुभव कुठल्याही भू-भागापासून अधिकाधिक अलिप्त आणि वास्तवदर्शी होत चालला आहे.

कोपर्निकस किंवा आइनस्टाइननं केलेल्या क्रांतीपेक्षा या सगळ्या गोष्टी म्हणजे फार महत्त्वाचा बदल आहे. सुमारे वीस वर्षांपूर्वी जेरेमी रिफकिन या अमेरिकन समाजशास्त्रज्ञानं लिहिलं की, 'अवकाश-विज्ञान म्हणून ओळखलं जाणारं राजकारण, ही 'कालिक कला' म्हणूनसुद्धा समजली जाऊ लागली

आहे. भू-भागाचं राजकारण हे कालिकतेच्या राजकारणाशी जोडलं जाणार आहे.[४] याचा अर्थ, रिफकिनच्या म्हणण्यानुसार कर्तव्य आणि मोकळ्या वेळाच्या समस्या किंवा वेगानं वाढणाऱ्या यांत्रिकीकरणाचे सामाजिक परिणाम. तेव्हापासून या यांत्रिकीकरणानं प्रचंड झेप घेऊन प्रगती केली आहे; पण सार्वजनिक क्षेत्रालाच याचा धोका आहे असं नाहीतर अनुभवाच्या राजकारणालाही आहे. काळाशी असलेल्या आपल्या व्यवहारांचा परिणाम आपल्या विचारप्रणाली किंवा व्यक्तिमत्त्व अशा नेहमीच्याच बाबतीत होणाऱ्या परिणामांइतकाच महत्त्वपूर्ण असतो आणि त्यांचा तीव्र प्रभाव आपल्या जीवनशैलीवर आणि आत्मनिष्ठतेवरही होतो.

एका अर्थानं, काळ ही वास्तवाची अंतिम अशी अजिंक्य सीमा आहे. गेल्या काही दशकांमध्ये निसर्गाचा, इतिहासाचा आणि मानवाचा अंत होणार असल्याची भाकितं आपण ऐकतो आहोत, कारण मानवोत्तर जगाचा आरंभ होणार असल्याची घोषणा झाली आहे; पण 'काळाच्या शेवटा'कडेही आपण चाललो आहोत का, आपल्याला माहीत झाल्याप्रमाणे? हे लेखन करत असताना समकालीन काळाचं स्वरूप समजून घेण्याच्या प्रयत्नांचे आणि अनुभवाच्या परिणामाशी आपण जुळवून घेताना होणाऱ्या प्रचंड बदलांचे आपण साक्षीदार आहोत. आधुनिक संशोधन आणि निरीक्षणांच्या संदर्भात, मानवी काळ आणि त्याची कार्यपद्धती याबद्दल काय समजलंय, याचाही मला शोध घ्यावासा वाटला. जीवशास्त्र आणि काळाचं मनोविकारशास्त्र (neurology of time) याबद्दल आजच्या काळाचा विचार काय आहे? गती आणि आत्मनिष्ठतेचा ताल याबद्दल आपल्याला काय माहीत आहे?

काळ ही सर्वांत अस्पर्श आणि अविचल अशी वस्तू आहे आणि ते तिचं एक आकर्षण आहे. एका पातळीवर संस्कृती आणि मानवी मन यांनी वेगवेगळे आकार दिलेला तो एक लवचिक पदार्थ आहे. पण सर्वांत महत्त्वाची गोष्ट म्हणजे, काळ ही एक श्रेष्ठ देणगी आहे, असं नेहमी मानलं जातं. वस्तुस्थितीचा असा प्रकार – अद्भुताच्या किंवा कल्पनेच्या पलीकडचा – तो बदलता येत नाही, त्याचं विश्लेषण करता येत नाही किंवा त्याचं अस्तित्वही नाकारता येत नाही. मानवानं त्याच्याशी सतत संघर्ष केला आहे, त्याच्याविरुद्ध आवाज उठवला आहे; पण तरी त्याच्या निष्ठुर प्रवाहापासून आपली सुटका नाही किंवा त्यानं आपल्याला मृत्यूचं दान देऊन आपल्याला स्वत:च्या प्रभावाखाली ठेवलंय, हेही नेहमीच मानवानं गृहीत धरलं आहे.

---

४. जेरेमी रिफ्किन, *'टाइम वॉर्स : द प्रायमरी कॉन्फ्लिक्ट इन ह्यूमन हिस्टरी'*, (हेन्री हॉल्ट, १९८७) पृष्ठ-५.

*आणि म्हणून मला मानवी काळाचा लवचिकपणा आणि त्याच्या संभाव्य मर्यादाचा शोध घ्यावा, असं वाटलं. सांस्कृतिक आणि मानसशास्त्रीय संरचनांच्या व्यतिरिक्त, कालिक सार्वत्रिक असं काही आहे का, निसर्गदत्त मानवी काळ किंवा निदान काही कालिक निकष आहेत का? जे ओलांडण्याचा धोका आपण पत्करू शकतो? कालिक सीमा विस्तारण्याच्या प्रयत्नात, जुनाट बंधनांपासून स्वत:ला मुक्त करण्यासाठी, विनाशाला कारणीभूत होण्यासारखी फॉस्टससारखी सौदेबाजी आपण करतो आहोत का?*

*काळाची क्रांती होत आहे, ग्रहा-ग्रहांच्या कक्षेत नाहीतर आपल्या दैनंदिन आयुष्यात, आकलनात, अगदी शरीरांमध्येसुद्धा, सामाजिक संबंधामध्ये, अनुभवाच्या स्वरूपांमध्ये आणि एवढंच नाही, तर मानवाला समजून घेण्याच्या पद्धतीतसुद्धा त्या क्रांतीचे पडसाद उमटत आहेत. हे बदल न थांबणारे असू शकतील आणि काही बाबतीत ते योग्यही असतील. पण आपल्याला त्यांचे संभाव्य परिणाम आणि जगातली आपली सध्याची अवस्था समजून घ्यायची असेल, तर त्या बदलांचं महत्त्व आपण मान्य केलं पाहिजे आणि ते समजूनही घेतले पाहिजेत.*

◆

# काळ आणि शरीर

'मानवी काळ' अशी काही विशेष गोष्ट आहे का आणि असेल, तर ती कोणती? मानवी कालिकतेची सर्वसाधारण मांडणी काहीच नसते असं मानलं, तरी तिचं वर्णन करणं बहुतेक शक्य आहे. काळाची कल्पना करणं, त्याची लांबी-रुंदी-आकारमान मोजणं, हे मानवी मन करू शकतं. त्याचा मानवी किंवा ऐहिक जीवनाशी मुळीच संबंध नाही, हे स्पष्टच आहे. आपल्याला निश्चित कल्पना जरी करता येत नसली, तरी – दोन किंवा अनेक आकाशगंगांमधली युगं आणि प्रकाशाचा वेग आपण मोजू शकतो. आपल्यापर्यंत पोहोचायला हजारो प्रकाश वर्षं लागत असलेल्या आणि आता विझलेल्या ताऱ्यांपासून निघालेला प्रकाश आणि सेकंदांचे अत्यंत सूक्ष्म (Sub-microscopic) भागही आपण पकडू शकतो, पण ते आपल्याला अनुभवता येत नाहीत.

अतिशय अफाटतेची आणि अतिशय सूक्ष्मतेची कल्पना करू शकणं, हे मानवी मनाचं निश्चितच लक्षणीय वैशिष्ट्य म्हणावं लागेल; पण या परमावधीच्या गोष्टी आपल्या स्वत:च्या अनुभवातील कालिक प्रमाणाशी संबंधित नसतात. आतापर्यंत बदलू न शकणारे प्राथमिक घटक ते प्रमाण ठरवत असतात : आपण सजीव प्राणी आहोत, हे सत्य आहे आणि विशिष्ट जैविक रचना आपल्या शरीरात आहे आणि तेवढंच निश्चित सत्य हेसुद्धा आहे की, आपण विश्वाच्या या विशिष्ट कोपऱ्यात आणि या विशिष्ट ग्रहावर – आपल्या स्वत:च्या ओळखीच्या पृथ्वीवर राहतो.

माणूस म्हणवण्यापूर्वी आपण जिवंत प्राणी आहोत आणि हीच आपल्या अस्तित्वाशी संबंधित कालिकतेची पहिली अवस्था आहे. वैश्विक अवकाशांमध्ये, काळ हा 'स्वत:'च सर्व दिशांनी फिरू शकतो, हे स्पष्ट होतं. तो अगदी मागेसुद्धा जाऊ शकतो; पण आपल्यासाठी मात्र तो एकाच दिशेनं जातो : भूतकाळाकडून वर्तमानाकडे आणि जन्मापासून मृत्यूकडे. याला नि:संशयपणेच चांगली शास्त्रीय कारणं असू शकतात. *A Brief History of Time* या ग्रंथात आपल्यासारखे 'गुंतागुंतीचे प्राणी' एका विशिष्ट विश्वातच – आपल्या विश्वासारख्याच विश्वात – जगू शकतात, असं लेखक स्टीफन हॉकिंग यांचं

अनुमान आहे.[1] दुसऱ्या शब्दांत सांगायचं, तर आपण या विश्वाशी किंवा या विश्वानं आपल्याशी जुळवून घेतलंय, याला 'मानववंशशास्त्रीय तत्त्वाचं' 'स्पष्ट उदाहरण' असं हॉकिंग म्हणतात. यापैकी एक काळाच्या दिशेशी जुळवून घेतल्याचं उदाहरण आहे. आपण ज्या विश्वात राहतो, ते अव्यवस्थितपणाच्या तत्त्वावर चालतं किंवा व्यवस्थितपणाकडून अव्यवस्थितपणाकडे आणि सुरुवातीच्या ढिगाऱ्यापासून विस्तार आणि विनाशाकडे ते वाटचाल करतं. म्हणूनच हॉकिंगच्या मते, आपल्या विश्वात 'काळाच्या मानसशास्त्रीय बाणाची दिशा' वैश्विक आणि Thermo-dynamic बाणाच्या दिशेप्रमाणेच आहे (ज्या प्रमाणात अव्यवस्था वाढते.). ती म्हणजे भूतकाळाकडून भविष्यकाळाकडे. हॉकिंग यांच्या मते, बुद्धिमान जीवन म्हणजे ज्यांना 'भूतकाळ' आणि 'भविष्यकाळ' यांचं आकलन होतं, असं जीवन – या दिशेनंच काळाचा बाण विश्वात जाईल, तिथेच ते शक्य असेल. शिवाय, विश्वाच्या उत्पत्तीबद्दल अनेक शास्त्रज्ञ म्हणतात त्याप्रमाणे, आकाशगंगांच्या मधील अवकाशांच्या दर्जानुसार, आपल्या ग्रहावरील परिस्थिती अतिशय अपवादात्मक संयमानं ठरवल्या जातात (निदान आपल्या दर्जानुसार संयमितपणे). तौलनिकदृष्ट्या आपली पृथ्वी तिचा आकार, तापमान आणि कालिकता या दृष्टीनं अगदी सौम्य आहे – म्हणजे सूर्याभोवतीच्या तिच्या प्रदक्षिणेची लांबी, परिणामत: तिचे दिवस आणि रात्र अगदी योग्य त्या प्रमाणात आहेत.

पृथ्वीवरील इतर सजीव प्राण्यांप्रमाणेच त्या दैनंदिन चक्रांची लांबी, हाच मानवी काळाचाही पहिला निर्णायक निकष आहे. या पृथ्वीवरच्या आपल्या कोपऱ्याशी जुळवून घेण्याच्या बाबतीतलं हॉकिंग याचं गृहीतक खरं ठरो वा न ठरो, नुकत्याच झालेल्या संशोधनांतून हे स्पष्ट झालंय की, जैविक पातळीवर अगदी नेमकेपणानं पृथ्वीच्या विशिष्ट ताल आणि चक्रांशी आपण जमवून घेतलं आहे.

गेल्या काही दशकांमध्ये, जैविक काळाच्या समस्यांमधून 'कालिक जीवशास्त्र' (Chronobiology) हा एक नवाच विषय वैज्ञानिक चर्चेत आला आहे. त्यामध्ये काळाच्या वर्तनाच्या विविध वैशिष्ट्यांची चाचणी सूक्ष्म निरीक्षण आणि नेमक्या मोजमापांद्वारे वाढत्या प्रमाणात होत असते. या अभ्यासातून निघालेल्या महत्त्वाच्या निष्कर्षांपैकी एक म्हणजे, त्यांच्या ठरावीक आयुर्मर्यादेमध्ये आणि जीवनशैलीमध्येही पृथ्वीवर राहणारे सर्वच सजीव प्राणी इथल्या काळाशी आणि दिवस-रात्र चक्राशी जुळवून घेतात. हे असं एक सत्य आहे की, ते गृहीत

---

१. स्टीफन हॉकिंग, *'अ ब्रीफ हिस्टरी ऑफ टाइम : फ्रॉम द बिग बँग टु ब्लॅक होल्स'* (बँटम, १९९५).

धरावंच लागतं किंवा त्याबद्दल आपल्याला आश्चर्य वाटल्याशिवाय राहत नाही. कारण प्राणी दिवसा जागणारे असोत की रात्री, थोड्याफार फरकानं, त्यांची वर्तनपद्धती चोवीस तासांचं चक्र (आपण मोजल्याप्रमाणे) अनुसरते. आणखी असं की, दिवस आणि रात्रीमधला फरक प्राण्यांना डोळ्यांनी दिसतो किंवा वातावरणातील इतर संवेदनावाहक साधनांमुळे कळतो, म्हणून ते दैनंदिन चक्राशी जुळवून घेऊ शकतात असं नाही. उलट, सजीव प्राण्यांना ठरावीकपणा शरीराच्या आतून, जैविक घड्याळा (biological clock)सारख्या चकित करणाऱ्या विविध यंत्रणांद्वारे विशेष लक्षणांनी नियंत्रित असतो.

या जैविक साधनांबद्दलच्या आणि पाहू न शकणाऱ्या प्राण्यांच्याही 'वेळ सांगू शकणं', अशासारख्या ज्या गोष्टी समजल्या आहेत, त्या कायम मनोरंजक आहेत. उदाहरणार्थ, मधमाश्यांचं प्रसिद्ध नृत्य, त्याद्वारे अन्न गोळा करून परतलेल्या माश्या अंधाऱ्या मोहोळातील त्यांच्या सहकाऱ्यांना मध कुठे आहे, हे सांगतात. सतत हालचाली करून त्या मोहोळात छोटे-छोटे खड्डे पाडतात. अशा हालचालींना waggles म्हणतात. त्यावरून मोहोळापासून मध असलेल्या ठिकाणचं अंतर, दिशा आणि सूर्याच्या स्थितीवरून योग्य वेळ माश्या सूचित करतात आणि इतर माश्यांना ते कळतं. त्या इतर माश्या अचूकपणे, योग्य वेळी मध गोळा करण्यासाठी तिथे पोहोचतात.

हे कसं घडतं, जैविक घड्याळांची रचना कशी असते आणि त्यांच्या कार्यपद्धतीमध्ये कशी गुंतागुंतीची प्रक्रिया असते, हा सगळा वैज्ञानिक अनुमानाचा आणि संशोधनाचा विषय आहे. अर्थात, प्राण्या-प्राण्यांमध्ये जैविक तालबद्धता वेगवेगळी असते. (काही प्राणी जवळपास सगळा वेळ झोपून असतात. काही रात्री शिकार करतात.) यावरून असं दिसतं की, ही जैविक घड्याळं सर्व प्राण्यांमध्ये अगदी सारख्याच प्रकारे काम करतात, म्हणजेच सुरुवातीला एकाच यांत्रिक पद्धतीनं किंवा जनुकीय नियमानं (genetic code) उत्क्रांत झाली आहेत, वेगवेगळ्या क्रांतीमुळे नाही. शरीरातील घड्याळं ही जिवंत प्राण्यांमधील सर्वांत जुन्या वैशिष्ट्यांपैकी आहेत, ती अतिप्राचीन सूक्ष्म जंतूमध्येही (bacteria) सापडतात.

विशेष म्हणजे, या जैविक घड्याळांनी स्थापित केलेली तालबद्धता प्रत्येक प्रकारच्या प्रजातीमध्ये वेगवेगळी तर असतेच, आणखी एक चमत्कृतीपूर्ण बाब, म्हणजे सगळ्या प्राण्यांमध्ये आणि त्यांच्या प्रत्येक अवयवाच्या कार्यपद्धतीमध्ये – जनुकीय, चयापचयात्मक, वर्तनविषयक – ही अंतर्गत यंत्रणा (pacemakers) एकाच तत्त्वावर – आंदोलनाच्या (oscillation) तत्त्वावर – काम करते. ही अशी हालचाल असते की, घड्याळाच्या लंबकाप्रमाणे ती एका विशिष्ट दिशेनं

पुढे जाते की, लगेच तिच्यावर नियंत्रण येतं आणि मग ती विरुद्ध दिशेनं म्हणजे मागे येते. चयापचयाचं प्रमाण आणि शरीरातील उष्णता अनेक प्रजातींमध्ये नियमितपणे आंदोलित होते, एका विशिष्ट पातळीवर थांबते आणि अंतर्गत यंत्रणेनं इशारा करताच पुन्हा सुरू होते. (दरम्यानच्या काळात असं आंदोलन मनुष्यनिर्मित घड्याळांमध्येसुद्धा वेळ मोजण्याची पद्धत म्हणून वापरलं जातं. नियमित वेगाचं तत्त्व न वापरता, ठरावीक घटकांमध्ये विभाजन करून बाह्य आणि अंतर्गत, असे दोन्ही काळ समानपणे वाहत असतात.)

आंदोलनाच्या वेगातून मग सजीव प्राण्यांमध्ये कालिकता निर्माण होते आणि तेच त्याचं मुळातलं कंपन किंवा माप असतं. अंतर्गत कालिक संघटन ही जीवनाची प्राथमिक गरज आणि लक्षणही आहे, असं कदाचित खरंच म्हणता येईल. इरविन श्रोडिंगर या पदार्थ विज्ञानशास्त्रज्ञानं विचारलेल्या 'जीवन म्हणजे काय?' या प्रश्नाला उत्तर देताना, जोनाथन डी.एच. स्मिथ हा गणितज्ञ मानतो की, 'जैविक संस्था या अतिशय गुंतागुंतीच्या संस्था आहेत आणि त्यांच्या घटकांतील अवकाश-काळ वेगवेगळे करणं अवघड असतं – दुसऱ्या शब्दांत सांगायचं, तर काळ आणि अवकाशाच्या संदिग्ध प्रवाहाची अंतर्गत चलनपद्धती (dynamics) अवघड असते.[२] सजीव प्राणी या अतिशय सुसंघटित रचना आहेत आणि नियमित वेगाद्वारे काळाची अंतर्गत रचना अगदी आरंभापासून आणि सर्वत्रच आढळून येणाऱ्या अनेक वैशिष्ट्यांपैकी एक वैशिष्ट्य आहे, असं वाटतं. आपल्याला साध्या निरीक्षणातून आधीपासूनच माहीत असलेली ही बाब आहे. जिवंत प्राणी स्वत: होऊनच हालचाली करतात, म्हणूनच त्यांना आपण 'जिवंत' म्हणतो. उलट, निर्जीव वस्तूंना मात्र बाहेरून जोर लावला, तरच त्या जागेवरून हलतात. आंदोलनाद्वारे होणाऱ्या ऐंद्रिय काळाच्या (organic time) मोजमापाचे पडसाद अगदी अरिस्टॉट्लच्या काळापासून तत्त्वज्ञानाची प्रेरणा ठरले आहेत. त्याच्या मते, 'काळ' हे वेगाचं माप आहे ('सतत होणाऱ्या हालचालींचं मोजमाप').

हालचाल करता येणं, हे जिवंतपणाचं मूलभूत चिन्ह आहे, असं म्हटलं जातं; पण मन:शांतीच्या शोधात फिरणारे चिंतनशील बौद्ध भिक्कूसुद्धा शरीरशास्त्रीय सुज्ञपणा दाखवू शकतील – कारण सगळ्याच प्राण्यांची शारीरिक समतोल (homeostasis) साधण्याची प्रवृत्ती सारखीच असते, असं दिसतं. आंदोलनांवर नकारात्मक अभिप्राय देणं आणि एकाच दिशेनं वेग जास्त वाढू न देणं, हा

---

२. जोनाथन डी.एच. स्मिथ, *'टाइम इन बायॉलजी ॲन्ड फिजिक्स'*, http://www.chronos.msu.ru/EREPORTS/Smith_time.pdf, पृष्ठ-६.

एक परिणाम आहे. उदाहरणार्थ, एखाद्या प्राण्याचा ज्वर जास्त वाढला, तर तो कमी होण्यासाठी, शरीर थंड होण्यासाठी, हार्मोन्सची किंवा चयापचयाची कार्यपद्धती उलट्या दिशेनं सुरू होते.

प्रत्येक प्राण्यामध्ये, आंदोलनाच्या अंतर्गत वेगात खास त्याचा असा वेग असतो आणि हा वेगवेगळ्या पातळीवर काम करत असतो – जनुकीय, चयापचयात्मक आणि दैनंदिन चक्र. उच्च प्रतीच्या प्राण्यांमध्ये गुंतागुंतीच्या प्रक्रियेचा अंतिम परिणाम देणाऱ्या यंत्रणेद्वारे (Feedback mechanism) असं होत असतं, त्यामुळे संप्रेरक (hormons) आणि चेतापेशी (neurons) एकत्र काम करतात. दैनंदिन चक्राद्वारे त्यांच्याकडून ठरावीक वर्तन घडतं. सस्तन प्राण्यांमध्ये कालिक वर्तन ठरवणारं मुख्य 'घड्याळ' पेशींच्या जोड्यांच्या छोट्या पुंजक्यामध्ये असतं आणि तो पुंजका मेंदूच्या खालच्या मध्य परिसरात (hypothalamus) असतो, त्याला 'शब्दांची उलट्या बाजूनं पुनरावृत्ती करणारं अणूचं केंद्र' (Suprachaismatic nuclei) असं म्हणतात. (गंमत म्हणजे यालाच बौद्ध भिक्कू चिंतनाचं केंद्र समजतात आणि यालाच ते 'तिसरा डोळा' असंही म्हणतात, कारण ज्ञानप्राप्ती झाल्यानंतर तो उघडतो.) या मध्यवर्ती यंत्रणेव्यतिरिक्त, सस्तन प्राण्यांमधील तालपद्धती अनेक जनुकांमध्ये सांकेतिक भाषेत नोंदवलेली असते – कालबद्ध (periodic) जनुकांमध्येसुद्धा – त्यांची एकमेकांशी गुंतागुंतीची क्रिया-प्रतिक्रियात्मक कार्यपद्धती असते आणि त्यांची माहिती ते फक्त मेंदूकडेच पाठवतात असं नाही, तर संपूर्ण शरीरातही पाठवतात.

आणखी एक विशेष म्हणजे, बऱ्याच आणि वेगवेगळ्या अंतर्गत क्रियांचाच परस्परांशी संबंध असतो असं नाही, तर वेगवेगळ्या प्रजातींच्या कालिकतेतही तो तसा असतो असं दिसतं. सस्तन प्राण्यांमध्ये आयुर्मर्यादा आणि हृदयाच्या ठोक्यांचं प्रमाण व्यस्त आहे, असं दिसून येतं. उंदरांपेक्षा हत्ती सातपट जास्त काळ जगतात, उलट, हत्तीच्या हृदयाचे ठोके उंदरांच्या सातपट हळू पडतात. याचा अर्थ, उंदरांच्या छोट्याशा आयुष्यातसुद्धा – ते हत्तीइतकेच जगतात – आणि तेवढाच 'अनुभव' त्यांना येतो, असं वाटतं का? अनुभवाच्या मोजमापाचा संबंध अंतर्गत क्रियांच्या वेगाशी असतो का? उंदीर आणि हत्तींबद्दल आपल्याला निश्चित असं काही सांगता येणार नाही; पण मानवी दृष्टिकोनातून दीर्घायुष्य आणि चयापचय ताल यांच्यामधील परस्पर संबंध शक्य आहेत, हे यातून सूचित होतं. अतिशय उच्च चयापचयात्मक प्रमाण असलेल्या व्यक्तींचं आयुष्य कमी असतं : पुरुष आणि स्त्रियांच्या दीर्घायुष्यातील फरकाचं हे एक कारण असू शकतं. पुरुषांचं आयुष्य कमी असतं आणि चयापचयाचं प्रमाण अधिक असतं; पण उंदरांपेक्षा पुरुषांच्या बाबतीत व्यक्तिनिष्ठ निष्कर्ष या विषयात काढणं

सोपं असलं, तरी ते शोधणं कठीण आहे. तरीही, 'खडतर जीवन' जगल्यामुळे, कमी आयुष्य जगायला मिळतं, हे बरेच पुरुष मान्य करतील की नाही, याबद्दल शंका वाटते.

दैनंदिन चक्रांव्यतिरिक्त काही प्रजातींनी वार्षिक किंवा त्याहीपेक्षा दीर्घकाळाच्या तालांशी जुळवून घेतलं आहे. स्थलांतर करणारे पक्षी दर वर्षी ठरावीक काळात प्रवास करतात. रातकिडे अगदी आजपर्यंत, अंडी घालण्यासाठी तेरा किंवा सतरा वर्षांच्या कालखंडानंतर जमिनीतून बाहेर येतात. यावरून हे सूचित होतं की, प्राण्यांना भविष्याची जाणीव – आपल्या अर्थानं 'जाणीव' – नसली तरी, भविष्याची काही सहजप्रेरणा किंवा दीर्घकाळाची थोडीशी कल्पना तरी अनेक सजीवांमध्ये जन्मतःच असावी. अशी सहजप्रेरणा किंवा कालिक नियंत्रण जाणवण्याची यंत्रणा असल्यामुळेच खार हा प्राणी हिवाळ्यासाठी स्वतःचे खाद्यपदार्थ राखून ठेवतो किंवा त्यामुळेच एका विशिष्ट जातीचा मासा आपल्या समागमाचा काळ असा निवडतो की, त्यामुळे त्यांना अनुकूल असलेल्या ऋतूमध्येच नवे मासे जन्माला येतात.

यावरून असं समजायचं का, की काही प्राणी एका विशिष्ट अर्थानं, स्वतःचं भविष्य समजू शकतात – मग हे कोणत्या प्रकारचं 'ज्ञान' असेल? प्राण्यांना काळाचं भान कसं येतं आणि त्यांना अनुभव कसे घेता येतात, हे तत्त्वज्ञानातलं एक कोडंच आहे. असाच प्रश्न थॉमस नॅगेल या तत्त्वज्ञानं त्याच्या 'What is it like to Be a Bat?' या प्रसिद्ध लेखात विचारला होता.[३] प्रत्येक प्रजातीला तिचं विशिष्ट असं काळाचं भान असतं किंवा तिचा कालिक स्वभाव असतो आणि तो विशिष्ट कारणांमुळे, तसाच राहतो आणि बदलला तरी उत्क्रांतीसारखा अतिशय सावकाश बदलतो. प्रत्येक प्राणी स्वतःच्या पर्यावरणाशीच जुळवून घेतो असं नाही, तर अगदी स्वतःशीही जुळवून घेत असतो. ते का आणि कसं घडतं, हे अजून तरी फारसं स्पष्ट झालेलं नाही. *Antony and Cleopatra* या नाटकातल्या अँटनीची आठवण या बाबतीत एखाद्याला येऊ शकेल. मगर हा प्राणी कसा असतो, या प्रश्नाचं उत्तर देण्याचा प्रयत्न करताना तो म्हणतो : 'त्याचा आकार त्याच्यासारखाच असतो, त्याच्या रुंदीइतकाच तो रुंद असतो. त्याच्याइतकीच त्याची उंची असते आणि त्याच्या अवयवांच्या साहाय्यानं तो हालचाल करतो. ज्या ठिकाणी त्याला त्याचं अन्न मिळतं, तिथे तो राहतो आणि एकदा त्याचा प्राण गेला की, तो देहान्तर करतो' आणि

---

३. थॉमस नॅगेल, *'वॉट इझ इट लाइक टु बी अ बॅट?' फिलासॉफिकल रिव्ह्यू, खंड-८३* (१९७४), पृष्ठे ४३५-४५०.

अँटनीनं आणखी पुढे असंही म्हटलं असतं की, त्याच्या दिवस आणि रात्रीतून त्याची प्रगती होते, ती त्याच्या स्वत:च्या वेगानं.

★

मानवाबद्दलही असंच म्हणता येईल का? आपले कालिक निकषही जैविकदृष्ट्या तपासता येतील का? अँटनीच्या मगरीप्रमाणे, आपलं स्वरूपही आपल्यासाठी खरं आणि योग्य आहे का? इतर सजीव प्राण्यांप्रमाणे, आपल्याकडे काही कालिक तत्त्वं आपल्या जनुकांमध्ये आणि पेशींमध्ये निश्चितच जन्मत:च आहेत. इतर प्राण्यांप्रमाणे, आपणही जैविक घड्याळांनुसार जगतो आणि इतर विशिष्ट प्रजातींप्रमाणे ही घड्याळं कंपनाच्या (oscillation) तत्त्वावर चालतात आणि ती दैनंदिन चक्राशी (diurnal cycle) जुळवलेली असतात. सर्वांत प्राथमिक पातळीवर, आपल्या शरीरांमधून काळ अस्तित्वात येतो आणि आपण त्याची गती शरीराद्वारे अनुभवतो : आपल्या हृदयाच्या ठोक्यांच्या लयीतून किंवा भूक लागणं आणि पोट भरणं किंवा ज्या वेगानं चालतो, त्या वेगातून अनुभवतो.

पण कालिक स्वरूपाचा प्रश्न, अर्थातच, इतर प्राण्यांपेक्षा, मानवाच्या बाबतीत अधिकच गुंतागुंतीचा आहे – कारण, मानवजात असामान्यपणे अशी विशिष्ट प्रजाती आहे, जी उत्क्रांतीच्या किंवा पर्यावरणीय बदलाच्या बाबतीत नुसती संवेदनशीलच नाही, तर ती सहेतुकपणे आणि अपघातानंही, बदल घडवून आणते. आपल्या संपूर्ण इतिहासामध्ये पर्यावरणाच्या सर्व पैलूंचा आणि काही मर्यादेपर्यंत, आपण आपल्या स्वत:चाही पुरेपूर उपयोग केला आहे – आणि कालिकताही त्याला अपवाद नाही. क्षितिजावर मानव पहिल्यांदा दिसला तेव्हापासून मानवाची आयुर्मर्यादा सतत वाढतेच आहे. वेगवेगळ्या वेळी आणि वेगवेगळ्या ठिकाणी लोकांनी विशिष्ट ऋतूमध्ये किंवा वर्षभर काम केलेलं आहे. मेहनतीच्या कामात त्यांनी त्यांचा जास्तीत जास्त वेळ खर्च केला आहे किंवा मग फारसं काही केलं नाही. स्थलांतर करणाऱ्या पक्ष्यांप्रमाणे नाही, पण आपण आपल्या लहरीप्रमाणे वागू शकतो आणि कुठल्याही ऋतूमध्ये आपण माहीत नसलेल्या प्रदेशात जाऊ शकतो. यांत्रिकी वाहनांमुळे आपल्या प्रवासाचा वेग त्या काळात वाढतो. ध्यानधारणेमुळे तो मंदावतो.

तरीसुद्धा, आपल्या जैविक लवचिकपणाला मर्यादा आहेत का? आणि त्या मर्यादा ओलांडण्याचा आपण प्रयत्न केला, तर काय होतं? हा प्रश्न पूर्वीपेक्षाही आज अधिकच नाट्यपूर्ण रीतीनं विचारात घेतला जातो, त्यावर चर्चा होते आणि काही क्षेत्रांत अजूनही त्याची संपूर्ण उत्तरं मिळायची आहेत; पण काही गोष्टी आपल्याला नक्कीच ठाऊक आहेत. उदाहरणार्थ, आपल्याला

हे माहीत आहे की, एका विशिष्ट क्षणी आपल्या हृदयाचे ठोके वेगानं वाढतात किंवा कमी होतात आणि हृदयविकाराचे झटके येतात किंवा आपण मरतो. चार मिनिटांत एका मैलापेक्षा जास्त वेगानं माणसं पळू शकत नाहीत, हे आपल्याला माहीत आहे. १९५४मध्ये रॉजर बॅनिस्टर पहिल्यांदा चार मिनिटांसाठी पळाला, तेव्हा त्या रेकॉर्डमधून सतरा सेकंद कमी झाले; पण तेही उत्तेजक ड्रग्ज घेतल्याशिवाय किंवा अतिशय प्रभावी मायक्रोचिप्स आपल्या शरीरात बसवल्याशिवाय नाही – म्हणजेच, दुसऱ्या शब्दांत आपण मानव असण्याऐवजी बायोनिक (bbionic – मायक्रोचिप्ससारखे इलेक्ट्रॉनिक अवयव असलेले.) असलो तरच! तसं नसेल, तर दोन मिनिटांत एक मैल ही गोष्ट माणसासाठी अगदी अशक्यप्राय आहे.

माणसांना झोप आवश्यक असते, हेसुद्धा आपल्याला माहीत आहे. झोप हे गुंतागुंतीचं आणि सकृद्दर्शनी अतिशय लवचिक असं कालिक वर्तन आहे. पूर्वीच्या काळी लोक त्यांची झोप सूर्यास्त आणि सूर्योदय या दरम्यान घेत असत. सूर्यास्त झाल्यावर लगेच ते झोपत आणि उन्हाळ्यापेक्षा हिवाळ्यात जास्त काळ झोपत. मध्ययुगीन युरोपियन खेड्यांमध्ये, शेतमजूर मध्यरात्री झोपेतून उठत आणि वेगवेगळी कामं उरकून पुन्हा (नेहमी दाटीवाटी असलेल्या अंथरुणावर) झोपत. प्रत्येक व्यक्तीगणिक झोपेचं प्रमाण वेगवेगळं असतं, त्याचप्रमाणे चयापचयाचं प्रमाण (metabolic temperaments) सकाळी लवकर जागे होणाऱ्या पक्ष्यांपेक्षा आणि रात्री जागणाऱ्या घुबडांपेक्षा वेगळं असतं आणि तरीसुद्धा, झोपेबद्दलची निरीक्षणं आणि तक्रारी वाढतात त्यानुसार, प्रत्येक व्यक्तीला तिच्या शारीरिक गरजेनुसार झोप आवश्यक असते, म्हणजे ती व्यक्ती अपेक्षेप्रमाणे किंवा योग्य तेवढं काम करू शकते.

एका पातळीवर शारीरिक शक्ती जतन करण्याचं आणि नवी शक्ती पुरवण्याचं काम झोप करते. सर्व सस्तन प्राण्यांना अधूनमधून झोपेची गरज असते आणि त्या सर्व मध्यंतरांमध्ये चोवीस तासात (Circadian rhythms) बदलणारे ताल आणि 'शारीरिक समतोल' (homeostatic mechanisms) झोपेच्या पद्धती नियंत्रित करतात आणि त्यामुळे आपल्या शरीराच्या प्रत्येक बाबीवर परिणाम होतो. म्हणजे ती व्यक्ती किती वेळापासून जागी आहे, यावर तिला किती वेळ झोप आवश्यक आहे, हे ठरतं आणि किती वेळ झोपली आहे, यावर ती किती वेळ जागणार आहे, हेही ठरतं.

पण झोपेमुळे चयापचयातच बदल होतो असं नाही, तर माणसाच्या जागृतावस्थेतही होतो – तो नेमका काय असतो किंवा कशासाठी असतो, हे काही प्रमाणात कोडंच आहे. झोप म्हणजे बेशुद्धावस्था नाही. आपण झोपेत

असताना काही गोष्टी घडत असतात, त्यापैकी काही बऱ्याच महत्त्वाच्या असतात. झोपेच्या अवस्थेचा एक हेतू असा की, मेंदूमध्ये नवी माहिती साठवण्यासाठी त्याला प्रवृत्त करून ती दीर्घकाळ स्मरणात ठेवायची किंवा तांत्रिक भाषेत सांगायचं, तर मेंदूच्या बाह्यपटलामधून (motor cortex) माहिती वा ज्ञान (data) 'कुंभखंडा'कडे (temporal lobe) स्थलांतरित करायचं. नुकताच शोध लागलेल्या Sleep spindles नावाच्या दोरा गुंडाळायच्या चातीसारख्या अवयवामुळे हे घडतं. मेंदूच्या लहरीच्या एक-दोन सेकंदांच्या स्फोटामुळे हे होतं. या लहरी वारंवार आल्यामुळे त्यांचा वेग कधी वाढतो आणि कधी कमी होतो. अचानक घडणारी ही क्रिया REM (rapid eye movement) झोपेमध्ये घडते, त्या वेळी आपल्याला स्वप्न पडण्याची शक्यता असते. या REM झोपेमध्ये मेंदू काही रसायनं भरून काढतो, त्यांना 'चेताप्रेषक द्रव्यं' (neuro-transmitters) म्हणतात. ही द्रव्यं एका मज्जातंतू (nerve cell)कडून दुसऱ्या मज्जातंतूकडे किंवा स्नायूंकडे संदेश पाठवतात. आठवणं, शिकणं, समस्या सोडवणं आणि आविष्कार, अशा महत्त्वाच्या बौद्धिक आणि शारीरिक कृतींसाठी एकमेकींना जोडणारं मज्जातंतूंचं जाळं (network) ती प्रस्थापित करतात. अशा REM झोपेमध्ये आणि Sleep Spindlesच्या स्फोटामध्ये, दिवसभरात आपण ऐकलेल्या घटना-प्रसंग मेंदूच्या मज्जातंतूंच्या संरचनेत (neural structures) घट्टपणे बसतात आणि त्यांचं रूपांतर ज्ञानामध्ये होतं आणि ते कायमचं आपलं होऊन जातं.

झोपेच्या प्रक्रियेची अशी वर्णनं मनोरंजक असतात, इतर अनेक कारणांपैकी स्वप्नं आणि त्यांच्या हेतूबद्दल केल्या जाणाऱ्या मनोविश्लेषणात्मक तर्कांशी त्यांचं साम्य असतं. 'अंतर्मनाकडे जाण्याचा राजेशाही मार्ग म्हणजे स्वप्नं पाहणं' अशी फ्रॉईडनं केलेली स्वप्नांची प्रसिद्ध व्याख्या आहे आणि तेव्हापासून ती मनोगहन विज्ञानाचं (depth psychology) एक तत्त्व मानली गेली आहे. स्वप्नांचा हेतू आपल्या मनातल्या सुप्त उद्दिष्टं आणि भावनांपर्यंत पोहोचणं हा असतो, कारण आपल्या जागृतावस्थेत त्या आपल्याला जाणवत नाहीत आणि त्या स्वप्नांद्वारेच आपले संघर्ष आणि इच्छा यांच्याबद्दल नव्यानं चिंतन करणं, हाही हेतू असतो. शारीरिक पातळीवर, असं तंतोतंत घडणं शक्य आहे का? मज्जासंस्थेच्या पुनर्रचनेद्वारा आपल्या अनुभवांचं आकलनही बदलतं का? आणि आपण जी माहिती मिळवलेली असते, ती मज्जासंस्थेच्या अधिक खोल, फारशा जागृत नसलेल्या स्मरणात रुतून बसलेली आणि एकरूप झालेली असते का? असं दिसून आलं आहे की, आपण एखादं नवं कौशल्य (गोल्फ खेळणं, व्हायोलिन वाजवणं.) शिकल्यानंतर झोपलो नाहीतर ते शिकल्याचे फायदे

नाहीसे होतात. पुरेशी झोप घेतल्यावर शिकलेली नवी गोष्ट मेंदू आणि शरीरात घट्ट जमून बसते, त्यामुळे मग आपण तिचा आविष्कार सहजपणे करू शकतो आणि पुढल्या वेळी त्यावर नवे-नवे प्रयोगही करू शकतो. याच्या थोडंसं पुढे जाऊन आपण असं गृहीत धरू की, अधिक व्यक्तिगत, उद्दीपित भावनांसंबंधीच्या माहितीबद्दलही हे खरं असू शकतं.

मज्जासंस्था आणि मानसशास्त्र यांचा जो काय संबंध असेल तो असो, आपल्या शारीरिक, बोधात्मक (cognitive) आणि भावनिक (affective) स्वास्थ्यासाठी झोप अतिशय महत्त्वाची असते, हे स्पष्ट आहे. याउलट, संख्याशास्त्रीय दृष्टीनं हे सिद्ध झालंय की, निद्रानाशामुळे शारीरिक आणि मानसिक आरोग्यावर गंभीर परिणाम होऊ शकतो. झोपेमुळे प्रतिकारशक्ती टिकवण्यात मदत होते आणि झोप नसेल, तर प्रतिकारशक्ती कमी होते. मानसिक अस्थिरता आणि अस्वस्थता निर्माण झाली की, रात्री झोप लागत नाही, याला शारीरिक कारणसुद्धा असतं. मानसिक तणाव आणि निद्रानाशामुळे शरीरातील काही रस खूपच प्रमाणात निर्माण होतात, तर काही कमी-कमी होत जातात – विशेषत: 'हार्मोन कॉर्टिसॉल.' ते साधारण प्रमाणात स्रवायला लागतं, तेव्हा शरीरावरची सूज, मनावरचा ताण कमी करण्यासाठी त्याचा उपयोग होऊ शकतो; पण ते जास्त प्रमाणात तयार होतं, निद्रानाशाच्या परिस्थितीतल्याप्रमाणे, तेव्हा कॉर्टिसॉल प्रतिकारशक्ती कमी करतं आणि कॅन्सरसारखे अनेक रोग होऊ शकतात.

इतिहास आणि साहित्यात सर्वत्र निद्रानाश झालेले आणि झोप न घेणारे प्रसिद्ध आणि पराक्रमी लोक आढळतात : गुन्हा करून, आपल्या 'झोपेचाही खून' करणारा मॅक्बेथ; चुंबन घेऊन 'शुभ रात्री' म्हणणारी आई येऊन जाईपर्यंत बिछान्यात थरथरत जागा राहणारा प्राऊस्ट; झोप सर्वांना समभावानं वागवून बधीर करून टाकते म्हणून 'सर्वांत अपरिपक्व मेंदू असणारं भावंड' असं झोपेला उद्देशून म्हणणारा नोबोकोव्ह, त्याचप्रमाणे, नेपोलिअन आणि जॉर्ज सँड चैतन्यानं रसरसलेली आपली आयुष्यं जगले, ते रोज रात्री केवळ चार तासच झोपून, आणि मागरिट थॅचर, त्यांच्या Iron Ladyच्या काळातसुद्धा स्पार्टाच्या राजासारखं साधेपणानं आयुष्य जगल्या.

पण परिश्रम करणाऱ्या आणि नैपुण्य दाखवणाऱ्या आपल्या समाजात, झोपेचा त्रास असणं, हे काही केवळ व्यक्तिगत विक्षिप्तपणाचं किंवा अपवादात्मक चैतन्याचं किंवा परमोच्च बुद्धिमत्तेचं लक्षण आता तरी राहिलं नाही. उलट, संख्याशास्त्र, विचारप्रणाली आणि सुधारण्याच्या कल्पना मांडणाऱ्या सर्व संस्थांमध्ये नेहमी चर्चिला जाणारा निद्रानाश हा नेहमी उद्भवणारा आणि शरीरसंस्थांशी

संबंधित असा सार्वजनिक प्रश्न बनला आहे. २००५मध्ये नॅशनल स्लीप फाउंडेशननं केलेल्या जनमत चाचणीनुसार, 'अर्ध्यापेक्षा कमी अमेरिकन्स म्हणतात की, त्यांना रोज रात्री किंवा बऱ्याच रात्री छान झोप लागते,' आणि ब्रिटन आणि इतर प्रगत देशांमध्येसुद्धा असाच कल दिसून येतो. अशा विकारांच्या लक्षणांवर आणि तक्रारींवर उपचार करणाऱ्या अनेक संशोधन संस्था, मेडिकल सेंटर्स आहेत. तिथे झोप कशी घ्यावी, हे शिकवलं जातं आणि यू.एस.मध्ये नॅशनल स्लीप इन्स्टिट्यूट, अमेरिकन अकॅडमी ऑफ स्लीप मेडिसिन आणि बेटर स्लीप काउन्सिल हे काम करतात. बऱ्याच लोकांच्या दृष्टीनं ही सर्वांत नैसर्गिक असलेली क्रिया आता शिकण्यासारखी गोष्ट झालीय, असं दिसतं.

झोप कमी होण्याची काही कारणं भौतिक परिस्थितीशी किंवा आपल्या जीवनातील गरजांशी संबंधित असतात. कामाच्या बदलणाऱ्या वेळा, दूर अंतराचा नेहमीचा प्रवास, विजेच्या प्रकाशाची उपलब्धता आणि शहरांमध्ये अखंड चालणारे उपक्रम, या सगळ्यांमुळे लोकांना झोप कमी मिळते. वरच्या श्रेणीतील व्यावसायिकांना प्रदीर्घ काळ किंवा कितीही तास कामं करावी लागतात. अमेरिकेतल्या मेडिकलच्या विद्यार्थ्यांना पहिल्या वर्षी हॉस्पिटलमध्ये इंटर्नशिप करताना आत्ता-आत्तापर्यंत आठवड्याला सत्तर ते ऐंशी तास काम बत्तीस तासांच्या शिफ्टमध्ये करावं लागत होतं. ब्रिटनमध्ये ज्यूनिअर डॉक्टर्सचे कामाचे तास आठवड्याला छप्पन्नऐवजी अठ्ठेचाळीस करावेत, असा ठराव होतोय; पण सध्याचे छप्पन्न ताससुद्धा प्रॅक्टिस सुरू केल्यावर बरेचदा वाढतात. न्यू यॉर्कमधल्या स्टॉकब्रोकर्सना आणि आर्थिक सल्लागारांना त्यांच्या कामाच्या वेळातच जागं राहावं लागतं असं नाही, तर लंडन आणि टोकियोच्या कामाच्या वेळेतही जागावं लागतं.

पण निद्रानाशाच्या विकाराच्या प्रसाराची कारणं आपल्या वेळेबद्दलच्या दृष्टिकोनात कदाचित सापडू शकतील. झोपेत जाणारे तास, म्हणजे एक मध्यंतर असतं, कारण त्या वेळी आपण काहीच 'करू' शकत नाही आणि तसं पाहिलं, तर काही घडतही नाही. आपल्या समाजात ही एक प्रकारची अकार्यक्षमता, काहीसा संकोच वाटण्यासारखी गोष्ट किंवा निदान वेळेचा अपव्यय आहे, असा तरी समज असतो. कदाचित तितकंच महत्त्वाचं म्हणजे झोप म्हणजे तात्पुरती का होईना काहीच न करण्याची इच्छा होणं आणि निष्क्रियतेची अवस्था येणं आणि वर्चस्व गाजवू इच्छिणाऱ्या लोकांना अशी निष्क्रियता नेमकी नकोशी असते. 'झोपेबद्दल आपण सर्वांत हानिकारक आणि कायमचा संभ्रम निर्माण केला आहे,' असं जॉन मुआलम म्हणतो, 'तो असा की, माणसानं कामं करणं ऐच्छिक आहे. एका मानसशास्त्रज्ञाच्या मते, ''कमी हवेवर कसं जगावं, असा

विचार करणारे लोक आपल्या आवतीभोवती नसतात.''[४]

पण झोप ऐच्छिक नाही. ती एक जैविक गरज आहे आणि तिचा अभाव सामाजिक दृष्टीनं विचार करण्यासारखा आणि कधीकधी गंभीर परिणाम करणारा असतो. प्रदीर्घ काळ काम करणाऱ्या नव्या डॉक्टर्सना काम झाल्यावर घरी परतताना होणाऱ्या रस्त्यावरच्या अपघातांचा धोका १६.२ टक्क्यांनी वाढला असल्याचं, तसंच पेशंट्सकडे त्यांचं लक्ष कमी झाल्याचं आणि रात्रभर इन्टेन्सिव्ह केअर युनिट्समध्ये काम करताना रोग निदानात त्यांच्याकडून होणाऱ्या चुका वाढल्या असल्याचं आढळून आलं आहे.[५] विमानाचे थकून गेलेले पायलट्स नेहमीच्या कार्यक्षमतेनं काम करू शकत नाहीत. रात्री झोप न झालेले खेळाडू दुसऱ्या दिवशी आपलं कौशल्य दाखवण्यात कमी पडतात.

आणखी असं की, दिवस-रात्रीचं नैसर्गिक चक्र आपण कितीही नाकारलं, तरी झोप ही त्या चक्राचा अविभाज्य भाग असतेच. रात्रपाळीत काम करणाऱ्यांचा संख्याशास्त्रीय अभ्यास केला असता असं दिसतं की, रात्री त्यांचं कामाकडे लक्ष कमी होत जातं, त्यांच्यावरचा ताण वाढत जातो आणि त्यांना अल्सर, हृदयरोग आणि अगदी कॅन्सरही होतो. तुम्हाला असं वाटत असेल की, तुम्हाला आवश्यक असलेली झोप तुम्ही दिवसा घेतली की, रात्री घेतलेल्या REM विश्रांतीसारखीच असेल; पण ते तसं नसतं, त्याचं कारण तिचा संबंध अंतर्गत घड्याळांशी असतो. कृत्रिम प्रकाश हा दिवसाच्या प्रकाशासारखाच असतो असं आपण कितीही मानलं, तरी आपल्या शरीरात असलेल्या दैनंदिन (Circadian) घड्याळांना ते जास्त चांगलं कळतं आणि ती तशीच वागतात. उदाहरणार्थ, आपल्या शरीराचं तापमान दिवसाच्या वेळी इतर वेळेपेक्षा कमी असतं, मग कुठलेही दिवे लागलेले असोत वा मालवलेले असोत. काही हार्मोन्स आणि केमिकल्सच्या निर्मितीच्या बाबतीतही तसंच आहे. झोपेची अवस्था निर्माण करणारा एक पदार्थ आहे आणि त्याच्याद्वारे आपलं शरीर दैनंदिन चक्राशी संलग्न असतं, तो पदार्थ म्हणजे 'मेलॅटोनिन.' त्याच्या नैसर्गिक स्वरूपात, मेलॅटोनिन हे मेंदूच्या एका भागात असलेल्या पिनिअल ग्लँडमधून स्रवणारं प्रमुख हार्मोन आहे आणि ते आपल्या शरीरात फक्त रात्रीच पसरतं. संध्याकाळी त्याची पातळी वाढू लागते आणि सूर्योदयापूर्वी उतरायला लागते, आपण जागे

---

४. जॉन मूआलम, *'द स्लीप-इंडस्ट्रिअल कॉम्प्लेक्स'*, न्यू यॉर्क टाइम्स १८ नोव्हेंबर, २००७.

५. रसेल जी. फॉस्टर आणि कॅथरिना वुल्फ, *'द रिदम्स ऑफ रेस्ट ॲन्ड एक्सेस'*, नेचर रिव्ह्यूज न्यूरोसायन्स, खंड ६ (मे, २००५), पृष्ठे ४०७-४१४.

होणार हे गृहीत धरून आणि त्याची निर्मिती दिवसा कधीच होत नाही. रात्रीच्या वेळी कृत्रिम प्रकाशात काम करणाऱ्या आणि दिवसाच्या वेळी रात्रीचं वातावरण निर्माण करणाऱ्या कामगारांना मेलॅटोनिन कधीच मिळणार नाही आणि म्हणून त्यांना चांगली झोप आणि विश्रांतीही मिळणार नाही.

सगळे घटक एकत्र केलेलं मेलॅटोनिन हे जेट-लॅगवर उतारा म्हणून वापरलं जातं – म्हणजे काळ-प्रदेशांत (time-zones) अचानक होणाऱ्या आणि 'तालहीन' (arhythmical) बदलांची आपल्या शरीरांना सवय होण्यासाठी ते शरीरात पोहोचवलं जातं; पण जेट-लॅग हीच एक अपूर्व गोष्ट आहे, कारण नैसर्गिक दैनंदिन चक्रांपासून आपण स्वत:ला खेचून काढण्याचा धोका पत्करावा, असं ती सुचवते. विमान प्रवासात आपण झोपलो तरी आणि आपण विमानात सीटवर बसलो असताना आपली शक्ती खर्च झाली नाही, तरी आपल्या शरीराला आणि मेंदूला थकवा जाणवतो, भोवतालाविषयी संभ्रम (disorientation) निर्माण होतो, कारण नेहमीच्या दिवस आणि रात्रीशी आपला सांधा तुटलेला असतो. उदाहरणच द्यायचं झालं, तर कधीकधी जेट-लॅगची अवस्था आपल्या आतूनच 'आंदोलनं' (Oscillations) सुरू करते. असं वाटतं की, जणू काही नेहमीची लय चुकलेली आपली शरीरं समतोल साधण्याचा पुन्हा प्रयत्न करतात. अधिक स्पष्ट म्हणजे, दूरचा प्रवास करणाऱ्या खेळाडूंना आपल्या खेळावर विपरीत परिणाम होतो, हे जाणवतं. सहलीच्या शेवटी मध्यस्थी करण्याची आपली कौशल्यं वाया गेल्याची भावना जेटनं प्रवास करणाऱ्या अधिकाऱ्यांची होऊ शकते.

जमिनीवरच्या प्रवासाप्रमाणेच अवकाश प्रवासही याला अपवाद नाही. अर्थात अगदी क्वचितच वाट्याला येणाऱ्या या प्रवासातून मिळणारा अनुभव खूप काही शिकवून जातो. पृथ्वीवरून उड्डाण करणं म्हणजे एका काळ-प्रदेशातून (time-zones) दुसऱ्या काळ-प्रदेशात जाणं एवढंच नव्हे, तर अशा प्रदेशात जाणं, जिथे दिवस-रात्रीच्या चक्रांची लांबी वेगवेगळी असते. पृथ्वीभोवती प्रदक्षिणा घालणाऱ्या अंतराळयानाचा वेग तिच्यापेक्षा खूप जास्त असतो आणि दिवस २३.५ तास मोठे असतात. मंगळावर उड्डाण करताना दिवस २४.६ तासांचा होतो. दिवसाच्या लांबीमधील या किंचितशा फरकामुळे आणि अंतराळयानातील अंधूक प्रकाशामुळेसुद्धा झोपेवर आणि परिणामत: कामावरही गंभीर परिणाम होतो. अमेरिकन स्पेस एजन्सी अंतराळवीरांवर होणाऱ्या या चोवीस-तास (Circadian) व्यत्ययाचा फार गंभीरपणे विचार करते, आणि उपाययोजनांचाही विचार करते आहे. कदाचित हे उपाय इतर परिस्थितीमध्येही उपयुक्त ठरू शकतात.

आपल्या शरीरांवर आणि बदलत्या मानसिक स्थितीवर होणाऱ्या निद्रानाशाच्या

परिणामाव्यतिरिक्त झोपेमध्ये येणारा व्यत्यय आणि सतत उद्‌भवणाऱ्या मानसिक समस्या किंवा शारीरिक रोग यांच्यामध्येही संबंध असतो, असं दिसतं. अशा परस्पर संबंधांमध्ये आधी कोंबडी की आधी अंडं, हे नेहमीच स्पष्ट होतं असं नाही. मानसिक अवस्थेमुळे झोपेवर परिणाम होतो की, झोपेत व्यत्यय आल्यानं मानसिक अवस्था बिघडते, हे आपल्याला माहीत नसतं; पण दिसतं असं की, औदासीन्य, अस्वस्थता आणि एक प्रकारची भीती, या सगळ्यांमुळे झोपेच्या प्रकारांवर गंभीर परिणाम होतात; एका बाजूला निद्रानाश, तर दुसऱ्या बाजूला प्रचंड झोप. या वैशिष्ट्यांमधले शरीरशास्त्रीय संबंध काही neuropeptidesमध्ये सापडू शकतात. ही द्रव्यं मेंदूच्या विविध भागांमध्ये स्रवतात. त्यामुळे झोपेची क्षमताही कमी होते आणि त्यांचा संबंध अस्वस्थतेशी आणि औदासीन्याशी असतो.

झोपेची खूप गरज वाटणं, हे मनाच्या अशांततेचं लक्षण असू शकतं – औदासीन्य, हार्मोन्सचा समतोल ढळणं किंवा अगदी साधं दुःख – आणि तितकाच जुना निद्रानाशसुद्धा. रिप व्हॅन – विंकलसारखं आपण आपलं आयुष्य झोपेमध्ये घालवू इच्छित नाही किंवा टेनिसनच्या Lotus Eatersप्रमाणे मोहनिद्रेमध्ये संपवू इच्छित नाही. Lotus Eaters या कवितेमध्ये वर्णन केलेली अखंड शांततासुद्धा भयंकर अस्वस्थ करणारी असते. ('All things have rest and ripen toward the grave/In silence – ripen, fall and cease : / Give us long rest or death, dark death or dreamful ease.')

पण आपल्या समाजात, dreamful easeपेक्षा झोप न येणं, हेच प्रकृती बिघडण्याचं विशेष कारण असतं आणि काही सांस्कृतिक प्रवृत्तींचं आणि मूल्यांचं निदर्शक असतं. जॅनेट विन्टरसन या ब्रिटिश लेखिकेनं Disappearance I या तिच्या लघुकथेत एका अप्रिय देशाची कल्पना केली आहे, इथे झोप घेणं बेकायदेशीर आहे, पण काही लोकांना झोपण्यासाठी पगार मिळतो, त्यामुळे इतरांना त्यांची स्वप्नं पाहता येतात.[६] आपली मजल अजून तिथपर्यंत गेली नाही; पण कदाचित पूर्वीच्या काही समाजांपेक्षा, झोप ही नैतिकतेची समस्या बनली आहे आणि ती बेकायदेशीर नसली, तरी कर्मठपणाची आणि किंचित अनैतिक बाब समजली जाऊ लागली आहे.

मानसिक-सांस्कृतिक लंबकाच्या पुढच्या हेलकाव्यामध्ये अशा प्रवृत्ती त्यांच्या स्वतःच्याच तीव्र प्रतिक्रिया निर्माण करतात. पुरेशी झोप पुष्कळांना मिळत नाही हे तर खरंच, पण शिवाय पुरेशी झोप मिळत नाही, याचीच पुष्कळ लोकांना

---

६. जॅनेट विन्टरसन, *'डिसॲपिअरन्स आय'*, इन विन्टरसन, *द वर्ल्ड ॲन्ड अदर प्लेसेस* (व्हिन्टेज, २०००).

काळजी वाटते आहे – संख्याशास्त्राच्या साधनांनी झोपेचे योग्य तास निश्चित केले आहेत आणि जैविक अचूकपणाचे नवे निकष तयार केले आहेत. अधूनमधून झोप लागल्यामुळे येणारी अस्वस्थता निद्रानाशाचं एक प्रकारचं दुष्टचक्र निर्माण करते आणि तेच प्रचंड अशा 'निद्रा उद्योगाला (Sleep industry)' माहितीचं खाद्य पुरवतं. याच उद्योगाची उत्पादनं अतिशय उत्तम झोप योग्य पद्धतीनं मिळवून देण्याचं आश्वासन देतात. कामावर गैरहजर राहिल्यानं उत्पादनक्षमता घटते, यू.एस.च्या उद्योगांना कोट्यवधी डॉलर्सचं नुकसान होतं हे लक्षात घेऊन, काही अमेरिकन कॉर्पोरेशन्सना त्यांच्या नोकरांनी दुपारच्या वेळी अर्धा तास 'चांगली झोप' घेणं आवश्यक वाटू लागलं आहे. 'यशस्वी होण्यासाठी झोप' अशी घोषणाच एका निद्रा-उद्योगानं आपल्या माहिती-पत्रकात छापली आहे.

या प्रकारच्या अधिकृत आदेशांमध्ये, झोप ही नैसर्गिक क्रिया नसून, एक कार्य आहे, जे आपण केलंच पाहिजे, याला मान्यता देण्यात आली आहे; पण म्हणजेच, कामाच्या कार्यक्षमतेपेक्षा झोपेला गौण स्थान देण्यासारखंच हे आहे आणि त्यामुळेही झोपेच्या समस्या वाढल्या आहेत.

आणखी असं की, नव्या जैविक अचूकपणाचा आग्रह धरला जात असला, तरी जुन्या नैतिकवादाचं महत्त्व कुणी नाकारत नाही. पुरेशी झोप घ्यावी, असं आपल्याला कितीही वाटलं, तरी प्रदीर्घ काळ झोपण्याचं किंवा दुपारची डुलकी घेण्याचं कुणालाच मान्य होणार नाही. त्याऐवजी, झोप येण्यासाठी आपण ड्रग्जचा आश्रय मोठ्या प्रमाणात घेतो – आणि अधिक कार्यक्षमतेनं – जागे राहतो. मदत करणाऱ्या कंपन्या कितीतरी प्रकारच्या गोळ्या आणि औषधं आपल्यासमोर टाकतात. तरुणांमध्ये ती विशेष आवडीची असतात, अगदी मेगा व्हिटॅमिन्सपासून रेड बुलसारख्या शक्तिवर्धक पेयांपर्यंत. नैसर्गिक चक्रं आणि प्रवृत्तींप्रमाणे वागण्यानं होणाऱ्या फायद्यांइतके फायदे या कृत्रिम औषधांनी होत नसतात. रासायनिकदृष्ट्या अतिशय उच्च दर्जाच्या द्रव्यांमध्ये, झोपेच्या गोळ्या हानिकारक आणि कधीकधी भयकारक परिणामांसाठी सर्वश्रुत आहेत. अस्वस्थता, औदासीन्य आणि कधी तर तीव्र असे मानसिक आजारही होण्याची भीती असते. उच्चभ्रू व्यावसायिक सर्रासपणे ॲम्फिटॅमिन्स किंवा कोकेन वापरून कृत्रिमरीत्या चपळपणा आणू शकतात, विचारांना गती देऊ शकतात; पण ते सतत घेत राहिलो, तर आपण आजारी पडू शकतो, वेडही लागू शकतं आपल्याला किंवा साध्या भाषेत बोलायचं, तर आपण 'वाया'ही जाऊ शकतो.

आपल्याला वेळेचा जास्तीत-जास्त उपयोग करून घ्यायचा असतो आणि आपल्यापैकी बऱ्याच जणांना 'जास्तीत-जास्त उपयोग' म्हणजे 'वर-वर' जाण्यासाठी

– शब्दश: आणि लाक्षणिक अर्थानंसुद्धा – शक्य तितक्या जास्त वेळेचा उपयोग. आणि तरी, काळाला सहजपणे चकवता येत नाही की, त्याचा पराभवही करता येत नाही. झोपेची गरज हे कालिकतेच्या बंधनांचं एक लक्षण आहे आणि ते आपल्या जैविकतेत खोलवर रुजलेलं आहे. ते बंधन झुगारण्याचा प्रयत्न करण्यानं आपण स्वत:लाच धोका निर्माण करतो आहोत. आपण जर काळ लांबवून तो अमर्यादपणे मिळवण्याचा प्रयत्न केला तर, आपण आणखी वेळ वाया घालवला तर, आपल्याला आजार होतील किंवा वेडही लागेल. आपल्या निसर्गदत्त क्षमतेपेक्षा शरीराला आणि मनाला जास्त कष्ट दिले, तर आपली कार्यक्षमता कमी होईल. 'मी वेळ वाया घालवला आणि आता वेळ मला वाया घालवतोय,' असं म्हणून शेक्सपिअरचा दुसरा रिचर्ड आपलं दु:ख व्यक्त करतो; पण असंही असेल की, आपल्या अतिउत्साही समाजात, वेळ काही मर्यादेपर्यंत कसा 'वाया' घालवायचा, हे शिकण्याची गरज आहे किंवा निदान आपल्या काळाच्या मर्यादा तरी आपण लक्षात घ्यायला हव्यात. आपण तसं केलं नाही, तर काळ जे अपरिहार्य विरोधाभास निर्माण करत असतो, त्यापैकी एखादा विरोधाभास आपल्याला अतिशय दु:खद रीतीनं संपवेल.

पृथ्वीच्या दैनंदिन चक्राशी आपण जुळवून घेण्याचा निदर्शक, म्हणजे झोप घेण्याची गरज. मानवी आयुष्याच्या प्रदीर्घतेसाठी (longue duree) असंच काही मोजमाप आहे का? इतर प्रजातींच्या आयुष्याची मर्यादा जशी ठरावीक असते, तशी माणसांच्या बाबतीत आहे का? प्रदीर्घ काळ चालणाऱ्या अंतर्गत घड्याळानुसार आपली आयुर्मर्यादा ठरलेली आहे का आणि आपल्या आयुष्यांच्या अवस्थांचा वेगही आधीच ठरलेला असतो का? दैनंदिन तालांशी (circadian rhythms) संबंधित प्रश्नांपेक्षा हे प्रश्न अधिक गुंतागुंतीचे आहेत, कारण एक – तर आयुर्मर्यादा अनेक घटकांवर अवलंबून असते आणि दुसरं, अधिकच निर्धारित असल्यानं ऐतिहासिकदृष्ट्या आणि वेगवेगळ्या भौगोलिक प्रदेशात आणि संस्कृतीत – मानवाच्या दीर्घायुष्याचं प्रमाण वेगवेगळं आहे.

इतिहासातील नोंद असं सांगते की, दीर्घायुष्याचा आलेख सर्वसाधारणपणे निश्चितच उंच-उंच जाणारा आहे. प्राचीन काळात आयुर्मर्यादा कमी आहे, असं म्हटलं जात असे, तेव्हा ती खरोखरच कमी होती. रोममध्ये, तिथल्या साम्राज्याच्या अत्युच्च काळात माणसाचं आयुष्य साधारणपणे पंचवीस वर्षांचं होतं आणि बालमृत्यूचं प्रमाणही अधिकच होतं. एकदा हा धोक्याचा उंबरठा कुणी ओलांडला की, तो चाळीस वर्षं जगू शकेल, अशी अपेक्षा करता येत होती. नंतरच्या काही शतकांमध्ये Black Deathसारखे खूप मोठे उत्पात घडले; पण तरी

सरासरी आयुर्मर्यादा सावकाश, कधीकधी टप्प्या-टप्प्यानं वाढतच गेली. आधुनिक तंत्रज्ञान आणि औषधांच्या क्षेत्रात आपण जी प्रगती केली, ती अगदी अभूतपूर्व होती. १९५०च्या दशकात, सरासरी, जागतिक आयुर्मर्यादा शेहचाळीस वर्षं होती, तर २००० ते २००५च्या दरम्यान ती पासष्ट वर्षांपर्यंत वाढली, असं अनुमान आहे. हा आकडा २०४५-२०५०मध्ये पंचाहत्तर वर्षांपर्यंत वाढेल, असा अंदाज आहे. या महत्तम साधारण विभाजकामध्ये अर्थात, बरीच मोठी तफावत आहे. मुळीच विकास न झालेल्या देशांमध्ये, आज आयुर्मर्यादा पन्नास वर्षांपेक्षा कमी आहे, पण आपण २०५०मध्ये पोहोचू, तेव्हा ती सहासष्ट वर्षांपर्यंत जाण्याची अपेक्षा आहे. विकसित जगात, स्त्रियांची सरासरी आयुर्मर्यादा आज एकोणऐंशी वर्षं, तर पुरुषांची सुमारे चौऱ्याहत्तर वर्षं आहे. (पण हे अंतरही कमी-कमी होत चाललं आहे.) एकविसाव्या शतकाच्या मध्यापर्यंत, पाश्चात्त्य जगात आणि पॅसिफिक किनाऱ्यालगत लोकसंख्येच्या ४० ते ५० टक्के लोक साठ वर्षांपेक्षा जास्त वयाचे असतील आणि आयुर्मर्यादा आणखी वाढतच राहील, हे स्पष्ट आहे. दीर्घायुष्याच्या अभ्यासातून निष्पन्न झालेल्या आकडेवारीनुसार यू.एस. आणि युरोपमध्ये शंभरीतल्या लोकांची संख्या जोमानं वाढते आहे, ही आकडेवारी नक्कीच चकित करणारी आहे.

आपल्याला आयुष्याचा मिळालेला काळ, हा मुळात चांगला आहे, असा विचार केला, तर अपेक्षित आयुष्यातील फरक जगाच्या श्रीमंत आणि गरीब समाजात मूलभूत विषमता निर्माण करणारा आहे, हे स्पष्ट दिसतं. या विषमतेची कारणं अगदी उघडच आहेत. त्यांचा संबंध अन्नाच्या आणि शुद्ध पाण्याच्या उपलब्धतेशी, स्वच्छता, औषधी, काही रोगांवर प्रतिबंधक लस आणि नवजात अर्भकांच्या सुरक्षिततेच्या उपायांशी आहे – एकंदरीत दीर्घायुष्य मिळत असलं, तरी बालमृत्यूचं प्रमाणही जास्त असल्यानं ही तफावत आहे. सांस्कृतिक कारणांवरूनही अधून-मधून या परिस्थितीमध्ये पीछेहाट होते. पूर्व युरोपातल्या काही देशांमध्ये १९८९नंतर आणि विशेषत: पेरेस्त्रोकाइनंतरच्या रशियामध्ये मध्यमवयीन पुरुषांच्या मृत्यूचं प्रमाण नाट्यपूर्णरीत्या वाढलं आहे, पूर्व युरोपमध्ये स्पर्धात्मकता, दारू आणि आयुष्याच्या निरर्थकतेची जाणीव रशियामध्ये वाढली, ही त्याची कारणं सांगितली जातात; पण हे नियमाला अपवाद झाले – सामाजिक घटक आणि आरोग्य यांच्या संयोगातून ते स्पष्ट होतं, म्हणून त्यांचा विचार करावा लागतो; पण त्यावर आरोग्यशास्त्र आणि तंत्रज्ञान काही उपाय करत नाहीत.

अर्थात कमी विकसित देशात, शक्य तिथे, समृद्ध भागांच्या समान पातळीवर आयुर्मर्यादा आणण्यासाठी विषमता कमी करणं, हे उद्दिष्ट स्पष्टच

आहे; पण प्रदीर्घ आयुर्मान आपण अमर्यादपणे वाढवू शकतो का? मानवी आयुष्याची अत्युच्च अशी काही मर्यादा आहे का? किंवा पुरेसं ज्ञान आणि तंत्रज्ञानाच्या साहाय्यानं, कदाचित आपण अमरत्व मिळवू... शकू का? काही काळापूर्वीपर्यंत असा प्रश्न विचारण्याचं कुणाच्या स्वप्नातही आलं नसतं. अंतहीन आयुष्याची कल्पनाच एकतर बालिशपणाची किंवा फाऊस्टच्या अहंकारासारखी धोकादायक वाटली असती. दंतकथा किंवा विज्ञान कथांमधील विलक्षण कल्पना सोडून द्या. पण बायबलमधील 'मेथुसेलाह' आणि प्रेषितांच्या काळातील त्याचे प्राचीन सहकारी यांचे तारुण्याच्या स्रोताचे शोध किंवा रासायनिक (alchemical) परिवर्तनाच्या नीतिकथा! यामधून माणसानं वार्धक्याचं वास्तव, ऱ्हास आणि स्वतःचा नैसर्गिक, पण सहजपणे स्वीकारता न येण्यासारखा शेवट नेहमीच स्वीकारलेला आहे. मृत्यूनंतरच्या आयुष्याबद्दल काही समजुती असल्या, तरी इतर प्राण्यांप्रमाणे, माणसाचंही आयुष्य ठरावीक असतं आणि ते साधारणपणे शतकांत किंवा दिवसांत मोजलं न जाता दशकांमध्ये मोजलं जातं – फुलपाखरांच्या किंवा ओक वृक्षाच्या अस्तित्वासारखं नाही : म्हणजे (माणसाच्या दृष्टीनं) अगदीच क्षणभंगुर नाही किंवा फारच दीर्घही नाही. सर्वानुमते साधारणपणे सत्तर वर्षांचं आयुष्य आपल्याला मिळतं; त्या महत्तम साधारण विभाजकानंतर एकतर प्रदीर्घ म्हातारपण, नाहीतर अटळ मृत्यू.

पण सध्या, सर्वसामान्य आयुर्मर्यादा ओलांडली गेली आहे आणि वय आणि मृत्यू या वर-वर अटळ दिसणाऱ्या गोष्टींना दिली जाणारी आव्हानं ही मूर्खपणाची, वेडगळपणाची तद्वतच वैज्ञानिक आणि खूपच गंभीरदेखील वाटतात. एकूणच, मानवी संस्कृतीमध्ये एक प्रकारची वार्धक्य-विरोधी चळवळ सुरू झाली आहे. या चळवळीत सहभागी झालेल्या सदस्यांनी वय वाढणं म्हणजे म्हातारं होणं नव्हे, तर पूर्वीच्या आयुर्मर्यादेच्या कितीही पुढे ऱ्हास लांबवणं आणि पूर्वी कधी नव्हे एवढा काळ जिवंत राहणं शक्य आहे, असं दाखवून देण्याचा निर्धार केला आहे. हे साध्य करण्यासाठी या लोकांना ज्या पद्धती आशादायक वाटतात, त्या अगदी पूर्णपणे स्वाभाविक आहेत : जास्त व्यायाम आणि अधिक चांगला आहार. इतर उपाय अधिक मूलगामी किंवा अधिक निराशाजनक वाटतात. काही वार्धक्यविरोधी लोक स्वतःला अगदी सहजपणे, मृत्यूविरोधी म्हणूनच घोषित करतात आणि स्वतःच तयार केलेली व्हिटॅमिन्सची मिश्रणं निष्ठापूर्वक ग्रहण करतात – ही मिश्रणं म्हणजे अल्केमिकल (alchemical formula) सूत्राचा आधुनिक प्रकार आहे. आणखी प्रभावी उपाय सापडेपर्यंत, या सूत्रांच्या साहाय्यानं मृत्यूला पुढे-पुढे ढकलता येईल, असा त्यांचा आशावाद असतो. इतर काही जण 'जास्त कॅलरीज'पासून (ते उपाशी राहत नाहीत, पण

जवळपास तसंच) स्वत:ला परावृत्त ठेवतात. हे तंत्र बहुतेकांना साध्य झालंय, कारण अशी परावृत्ती दीर्घायुष्य वाढवण्यासाठी उपयुक्त ठरलेली आणि सिद्ध झालेली एक उपाययोजना ठरली आहे, अर्थात ती पूर्णपणे उपयोगात येत नाही, हे कुणाच्याही लक्षात येईल.

इतर काही प्रयोगांच्या बाबतीत किंवा इच्छापूर्तीसंबंधी, काळाचा प्रवाह थांबवण्याचा क्रायोजेनिक्सच्याद्वारे किंवा नायट्रेटच्या द्रवात शरीर गोठवून त्याला पुन्हा जिवंत करण्यासाठी प्रयत्न करता येतात. (की त्याला पुनरुज्जीवन म्हणायचं?) अशी सेवा करण्यात प्राविण्य असलेल्या काही संस्था आहेत आणि 'प्रदीर्घ आयुष्य विस्तारा'वर त्या परिषदा भरवतात. किमान डझनभर तरी असे कोट्यधीश लोक आहेत, त्यांनी आपल्या मृत्युपत्रात विशेषकरून लिहून ठेवलंय की, त्यांची शरीरं मृत्यू येण्याच्या काही क्षण आधीच गोठवण्यात यावीत आणि त्यांचा पैसा त्यांच्याच नावावर 'व्यक्तिगत पुनरुज्जीवन निधी' म्हणून ठेवावा. वैज्ञानिक प्रगतीमुळे कदाचित आपल्याला नवजीवन मिळू शकेल, अशी त्यांना आशा आहे. असे अनेक आत्मे (किंवा निदान शरीरं) भल्या मोठ्या क्रायोजेनिक पेट्यांमध्ये आधीपासूनच विश्रांती घेतायत. भविष्यातले काही दयाळू शास्त्रज्ञ त्यांच्याकडे लक्ष देतील आणि त्यांच्यामध्ये परत ऊब आणून त्यांची ज्ञानेंद्रियं सजीव करतील, म्हणून वाट पाहतायत. आणि तुम्ही एवढी मोठी संपत्ती मागे ठेवू शकला नाहीत, पण तरी तुम्हाला परवडण्यासारख्या काही आध्यात्मिक मार्गांनी मृत्यूवर विजय मिळवायची इच्छाच असेल, तर तुम्ही 'झेरशिअरा सेव्हन लेव्हल्स स्कूल फॉर मास्टरी ॲड इमॉर्टलिटी'मध्ये तुमचं नाव नोंदवू शकता. एका समाधानी ग्राहकाच्या मते, तिथे मिळणारं शिक्षण 'सुप्त ज्ञाना'च्या थोर परंपरेप्रमाणे असतं. झेरशिअराचं *The Resurrected Dead Now Immortal Live Among Us: A Manual for Immortality.* हे पुस्तकही खरेदी करू शकता. (क्रेडिट कार्ड्स अर्थातच स्वीकारली जातात; Immortality Message Boardवर परस्परांच्या अभिप्रायांचंसुद्धा स्वागत होतं.)

सैद्धान्तिक अनुमानाच्या जवळपास पोहोचणाऱ्या, किमान एका प्रतिष्ठित पदार्थ विज्ञानशास्त्रज्ञानं सूचित केलंय की, आपण सगळेच अखेरीस पुनरुज्जीवित होणार आहोत आणि पुनरुज्जीवनाबद्दलची ख्रिश्चन दंतकथा वैज्ञानिकदृष्ट्याही तेव्हापासून मानली जाते. *The Physics of Immortality* या फ्रँक जे. टिप्लरच्या विक्षिप्त आणि शास्त्रीयदृष्ट्या क्लिष्ट पुस्तकात तो 'ओमेगा पॉइंट थिअरी' मांडतो. त्याच्या म्हणण्यानुसार 'हा सिद्धान्त सर्वस्थित, सर्वज्ञ आणि सर्वसामर्थ्यशाली ईश्वराबद्दल आहे, म्हणून तो तपासून पाहण्यासारखा आहे आणि हा ईश्वर एके दिवशी भविष्यकाळात केव्हा तरी आपल्यापैकी प्रत्येकाला

कायमचं पुनरुज्जीवित करेल'.[७] टिप्लर ज्या ईश्वराला मानतो, तो एकेश्वरी पंथाच्या धर्मांतील मानवी गुणधर्म असलेला ईश्वर नसून भौतिक शक्ती असलेला आणि प्रत्यक्ष काळाचीच कार्यपद्धती असलेला असा आहे – टिप्लरच्या म्हणण्याप्रमाणे 'तो' केव्हातरी काळच उलटा करून टाकेल आणि विश्वाचा इतिहास गुंडाळून टाकेल, त्यामुळे जे काही सडलेलं आणि मृत झालेलं आहे, त्याची पूर्वीप्रमाणे पुनर्रचना होईल.

आपल्या वयाच्या कितव्या वर्षी आणि कुठल्या मनस्थितीत किंवा पोशाखात असताना आपलं पुनरुज्जीवन होईल, हा निश्चितच मजेशीर प्रश्न आहे. कुठल्याही परिस्थितीत, अशी विनाशक घटना घडायला लक्षावधी वर्षांचा काळ लागणार आहे, म्हणून त्याची इतकी काळजी न करणंच बहुतेक चांगलं; पण दरम्यानच्या काळात, पृथ्वीवरील आयुष्याच्या विस्ताराचा शोध आणि जैविक काळाचा उलटा प्रवाससुद्धा, चालूच आहे. शिवाय, यापैकी काही एकूण संस्कृतीच्या बाबतीत दूरान्वयानंच घडतंय, असं नाही, तर जीवशास्त्रीय प्रयोगशाळांच्या आवतीभोवती आणि समर्थनीय अशा संशोधनातही घडतंय. गेल्या काही दशकांमध्ये वार्धक्याचे आणि अगदी मृत्यूचेसुद्धा मूलभूत परिणाम, हे बेफाम तर्कांचेच नाहीतर गंभीर शास्त्रीय तपासणीचे विषय झाले आहेत. सन्माननीय शास्त्रज्ञ आणि स्वयंघोषित प्रेषित असे प्रश्न सतत विचारत आले आहेत, जे नेहमीच गृहीत धरण्यात आले आहेत : 'वार्धक्य नक्की कसं येतं आणि ते नक्की कशासाठी असतं, या प्रश्नांचा अधिक सखोल अभ्यास केला असता मोठे मजेशीर निष्कर्ष निघाले आहेत. कारण वार्धक्याचं वैशिष्ट्य पुरेशा नेमकेपणानं तपासलं जातं, तेव्हा आपल्याला उत्स्फूर्तपणे वाटतं, त्यापेक्षा ते बरंचसं धूसर होत जातं. उदाहरणार्थ, वय वाढत जाण्याच्या प्रक्रियेत संपूर्ण जीवाचा विचार करणं अशक्य आहे, कारण हृदय आणि मेंदू यांचा अपवाद सोडल्यास, आपल्या बऱ्याचशा पेशी आपल्या आयुष्यात अनेकदा बदलल्या जातात. शिवाय, त्या वेगवेगळ्या प्रमाणात, वेगवेगळ्या वेळी आणि वेगवेगळ्या अवयवांसाठी बदलत असतात. असं असताना, त्या अवयवांचं किंवा संपूर्ण जीवाचं नुकसान का व्हावं किंवा तो दुबळा का व्हावा?

याच्या स्पष्टीकरणाचं उत्तम उदाहरण म्हणजे, वस्तुत: पेशीयुक्त आणि अधिकतर क्रोमोसोमच्या पातळीवर सापडतं. अवयव किंवा शरीर नाही, तर पेशी आणि क्रोमोसोम्स शेवटी-शेवटी थकतात असं दिसतात. आपल्या शरीरातील

---

७. फ्रँक जे. टिपलर, *'द फिजिक्स ऑफ इमॉर्टॅलिटी'* (डबल-डे, १९९४) पृष्ठ-३.

बऱ्याचशा पेशी त्यांच्या विभाजनामुळे पुन्हा-पुन्हा तयार होतात; पण पेशींची ही क्रिया किती वेळा व्हावी, याची मर्यादा आधीच ठरलेली असते, हे स्पष्ट आहे. लेनार्ड हेफ्लिकनं या मर्यादेचा १९६५मध्ये शोध लावल्यामुळे तिला 'हेफ्लिक मर्यादा' (Hayflick Limit) असं म्हणतात. शिवाय, हेफ्लिकनं असं काही दाखवून दिलंय, ज्या बाबतीत पूर्वीही त्याला आव्हान दिलं गेलं होतं : सामान्य पेशींना मर्यादित आयुष्यमान असतं, अगदी शरीराबाहेरच्या वातावरणात (Cultures) ठेवलं तरी, असं त्यानं म्हटलं होतं. याचा अर्थ असा की, पेशींचं वय वाढणं शरीराद्वारे होणाऱ्या इतर क्रियांवर अवलंबून नसतं. उलट, पेशींचा ऱ्हास त्यांच्यातच असलेल्या नियमानुसार होत असतो, असं दिसतं. एकदा एखादी पेशी तिच्या ठरावीक विभाजनांतून पार पडली की, तिची प्रतिकृती तयार करण्याची क्षमता संपली, असं सूचित होतं. आता नुकतंच असंही दिसून आलंय की, पेशीचा जोम संपत येणं, हे क्रोमोसोमच्या पातळीशी समांतर असतं. प्रत्येक क्रोमोसोममध्ये DNA (Deoxiribo Nucleic Acid)चे खास भाग असतात. त्याच्या शेवटच्या टोकाला 'टेलोमिअर्स' (telomeres) म्हणतात, पण पेशीच्या प्रत्येक विभाजनाच्या वेळी अंशतः 'टेलोमरेस' (telomerase) नावाच्या एन्झाइमच्या क्रियेमुळे) DNAचे छोटे तुकडे नाहीसे होतात. म्हणून, आपण जितका जास्त काळ जगू, तितके आपले क्रोमोसोम टेलोमिअर्स आखूड होतात. याचे परिणाम महत्त्वाचे असतात, कारण तुटलेल्या क्रोमोसोम्सचं नंतर विचित्र मिश्रण आणि पुन्हा एकीकरण होतं, त्यातून पेशींच्या प्रतिकृतींमध्ये चुका आणि बदल होऊन हानी होते.

अशा चुकांचा एक परिणाम म्हणजे अणू किंवा अणूंचा गट (free radicals) अनेक ऋणभारित परमाणू (electrons) असलेले लहानात लहान कण (molecules) निर्माण होतात आणि ते इतर पदार्थांना चिकटतात. त्यामुळे जीवातलं रासायनिक संतुलन ढळतं. (यामुळेच सध्या व्हिटॅमन 'सी' आणि 'ई' सारख्या Anti-oxidantsचा प्रसार वाढलाय. त्यांची अणू किंवा अणूंच्या गटाशी लगेच प्रतिक्रिया सुरू होते, विचलन होणाऱ्या ऋण परमाणूंची गरज भागवते.) काही जणांच्या बाबतीत प्रतिकृती तयार होत असताना होणाऱ्या चुकांमुळे DNA दुरुस्त करणारे महत्त्वाचे प्रोटीन्स, क्रोमोसोम्स निर्माण करू शकत नाहीत आणि आपली प्रतिकारशक्ती कमी होते व शरीर अशक्त बनतं. आपल्या शरीरात अशा प्रक्रिया सुरू झाल्यावर अखेरीस आपली शक्ती आणि जोम कमी झाल्याचं आपल्याला जाणवतं. म्हणजे वार्धक्य सुरू झाल्याचं जाणवतं. पेशींच्या आणि क्रोमोसोम्सच्या पातळीवर अशा प्रक्रिया सुरू झाल्यावर शेवटी – वेगवेगळे अवयव वेगवेगळ्या प्रमाणात नादुरुस्त होत गेले तरी,

आपल्या पोटापेक्षा आपलं यकृत किंवा यकृतापेक्षा पोट निरोगी राहिलं तरी, त्यामुळे आपली सर्वसाधारण कार्यक्षमता कमी होऊ लागते, एकमेकांशी जोडलेली शारीरिक क्रियाशीलताच ओसरू लागते. शेवटी, खास असा कुठला रोग नसला, तरी होणाऱ्या एकंदरीत हानीमुळे आतापर्यंत अटळ असलेलं मरण येऊ शकतं.

नुकताच शोध लागलेल्या गर्भावस्थेतील (embryonic stem cells) पेशींच्या बाबतीतही हे खरं आहे, त्यांच्यावर वैद्यकीय आणि इतर अनेकांच्या आशा केंद्रित झाल्या आहेत. या पेशी मुख्यत: गर्भाशयात आणि इतर कुठल्याही पेशींच्या जाळ्यात सापडतात, त्यांच्या मध्ये खास असं काही नसतं आणि वेगळेपणही नसतं, म्हणजे त्या नेहमीच त्यांच्या मूळ अवस्थेतच असतात. योग्य वातावरणात (cultures) ठेवल्यावर गर्भावस्थेतील पेशीसुद्धा, त्यांच्या विभाजनामुळे, वेगळ्या काढलेल्या पेशींपेक्षा, बराच काळपर्यंत नव्या जोमानं वाढतात; पण त्यांची प्रतिकृती निर्माण करण्याची क्षमता संपल्यावर, अखेरीस अगदी सूक्ष्म अवस्थेत आल्यावर, परिणामत: त्यांचाही शेवट होतो.

आणखी असं की, आपल्या शरीरातील काही पेशी अधिक काळ जिवंत राहिल्या, तरी त्या धोकादायक असतात, हे आपल्या जीवशास्त्रातलं एक विचित्र सत्य आहे. पुन्हा-पुन्हा होणाऱ्या चुकांमुळे आणि अचानक होणाऱ्या बदलांमुळे कॅन्सरसारखे घातक रोगही होऊ शकतात. त्यात आणखी एक विचित्र गोष्ट अशी की, कॅन्सरच्या पेशी आणि जंतूसारख्या काही पेशींचं अमर्यादपणे विभाजन होऊ शकतं आणि तेही त्यांच्या स्वत:च्या टेलोमिअर लांबीची हानी न होता. या पेशींमध्ये 'टेलोमरेस' नावाचं जे एन्झाइम असतं, त्यामुळे जीवनसातत्य राखणाऱ्या टेलोमिअर्सची हानी नेहमी होत असते, तेच टेलोमरेस एन्झाइम क्रोमोसोमची टोकं लांबवू शकतं.

यावरून मग असं दिसतं की, वार्धक्याच्या वैशिष्ट्याचं त्याच्या घटकांमध्ये विघटन केल्यास ऱ्हास आणि मृत्यूच्या प्रक्रिया आपल्या जीवशास्त्राच्या मुळांमध्येच अनुस्यूत आहेत. अधिक तार्किकपणे सांगायचं, तर मृत्यू ही जीवनाची अपरिहार्य अशी किंमत आहे आणि दुबळेपणा आणि जोमदारपणा हे एकमेकांशी अत्यावश्यकपणे जोडलेले आहेत. मग प्रश्न असा पडतो की, अशा प्रक्रियांसाठी निश्चित अशी मर्यादा किंवा वेग असतो का? अशी काही कालिक चौकट आहे का, जिच्या आतच मानवी अस्तित्व शक्य आहे आणि तिच्या पलीकडे आपण जाऊ शकत नाही? असा विचार करणाऱ्या काही संशोधकांना वाटतं की, गेल्या काही काळात सरासरी वयोमर्यादा नाट्यपूर्णरीत्या वाढली असली, तरी माणसाच्या दीर्घायुष्याची वरची पातळी गेल्या अनेक शतकांपासून कायम राहिली आहे

आणि ती आश्चर्यकारक म्हणजे १२०वर्षांच्या जवळपासची आहे. पुराण काळातले लोक दूरवरच्या प्रदेशात इतकी वर्षं पूर्व-आधुनिक काळातही जगले असतील, अशा अफवा आणि दंतकथा आहेत. दुसरीकडे, बारा दशकांच्यापेक्षा जास्त कुणीही जगू शकलं नाही – निदान अजून तरी. ही मानवी आयुष्याची नैसर्गिक मर्यादा आहे. हे आपल्याला कळणं शक्य आहे – आणि हेही की, आपल्या शरीरातले भाग बायोनिक (इलेक्ट्रॉनिक) होईपर्यंत आणि आपण मानवाच्या नंतरच्या पिढीचे (post-human) होईपर्यंत आपल्या आयुष्याची वर्षं निश्चित अशी ठरलेली आहेत आणि कालिक निकषही ठरलेले आहेत.

इतर सर्व सजीव प्राण्यांबद्दलही हे निश्चितच सत्य आहे. प्रत्येक प्राण्याची आयुर्मर्यादा कशी ठरवली जाते किंवा वेगवेगळ्या प्रजाती जेवढे महिने किंवा वर्षं किंवा काही तास जगतात, त्यांची रचना कशी असते, हे – जैविक काळाच्या इतर अनेक बाबतीत असतं – तसं गूढच आहे; पण सर्व प्रजातींना त्यांची कमाल आयुर्मर्यादा असते, त्या पलीकडे त्या जगू शकत नाहीत. दर वर्षी एखाद्या ऋतूमध्ये झाडांना फुलं येतात आणि ती मरतात, पण जंगली ब्लू-बेरी झुडपं – आपल्याला माहीत असलेली जास्तीत जास्त काळ जगणारी प्रजाती – १३,००० वर्षं जगतात. जंगलात राहणारे – खाणारे किंवा खाल्ले जाणारे – प्राणी म्हातारे होईपर्यंत क्वचितच जगतात; पण बो-हेड (bowhead) व्हेल २०० वर्षांहून जास्त काळ जगू शकतो. उलट, मेफ्लाय नावाचे किडे काही मिनिटंच जगतात आणि मग त्यांचा जगण्याचा (teleological) हेतू साध्य होतो.

जैविक आयुर्मर्यादेचं कोडं सर्वांत मूलभूत गूढाशी संबंधित आहे – ते गूढ म्हणजे 'मृत्यू.' हे गूढ तत्त्वज्ञानाशी संबंधित असल्याचं सतत मानलं जात आहे; पण वैज्ञानिक संशोधनाच्या आपल्या युगात मृत्यूच्या कारणाशी संबंधित प्रश्न जीवशास्त्रीय पातळीवर विचारात घेतले जातात. *The Biology of Death : Origins of Mortality* या त्यांच्या महत्त्वपूर्ण पुस्तकात आन्द्रे क्लार्सफेल्ड आणि फ्रेडरिक रेवा हे दोन लेखक ई. मॉरिन या फ्रेंच शास्त्रज्ञानं सुचवलेल्या विषयावर चर्चा करतात. मॉरिनच्या मते, 'मृत्यूचा विचार कोपर्निकससारखा करायला हवा.' (Death must be Copernicised) म्हणजे मृत्यूचा विचार आपण क्रांतिकारकपणे केला पाहिजे, कोपर्निकसनं ज्याप्रकारे पृथ्वी आणि सूर्य यांच्या नात्याचा विचार धीटपणे, पण साशंकपणे केला, तसा मृत्यू आणि जीवनाचा आपण विचार करायला हवा.[८] त्याच पुस्तकाचा भाग म्हणून,

---

८. आन्द्रे क्लार्सफेल्ड ॲन्ड फ्रेडरिक रेवाह, *'द बायॉलजी ऑफ डेथ : ओरिजिन्स ऑफ मॉर्टलिटी,'* अनु. लीडिया ब्रॅडी (कॉर्नेल युनिव्हर्सिटी प्रेस, २००३).

क्लार्सफेल्ड आणि रेवा आश्चर्याचा धक्का देत विचारतात, *मृत्यू का येतो?* या प्रश्नाचं ते तार्किकदृष्ट्या जे उत्तर देतात, तेच आपण दिलं असतं – एकदा हा प्रश्न धाडसानं विचारल्यावर – उत्स्फूर्तपणे. उत्क्रांतीसाठी मृत्यू फायदेशीर आहे. सर्वांत महत्त्वाचं म्हणजे जीवनात विविधता आणण्यासाठी वाव निर्माण करणं, पिढ्यांचं सातत्य चालू ठेवणं – आणि म्हणून, उत्क्रांतिकारक निवड आणि विकासाच्या शक्यता निर्माण करणं. उत्क्रांतीच्या कठोर कायद्यांनुसार, व्यक्तींसाठी प्रजाती अस्तित्वात नसतात, तर त्यांना स्वत:लाच चिरस्थायी करण्यासाठी त्या असतात. त्या एका क्रियेपलीकडे आपलं कर्तव्य थांबतं आणि उत्क्रांतीचंही आपल्यामधील स्वारस्य संपतं. ऑगस्ट वाइसमन, अनुवंशिकतेच्या अभ्यासातला अध्वर्यू, यानं स्पष्टपणे (पण जरासं निष्ठुरपणे) सांगितलंय की, बरेचसे प्राणी हे पुनरुत्पादनक्षम पेशींना जोडलेल्या पुरवण्या आहेत. स्वार्थी जनुक हे खरोखरच फार स्वार्थी असतं.

या स्पष्टीकरणाच्या मर्यादेत, प्रत्येक प्रजातीचा मृत्यू, हा तिच्या प्रजोत्पादनाचा काळ ठरवतो; पण यामधून आणखी काही प्रश्न या दोन घटनांच्या विविध नात्यांमध्ये उपस्थित होताना आपल्याला दिसतात. 'पॅसिफिक सॅमन' (Pacific Salmon) माशासारख्या प्रजाती त्याचं प्रजोत्पादन झाल्याबरोबर मरतात. कोळ्यासारख्या (Spiders) काही प्रकारच्या प्राण्यांमध्ये समागमानंतर मादी कोळी नर-कोळ्याला खाऊन टाकते. आणखी काही प्राण्यांमध्ये जन्म देण्याच्या कृतीतच मृत्यू गृहीत धरलेला असतो – जसे, समुद्रातले काही जंतू, त्यांची अंडी जन्म देणारं कवच फोडूनच बाहेर येतात. उलट, काही प्रजाती अशाही आहेत, 'सी-ॲनिमोन' (sea anemone) आणि फ्लॅटवर्मस (flatworms)सारखे प्राणी, हे स्वत:च अमर्यादपणे वारंवार जन्म घेऊ शकतात, असं दिसतं आणि काही मासे, उभयचर आणि सरपटणारे प्राणी, यांचे आकार मोठे होतात; पण त्या प्रमाणात त्याचं वय वाढत नाही – अर्थात, शेवटी तेही म्हातारे होऊन मरतात.[९]

प्रजोत्पादन आणि मरण यांच्या परस्परसंबंधातील विविध शक्यता पाहता, माणसाच्या बाबतीत मात्र तडजोड असल्याचं दिसतं. प्रजननक्षमता संपल्यावरही आपण बराच काळ जगू शकतो; पण नंतरच्या आयुष्यात आपल्याला अधिक वेगानं म्हातारपण येतं. पेशींमधल्या चुका आणि बदल वाढत्या वयाबरोबर वाढत जातात. उत्क्रांतीच्या भाषेत बोलायचं, तर आपली प्रजोत्पादनक्षमता संपल्यावर आपण आधीसारखे आकर्षक राहात नाहीत – पण अगदीच

---

९. रॉबर्ट एन. बटलर, *'द लॉंजिव्हिटी रेव्होल्यूशन : द बेनिफिट्स ॲन्ड चॅलेन्जेस ऑफ लिव्हिंग अ लॉंग लाइफ'* (पब्लिक अफेअर्स, २००८).

नाकारण्यासारखेही होत नाही, हे उघडच आहे. परिस्थिती कमीत कमी चांगली असली, तरी जन्म देण्याचं वय संपल्यावरसुद्धा आपलं आयुष्य बरंच शिल्लक असतं. यासाठी एक स्पष्टीकरण असं देता येईल की, आपण प्रजोत्पादन करू, अशी व्यवस्था उत्क्रांतीनं केलेली असते; पण आपल्या संततीचं पालनपोषण करण्यासाठी आणखी काही वर्षांचा काळ आपल्याला दिलेला असतो आणि शिवाय काही रिकामा काळही.

हे सगळं घडत असल्यामुळे अशी स्पष्टीकरणं देणं, म्हणजे 'जे काय आहे ते योग्यच आहे' असं विधान करत असल्याची शंका येते, हे सांगितलंच पाहिजे; म्हणजे शेक्सपिअरच्या मगरीप्रमाणे, आपण जसे आहोत तसे आहोत, कारण आपण असेच असायला हवे होतो. वाढत्या अचूकपणानं जीवशास्त्रीय कार्यपद्धतींचा, त्यांच्या कार्यकारण-भावाचा, मृत्यू आणि न्यायाचा (Death and Justice – eschatology – धार्मिक श्रद्धांचा अभ्यास) आपण जो विचार करतो आहोत, तो आपल्याला अजून पूर्णपणे कळाला नसल्याचं; कदाचित हे लक्षण असावं. अर्थात जे काय स्पष्ट आहे, ते इतकंच की, बऱ्याच प्राण्यांच्या बाबतीत निश्चित अशी कालिक मर्यादा आहे. सर्व प्रजातींचा जन्म होतो, त्या आपली प्रजा वाढवतात आणि (त्यांना पहिल्यांदा कुणी ठार केलं नाहीतर) त्या ठरावीक क्रमानं मरतात आणि तेही अगदी ठरलेल्या वेळी.

पण या बाबतीत, 'मानवजात' (Homo sapiens) हा एक मोठा अपवाद आहे. इतर प्रजातींमध्ये जैविक जीवनचक्रं असतात, तसे मानवी जीवनेतिहास कधी जीवनचक्रांशी गुंतागुंत होईल, असे बांधलेले नसतात. अगदी प्राचीन काळापासून आपण धान्याचं उत्पादन केलं आणि अन्न-पुरवठ्यासाठी पाळीव प्राणी जमा केले. पर्यावरणापासून आपल्या संरक्षणासाठी निवारे बांधले आणि अशाप्रकारे आपल्या जगण्यात सुधारणा आणल्या. आपण विवाहाचे कायदे तयार केले, त्यांचा काळावर आणि मुलांच्या जन्मदरावर प्रभाव निर्माण झाला. उदाहरणार्थ, वेगवेगळ्या काळातल्या आणि धर्मातल्या बालिका वधूंनी लवकर प्रजोत्पादन करावं आणि अशाप्रकारे बालमृत्यू; एकूणच मृत्यूच्या वाढत्या प्रमाणावर उपाय करावा, असा उद्देश होता. आपल्या युगाचं एक वैशिष्ट्य म्हणावं लागेल की, जैविक विज्ञानापासून आयुष्याची वर्णनं आपण पूर्णपणे वेगळी केली आहेत. प्रगत देशांतील लोक खूप मोठ्या संख्येनं आम्ही मुलांना जन्म देणार नाही, असा निर्णय घेऊन उत्क्रांतीच्या संभाव्य प्रजोत्पादन-तत्त्वापासून स्वातंत्र्य घेत असल्याचं जाहीर करतात. इतर लोक वय वाढलं असलं, तरी मुलं होण्याची वाट पाहतात, हे पूर्वी शक्य नव्हतं. वयाची साठ वर्षं ओलांडलेल्या काही स्त्रिया in vitro fertilization (IVF)पद्धतीच्या साहाय्यानं

मातृत्व प्राप्त करून घेऊ शकतात.

प्रजोत्पादनाच्या काळाचा पुरुषांपेक्षा स्त्रियांवर अजूनही खूप परिणाम होतो, याबद्दल प्रश्नच नाही. मुलगी रजस्वला होणं, तिची गर्भधारणा आणि रजोनिवृत्ती या स्त्रीच्या तीन अवस्थांमुळे ती जैविक कालिकतेशी पुरुषापेक्षा जास्त बांधलेली असते. जैविक घड्याळ तिच्यासाठी जास्त मोठ्या आवाजात टिकऽऽ टिकऽऽ करत असतं आणि कधीकधी काळजी निर्माण करणारे इशारेही देतं. निसर्गचक्रांवर आणि त्यांच्या अनुक्रमांवर (sequences) जास्त अवलंबून राहणं, याचा अर्थ कदाचित असाही असेल की, पुरुषापेक्षा स्त्रीला कालिक सामर्थ्य मान्य करणं अधिक अवघड जात असावं किंवा निदान जीवनाच्या नैसर्गिक मर्यादांपासून सुटका होत नसल्याची जाणीव त्याच्यापेक्षा तिला जास्त असावी.

अशा फरकांमुळे स्त्रिया आणि पुरुषांमध्ये मुळातच विषमता निर्माण होते; पण दुसरीकडे काळ हाच त्यांच्यामध्ये समानताही आणतो. स्त्रिया आणि पुरुष दोघंही वृद्ध होतात आणि शेवटी मरण पावतात – सरासरीनं स्त्रियांपेक्षा पुरुष लवकर मरतात. आणि सध्या अतिशय पुरोगामी पद्धतींनी स्त्रिया आणि पुरुष अशा दोघांसाठीही जैविक कालिकतेला आपण आव्हान देत आहोत. पूर्वीच्या मर्यादांपेक्षा जास्त काळ आपल्याला मिळावा आणि पूर्वीच्या शक्यतांपेक्षा जीवनाच्या अवस्थांचा क्रम बदलावा, यासाठी आपण प्रयत्न करत आहोत. शिवाय संशोधनाच्या क्षितिजांच्या पुढे, काळाच्या संकटांना प्रतिबंधच नव्हे, तर त्यांचा क्रम उलटा करण्याचे प्रयोगही करत आहोत. तारुण्य आणि अवयवांची कार्यक्षमता पुन्हा परत आणण्याच्या प्रयत्नाचे आपल्या जीवशास्त्राच्या कार्यपद्धतीवरही सखोल परिणाम होतात – हे परिणाम आत्ता – आत्तापर्यंत पूर्णपणे कल्पनेचे खेळ वाटले असते. आयुर्मर्यादा वाढवण्याची क्षमता असलेल्या संशोधनातील अत्यंत प्रगत भाग हा वर-वर अद्‌भुत वाटणाऱ्या गर्भाशयातील stem cellsशी आणि त्यांच्या पुनरुत्पादकतेच्या गुणधर्मांशी संबंधित आहे. योग्य वातावरणात (cultures) ठेवल्यास किंवा एखाद्या प्राण्याच्या शरीराच्या एखाद्या भागात सुईद्वारे घातल्यास या पेशी कार्यप्रवृत्त होऊ शकतात. एखाद्या अवयवात किंवा पेशींच्या पुंजक्यात 'दिसून' येण्यासाठी, तत्त्वत: तो बरा करण्यासाठी किंवा निकामी होणारे शरीराचे भाग किंवा शरीरसंस्था बदलण्यासाठी अगदी हृदयाच्या स्नायूपासून यकृतापर्यंत, इन्सुलिन स्रवणाऱ्या पॅंक्रिआजच्या पेशींपासून ते डोपॅमीन स्रवणाऱ्या गाठींपर्यंत त्या वापरता येतात. यापेक्षाही अत्याधुनिक क्षेत्रांमध्ये, काही प्रयोगशाळा एका प्राण्याच्या अवयवाचं दुसऱ्या प्राण्यामध्ये रोपण (transgenic transplants) करण्याचे प्रयोग करत आहोत. मानवी हृदयातल्या पेशींचा पुंजका काढून त्याचं डुकराच्या जिवंत हृदयात रोपण करून तो सशक्त झाला

की, पुन्हा काढून माणसाच्या हृदयात त्याचं पुन्हा रोपण करायचं, अशी ही पद्धत आहे. कदाचित अशा transgenic incubationच्या अवस्था भविष्यकाळात अनावश्यक ठरण्याची शक्यता आहे. कारण नाक, कान, यकृत असे विशिष्ट अवयव जीव-रासायनिक (bio-chemical) पद्धतीनं विकसित करून खास वातावरणातील (cultures) फक्त काही पेशींपासून सध्याच वाढविता येतात.

असं संशोधन अजून प्रायोगिक अवस्थेत आहे आणि त्यावर विविध कायद्यांची बंधनं आहेत; पण काही देशांत पूर्णपणे कायदेशीर biobanks आहेत, त्या बँका नवजात बालकांचे स्टेम सेल्स – जे प्लासेन्टामधून काढलेले असतात – आणि नाळ नंतरच्या उपयोगासाठी ठेवू शकतात. ही मुलं प्रौढ झाल्यावर, वयस्क झाल्यावर किंवा आजारी पडल्यावर त्यांना त्यांच्या बँकेतील सेफ व्हॉल्ट उघडून त्यांचे निकामी अवयव, अगदी मेंदूसुद्धा; त्यांच्या स्वत:च्याच जैविक सामग्रीपासून कदाचित दुरुस्त करून घेता येतील.

तारुण्याची टवटवी पुन्हा मिळवून देण्याच्या आश्वासनांवर विश्वास ठेवू शकणाऱ्यांना तारुण्याचा खळाळता झरा एकदाचा गवसला, असं वाटल्यामुळे आणि त्याचे स्रोत – दंतकथेतल्याप्रमाणे किंवा दृष्टान्तरूपानं – अगदी आपल्यामध्येच, आपल्या जैविक अस्तित्वाच्या मुळांशीच, उगमापाशीच आहेत, असं समजल्याबद्दल त्यांना क्षमा करावी लागेल. आपल्या या वर्तमानकाळात अशी अफवा पसरलीय की, रशियन श्रीमंत सत्ताधीश, आणि अफाट श्रीमंती असलेले इतर राष्ट्रांमधले लोकसुद्धा रोगांवर उपचारांसाठी म्हणून नाहीतर केवळ तारुण्य आणि सुख मिळवण्यासाठी अनैतिक मार्गांनी स्टेम-सेल इंजेक्शन्स मिळवतात. आणि अशा इंजेक्शनांचा उपयोग सुरकुतलेली त्वचा नितळ व टवटवीत करण्यासाठी किंवा ओसरू लागलेलं तारुण्य आणि जोम पुन्हा मिळवण्यासाठी होतो, हे स्पष्टच आहे. या स्टेम-सेल्सचे परिणाम आजारातून बरे होण्यासाठी असो की, टवटवी परत आणण्यासाठी असो, ते परिणाम कायम किंवा बराच काळ तरी टिकतात का, हे अजून कळायचं आहे. पण मध्यंतरीच्या काळात श्रीमंत रशियन सत्ताधीशांनी भवितव्याशी जो सौदा केलाय, तो फाऊस्टसारखा असला, तरी त्यासाठी त्यांना क्षमा करायला हवी, पण तो सौदा धूर्तपणाचा आहे, हे मात्र खरं.

आणि आता तर, क्लोनिंगची संभाव्यता निर्माण झाली आहे आणि त्याच बरोबर एक प्रकारच्या पुनर्जन्माची किंवा किमान जैविक सातत्याची – जनुकाच्या साहाय्यानं निर्माण केलेला हुबेहूब अवतार – ती व्यक्ती मृत्यू पावली तरी, निर्माण होणाऱ्या अवताराचं आश्वासन. आपल्या पाळीव प्राण्याचा मृत्यू सहन न झालेल्या मालकानं त्याचा क्लोन तयार करून हा क्लोनिंगचा आरंभ केला आहे. मग माणसांच्या मुलाचं क्लोनिंग व्हायला काय फार उशीर लागणार

आहे? पण यांत्रिक प्रतिकृती तयार करून आपण माणसं तयार करणार आहोत की, इथेच थांबणार आहोत? क्लोनिंगचं ज्ञान आणि शरीराचे भाग बदलण्याचं तंत्रज्ञान संपादन करता येत असेल, तर यामुळे 'माणूस' (होणं म्हणजे काय!) ही संकल्पनाच बदलावी लागेल आणि तिचे सर्वांत मूलभूत सिद्धान्त : माणूस म्हणजे पुनरावृत्त न होणारा 'स्व' आणि पुनरावृत्त न होणाऱ्या शरीराच्या मर्यादेत राहून बदललं न जाणारं एकमेव आयुष्य.

क्लोनिंगचा विचार तर जाऊ द्या, नुकत्याच झालेल्या जैविक सुधारणा आणि त्यातून सूचित होणारी आयुष्याची निर्मिती आणि सातत्य आपण आपल्या हातात घेणं, यामुळे काळाशी आणि त्याच्या कार्यपद्धतीशी असलेलं आपलं नातंच पूर्णपणे बदलून जाईल. आपल्या कालिक मर्यादांना आपण अधिकाधिक आव्हान देण्याचा प्रयत्न करतो आहोत. जैविक काळाच्या पद्धती आणि अवस्थांमध्ये हस्तक्षेप करतो आहोत. आपण जाणीवपूर्वक स्वतःला बदलणारे प्राणी असल्यामुळे आपल्यामध्ये बंडखोरीची तीव्र इच्छा असणं, हे समजण्यासारखं आहे, ते अगदी नैसर्गिकही आहे. जर संधी मिळाली, तर म्हातारपण पुढे ढकलणं कुणाला नको असेल? पात्रता आणि चांगलं आरोग्य असेल, तर आणखी काही वर्षं किंवा दशकांचं आयुष्य मिळालं, तर ते कुणाला नको असेल? मोकळ्या मनानं म्हातारपणाचं स्वागत क्वचितच केलं जातं. वृद्धांनी मिळवलेल्या ज्ञानाबद्दल त्यांचा आदर करणाऱ्या किंवा अगदी सन्मानही करणाऱ्या काही पारंपरिक संस्कृती आहेत : जुन्या करारातील (Old Testament) कुटुंबप्रमुख (किंवा वृद्ध विद्वान) त्यांचं वय वाढत जातं, तशी त्यांची प्रतिष्ठा आणि अधिकार वाढत जातात, त्यामुळे त्यांना म्हातारपण बरंच सुखद वाटत असणार; पण समाज बरेचदा वृद्धांना कुचकामी आणि दुर्लक्षणीय समजतो. गरीब जातीतल्या भारतीय विधवांना, त्याचं वय झाल्यावर गुलामगिरीचं अपमानास्पद जिणं आजही जगावं लागतं. दुष्काळाच्या दिवसांत एस्किमो लोक त्यांच्या वृद्धांना त्यांचे दात पडल्यामुळे अन्न खाता येत नसेल, तर त्यांना त्यांच्या इग्लूमधून हाकलून देत असत आणि त्यांना थंडीत अक्षरशः कुडकुडत मरण पत्करावं लागे. एखाद्याच्या मृत्यूनंतर तग धरून मागे राहण्यासाठी आणि उपजीविकेसाठी असं वागण्याच्या पद्धती तेव्हा प्रचलित होत्या, पण इतका निष्ठुरपणा येण्याच्या काळाआधीही म्हातारपणाचा संबंध वेदना, आजारपण आणि बौद्धिक दुबळेपणाशी आपण जोडतच होतो. खेळकर म्हातारे पुरुष किंवा आज्या-पणज्या अनेक पिढ्यांच्या मोठ्या कुटुंबात तुरळक दिसत असल्या, तरी साहित्यामध्ये समाधानी म्हाताऱ्या माणसांचं चित्रण फारसं दिसत नाही. उलट, हातातून सत्ता-संपत्ती गेल्यावर संतापानं वेड लागायची वेळ आलेला राजा

लिअर किंवा प्राऊस्टच्या श्रेष्ठ कलाकृतीत शेवटी दुर्बल आणि म्हातारा झालेला प्रिन्स डी गुरमॅन्टिस किंवा मॅक्स फ्रिशच्या Man in the Holoceneमधलं अल्झायमर्स हा रोग झाल्याचं आणि तो वाढत चालल्याचं वेदनादायक दृश्य किंवा फिलिप रॉथच्या Everymanमधल्या आजारपणाच्या आणि मृत्यूच्या अनलंकृत आणि स्वीकारता न येण्यासारख्या सत्यता. पण एकंदरीतच साहित्यामध्ये अस्तित्वाच्या इतर अवस्थांच्या तुलनेनं जीवनाच्या शेवटच्या अवस्था सापेक्षतेनं कमीच असतात. जणू काही म्हातारी माणसं उत्क्रांतीच्या दृष्टीनंच नाहीतर वर्णनाच्या दृष्टीनंही अनावश्यक असतात किंवा निदान कमी महत्त्वाची तरी असतात.

आणि म्हणूनच या पूर्वकल्पना नक्कीच बदलत आहेत; हे चांगल्यासाठीच आहे. कारण 'चकित करणारे बरेच म्हातारे' त्यांच्या ऐंशी-नव्वदीच्या वयातही कार्यक्षम आणि स्वतंत्र आयुष्य जगताना आपण पाहतो. आयुष्याच्या सगळ्या काळाबद्दलचे आपले दृष्टिकोन – आणि वस्तुस्थितीही – एका पिढीपूर्वी होते त्यापेक्षा, नाट्यपूर्ण रीतीनं आता बदलत आहेत, हे खरंच आहे. परिपक्वता, प्रौढत्व, मध्यम वय आणि ज्याला पूर्वी म्हातारपण म्हटलं जात होतं, ते सगळंच भूतकाळात जमा झालं आहे. त्याला फारतर जास्त नसलं तरी एक दशक झालं असेल. 'साठी म्हणजे नवी चाळिशी' ही व्याख्या देवानंच baby boomersसाठी, म्हणजे दुसऱ्या महायुद्धानंतर जन्मलेल्यांसाठी बनवलीय, त्यांना वृद्ध कधीच व्हायचं नव्हतं आणि पूर्वी ज्यांना वयोवृद्ध म्हटलं जाई, त्या साठीच्या वयात आता हे पोहोचतायत, म्हणजे ते मध्यमवयाच्या उंचीवर आता आहेत.

अर्थात असं असलं, तरी जैविक काळाच्या बंधनांना आपण किती काळ झुगारून देऊ शकतो? त्यावरच्या आपल्या नियंत्रणांना काही मर्यादा आहेत की नाहीत? त्यांच्या पलीकडे आपण काळाशी (Chronos) सौदा करण्याचा प्रयत्न केला, तर लाभ कमी-कमी होत जातील ना? समाजशास्त्रीय आणि अर्थशास्त्रीय पातळीवर, वृद्ध होत जाणाऱ्या लोकसंख्येचा खर्च आपल्याला कळतो आणि पुन्हा-पुन्हा सांगितला जातो. सेवानिवृत्तीच्या वयानंतरच्या सतत विस्तारणाऱ्या नागरिकांच्या समूहांचा ताण विविध संस्थांवर आणि सामाजिक उत्पन्नावर सतत वाढत जातो; आरोग्य सेवा, आर्थिक लाभांचं अंदाजपत्रक, पेन्शन-निधी आणि अखेरीस, एकूणच अर्थव्यवस्था. दीर्घायुष्याचे प्रयत्न आपण करत राहिलो, तर आपण सगळे शंभरीच्याही पलीकडे जाऊ, वृद्धांची संख्या वाढल्यावर, त्यांचंच वर्चस्व निर्माण होईल आणि समाजात तेव्हा गूढ वातावरण तयार होईल, सगळ्या संस्कृतीच वार्धक्यात विलीन होतील – जोनाथन स्विफ्टच्या *Gulliver's Travels*मध्ये तो स्ट्रल्डब्रग्जची कल्पना करतो – अमरत्वासाठी मनमानीपणे

निवडलेला हा वृद्धांचा एक गट असतो आणि तो समाजाचं संतुलन अशा प्रकारे बिघडवण्याची धमकी देतो की, त्याच्या विरुद्ध कायदे करणं आवश्यक ठरतं. या सगळ्या अमर झालेल्या लोकांना नेहमीची सगळी व्यसनं असतातच; पण आणखी काही नवी व्यसनं ते लावून घेतात, 'ही व्यसनं कधीच मृत्यू येणार नाही' या भयावह शक्यतेतून लागलेली असतात. ते केवळ दुराग्रहीच असतात असं नाही, तर चिडखोर, अधाशी, दुर्मुखलेले, बढाईखोर, बडबडेही असतात; पण ते मैत्री करू शकत नाहीत आणि उपजत प्रेमळपणाही त्यांच्याकडे नसतो... मत्सर आणि निरुपयोगी कामवासना, या त्यांच्या प्रबळभावना असतात –' पिढ्या-पिढ्यांमधला द्वेष, हे अशुभसूचक लक्षण आहे. कदाचित जे वृद्धांचं वर्चस्व असलेल्या समाजात दिसून येईल.

अजूनही, लोकसंख्येचे संख्याशास्त्रीय निष्कर्ष किंवा सामूहिक कल्याणविषयक निरीक्षणं बऱ्याच लोकांना व्यक्तिश: दीर्घायुष्याचे काही लाभ सोडून देण्यासाठी प्रवृत्त करत नाहीत. कृत्रिम उपायांनी दीर्घायुष्य मिळवण्यामुळे येणारं दैन्य, हे कदाचित अधिक परिणामकारक असू शकेल. आता आपण लोकांना कोमामध्ये किंवा बेशुद्धावस्थेत अनेक वर्षं जिवंत ठेवू शकतो. ज्या लोकांचे अवयव निकामी झाले किंवा ज्यांना बऱ्याच जुनाट वेदना आहेत, त्यांना अधून-मधून आपण life supportच्या द्वारे आराम देऊ शकतो. मृत्यूवर विजय मिळवण्याच्या आपल्या संस्कृतीच्या मोहिमेला शह देण्यासाठी, इच्छामरणाला अनुकूल अशा चळवळीच्या विषण्ण करणाऱ्या चर्चेमध्ये अशा अनेक रुग्णांनी सन्मानपूर्वक मरू देण्याची (euthanasia) विनंती केली आहे.

फाऊस्टनं लावलेल्या पैजेला असं कडवट किंवा अगदी शोकात्मक स्वरूप आलंय; तंत्रज्ञानाच्या साहाय्यानं मृत्यूला केलेला विरोध, म्हणजे जिवंतपणी मृत्यूच, म्हणजे हा विरोधाभासच कृत्रिम उपायांनी जोम परत मिळाल्याचा आविर्भाव आणून अर्थपूर्ण अस्तित्वाला बांध घालणं, कृत्रिम आयुष्य जगणं, हे खूप महाग पडतं, हे स्पष्टच आहे. फार खरं नसेल, पण महत्त्वाचं नक्कीच आहे की, सांस्कृतिकदृष्ट्या मृत्यू नाकारणं, चिरतरुण राहण्याची आपली इच्छा आणि चिरतरुण राहण्यास आपण पात्रच आहोत, असा विश्वास – अशा वृत्तींचा शेवटही अस्वस्थ करणाऱ्या, चटकन लक्षात न येणाऱ्या अशा विरोधाभासात होतो. माणसाला कायम जगायचं असलं तरी, आपण हे जग सोडणार असलो तरी, बऱ्याच लोकांना ते भयप्रद आणि अस्वीकारार्ह वाटतं, आपल्या आयुष्याला मर्यादा असल्याचं ज्ञान आपल्याला असलं, तरी आपण तोपर्यंत माणूस असण्याचीच ती अवस्था आहे. सर्व सजीव प्राण्यांना कालिक भवितव्य आहे – पण ते तसं आहे, हे फक्त आपल्याला कळतं. आपल्याला काळासोबतच

पुढे जायचं आहे, हे आपल्याला माहीत आहे आणि ते कितीही नाकारावंसं वाटलं, तरी आपला मृत्यू हा होणारच आहे. हे वास्तव इतकं सर्वव्यापी आणि मूलगामी आहे की, अशी चर्चा आता व्यर्थ ठरू लागली आहे, पण त्यातूनच माणसाचे पराकाष्ठेचे प्रयत्न चालले आहेत आणि अर्थ निघाले आहेत. नुसतंच जगत राहण्यापेक्षा, आपलं आयुष्य आपण समजून घेत अधिक हेतूपूर्ण जगत असू, तर आपण आपल्या मोठेपणासाठी आणि य:कश्चितपणाशी झगडत असू, तर त्याचं कारण, उद्याची शाश्वती आपल्याला वाटत नाही, हे आहे. मृत्यूच्या जाणिवेतूनच दंतकथा, धर्म आणि तत्त्वज्ञान यांची गरज निर्माण झाली आहे. विश्वाच्या आरंभीची, मृत्यूनंतरच्या जीवनाची, चिरंतनत्वाची मिथकं आपण निर्माण केली आहेत, ती आपल्या काळापेक्षाही मोठ्या काळाची कल्पना करण्यासाठी आणि आपल्या स्वत:च्या मृत्यूच्या भीतीवर मात करण्यासाठीच.

बरीच धर्मातीतता असलेल्या युगांमध्ये, आपला अंत होणारच आहे, हे माहीत असताना, आपल्या जीवनाचं स्वरूप आणि उद्दिष्ट समजून घेण्याच्या गरजेतून श्रेष्ठ कलाकृती आणि विचारांचे भव्य प्रासाद निर्माण झाले आहेत. आपलं क्षणभंगुर आयुष्य लक्षात घेता, आपल्या जगण्याला आपण कितीसं महत्त्व देऊ शकतो? आणि तरी कुणी असंही विचारतील : आयुष्य खरंच चिरंतन असतं, तर त्याचं कितीसं महत्त्व उरलं असतं? ज्या प्राण्यांना स्वत:चा अंत पाहावा लागत नाही, त्यांच्यासाठी अर्थाचे उगम आणि शक्यता काय असतील? अमरत्वाच्या यातना काय असतील, याबद्दल सावधगिरीची एक गोष्ट सिमॉन डी बोव्हाच्या *All Men Are Mortal* या कादंबरीत सविस्तर सांगितली आहे. अमर झालेल्या माणसाची ही रूपकात्मक कथा आहे – आणि म्हणून त्याला काहीच आणि कुणीच महत्त्वाचं वाटत नाही. कादंबरीचा नायक धोके पत्करायला तयार नसतो, कारण मृत्यूचा शेवटचा धोका त्याच्यासाठी उरलेलाच नाही आणि त्याच्या कृतीचे सर्व परिणाम शेवटी नाहीसेच होतात. तो त्याच कारणासाठी योग्य निवड करू शकत नाही. तो कुणावर प्रेम करू शकत नाही, कारण व्यक्ती कितीही वेळा बदलता येतात. 'आगी आणि कत्तलींच्या पुराव्यांकडे मी थंड नजरेनं पाहिलं' तो मनात म्हणतो. *'नाहीतरी, ते काय महत्त्वाचं आहे?* ...जे मेले होते, ते आता अस्तित्वात नव्हते. जिवंत असलेले जगत होते – जग पूर्वी इतकंच गच्च भरलेलं होतं. त्याच आकाशात तोच सूर्य होता. कुणी कुणासाठी दु:खी नव्हतं. खेद करण्यासारखं काही नव्हतं.' इतरांना आपल्या प्रिय व्यक्तीच्या असामान्यत्वाबद्दल किंवा त्यांच्या सत्यतेबद्दल खात्री होती. तो 'कुठल्याच गावचा नव्हता. त्याला भूतकाळ नव्हता की, भविष्य किंवा वर्तमानकाळही नव्हता. प्रत्येक क्षण, पुढचा, शेवटचा क्षण

नष्ट करत होता. कशाची आशा धरावी, असं काहीच नव्हतं.'[१०]

अर्थात, हे अप्राप्य चिरंतनत्त्वाचं एक चित्र आहे आणि तरी सामाजिक, नैतिक निकषांच्या अभावाबद्दलची डी बोव्हाची सहजप्रेरणा इतक्या टोकाची परिस्थिती सूचित करत नाही – आपली मर्त्यता आपण नाकारली आणि काळाचा प्रवाह अडवला, तर काय होतं, एवढंच ती सांगते. मृत्यूवर विजय मिळवण्याची कल्पना माणूस नेहमीच करत आला आहे. सिग्मंड फ्रॉईडसारख्या वास्तववादी आणि संयमी माणसानंसुद्धा आपल्या स्वत:च्या मरणाची कल्पना करणं अशक्य असल्याचं म्हटलं आहे; पण अशा कल्पना या कल्पनाच असतात, हे सर्वांना माहीत असतं. सर्वशक्तिशाली कालिकतेसारखं वास्तवात आपण वागू शकतो अशी आपल्याला खात्री असेल; तर आपल्या इच्छेनुसार आपण काळाला वाकवू शकतो आणि त्याचे परिणाम उलटवू शकतो, असं आपल्याला वाटत असेल; तर आपल्याला मरण येणार आहे, हे आपल्या अंतर्मनात आपण नाकारत असलो; तर विरोधाभास म्हणून, आपण आपल्या आयुष्यातला अर्थ घालवून बसू. आपला अनुभव महत्त्वाचा असेल, आपलं वर्तन आणि आपण स्वत: महत्त्वाचे आहोत, असा विचार करत असू, आपल्या आवडी-निवडीबरोबर त्यांच्या परिणामांचीही जाणीव ठेवत असू आणि आयुष्यातील माणसं आपल्याला मौल्यवान वाटत असतील – तर त्याचं कारण, म्हणजे गेलेला क्षण परत येत नसतो, आयुष्यातील प्रत्येक अवस्था एकदाच येते, आपली झालेली हानी खरी असते आणि त्याबद्दल दु:ख व्हायलाच पाहिजे, हे आपण जाणतो. आपण इतरांची प्रेमानं काळजी घेतो आणि बहुतेक आपली स्वत:चीही, कारण आपली आयुष्यं एकाच दिशेनं जातात आणि काळाच्या कार्यपद्धतीचा आपल्यावर प्रभाव असतो, हे आपल्याला माहीत असतं म्हणून.

अशा जाणिवा – असं ज्ञान – आपल्यामध्ये भय आणि थरकाप निर्माण करतं किंवा निदान त्याची तीव्रता आपल्याला जाणवते. मृत्यूचा निषेध करणारे असंख्य शब्द आहेत. या विषयावरचं *Nothing to be Frightened Of* या नुकत्याच आलेल्या पुस्तकात लेखक ज्यूलिअन बार्न्स, सामान्य नातेवाईक आणि प्रसिद्ध लेखकांची सविस्तर माहिती देतो. या लोकांना मृत्यूची जाणीव *(le reveil mortel)* होते, मृत्यू त्यांच्याशी जेवढा भयप्रदपणे वागतो, तेवढीच भयप्रद ही जाणीव असते. पण मरणाच्या या ज्ञानामुळेच बंड पुकारायला किंवा

---

१०. सिमॉन द बोव्हा, *'ऑल मेन आर मॉर्टल'* अनु. लेनर्ड एम. फ्राइडमन (डब्ल्यू.डब्ल्यू. नॉर्टन, १९९२) पृष्ठे १७२-१७३,३३९.

त्याला शरण जायला, ते उद्युक्त होतात.[११] अमर होण्याची दुर्दम्य इच्छा आणि आपल्याला मरावंच लागणार, याची खात्री यांच्या तणावामधून माणसाचं भवितव्य नेमकं काय आहे आणि आपल्याला मिळालेलं जीवन समजून घेण्याच्या प्रयत्नातच ते चालू राहतं.

मरणाधीनता ही ते समजण्याची पहिली गरज आहे आणि मरणाधीनतेवरचं चिंतन त्या वास्तवाचा पुरस्कार आहे. 'जन्म, समागम आणि मृत्यू' असं टी.एस. इलियटनी मानवी जीवनावर केलेलं निष्ठुर भाष्य आहे. या कठोर वास्तवातला कठोरपणा आपण कमी करू शकत असलो, तर ते त्याच्याबद्दलच्या जाणिवेला वास्तवाची जोड असते म्हणूनच. आपलं भवितव्य महत्त्वपूर्ण आणि अनुकंपायुक्त करण्याची आपल्याला गरज असते म्हणूनच. काळाचा प्रवाह प्रत्येक माणसामध्ये तीव्र भावना निर्माण करतो आणि कधीकधी तेवढ्याच सहृदयतेचीही अपेक्षा करतो.

आपल्या अंतिम भवितव्यतेला नाकारणं, म्हणजे उलट, आपली वास्तविक मानवी अवस्था आणि परिस्थितीशी असलेला संघर्ष थांबवणं. आपल्या नसांमधला काळाचा प्रवाह आपण थांबवू शकतो (जसं, आपल्या प्रगत तंत्रज्ञानाच्या संस्कृतीत सतत करत असतो.), वय वाढणं उलटं फिरवू शकतो आणि मृत्यूला थोपवू शकतो, यावर विश्वास ठेवण्यासाठी, काही मर्यादेपर्यंत, दुबळेपणा आणि हानीची शक्यता, आपल्या आवडी-निवडीचे परिणाम, इतरांच्या जीवनाची मौलिक असामान्यता आणि आपल्या नंतरच्या पिढ्यांमध्ये काळाचं सातत्य आपण नाकारायला हवं.

हे फार सूक्ष्म विचार आहेत असं वाटेल, पण जगलेल्या काळावर आपण पूर्ण नियंत्रण ठेवू शकतो, या भ्रमाचा शेवट – एक प्रकारच्या विचित्र अपरिहार्यतेमध्ये – ज्याला अस्तित्वाचा जोम कमी करणं म्हणता येईल, अत्यावश्यक मानवी अर्थांना त्यांच्या उगमापाशीच थांबवण्याचा एक प्रकार म्हणता येईल – असाच होणार. कुठल्याही परिस्थितीत, काळाचा पुढचा प्रवास थांबवणं शक्य नाही. म्हणजे काळ (Chronos) आणि मृत्यू (thanatos थॅनॅटोज) यांचं सामर्थ्य आपण दुर्लक्षित करू शकत नाही, हे ओळखण्याचं आणि स्वीकारण्याचं, बहुतेक हे उत्तम कारण आहे. आपण जर तसं केलं, तर काळाशी अधिक वास्तववादी तत्त्वावर जुळवून घेण्याची आणि आपल्या उद्दिष्टांनुसार, पात्रतेनुसार त्याचा उपयोग करण्याची संधी आपल्याला मिळू शकते.

जैविक पातळीवर काळाचं वहन थांबवण्याचा एकमेव मार्ग, म्हणजे ज्याला

---

११. ज्यूलिअन बार्नस, *'नथिंग टु बी फ्राइटन्ड ऑफ'* (केप, २००८).

'संपूर्ण, पण उलट करण्याजोगी अन्न वगैरेचं चयापचय (metabolism) थांबवणं'– म्हणजे जिवंत राहण्याचा अनुभव देणाऱ्या सर्व शारीरिक क्रिया तात्पुरत्या थांबवणं. काही प्राणी नैसर्गिक मार्गांनी या क्रिया थांबवण्याच्या पद्धतीचा अवलंब करतात – उदाहरणार्थ, हिवाळ्यात सतत झोपून राहणं (hibernation). या काळात पचनक्रियांचा वेग खूपच कमी होतो; पण अशा प्रकारे जैविक काळ थांबवण्याची शक्यता प्रायोगिक तत्त्वावर मर्यादित वेळेसाठी काही प्राण्यांना गोठवूनही करता येणं शक्य आहे. क्वचित प्रसंगी, अवघड परिस्थितीमध्ये सापडलेली माणसं थंडीमुळे गोठल्यासारखी होतात; पण नंतर शुद्धीवर येऊन पूर्ववत जगू शकतात. मध्यंतरीच्या काळात त्यांच्या चयापचय क्रिया (metabolic processes) थांबलेल्या असतात. त्या प्राण्यांचं वय वाढत नाही. माणसांनासुद्धा काळाची जाणीव राहत नाही. मायकेल गपी (Michael Guppy) आणि पीटर होचाचका (Peter Hochachka) म्हणतात त्यानुसार, 'त्यांच्या क्रिया थांबणं, ही काळापासून उलट्या बाजूनं होणारी सुटका आहे.'[१२]

काळाच्या संदर्भात आपल्या अस्तित्ववादी दृष्टिकोनाचंही असंच आहे. त्याच्यापासून सुटका करून घेण्याच्या प्रयत्नात अडचण अशी आहे की, ती जाणीव होते, ती जगण्याची किंमत सर्वार्थानं दिल्यावर. जोसेफ हेलरच्या *Catch -22* या कादंबरीचा एक सैनिक नायक, इतर सैनिकांसारखाच महाभयंकर युद्धात अडकलेला आहे आणि मृत्यूच्या रोजच्याच दृश्यामुळे घाबरून गेला आहे, स्वत:लाच कंटाळल्यामुळे काळाचा वेग कमी करण्याचा प्रयत्न करतोय; पण त्याचीच फजिती झाल्याचं त्याच्या लक्षात येतं, कारण आता आपल्यालाच मरण यावं, असं वाटण्याइतका तो कंटाळून जातो. काळ आपल्याला असा सर्वांत मोठा Catch-22 चा झटका देतो आणि त्याच्यावर कुणीच मात करू शकत नाही, त्याच्या पुढच्या प्रवासात असो की, त्याच्या चक्राकार (अंतहीन) मागण्यांच्या बाबतीत असो. रिचर्ड स्ट्रॉसच्या हळुवार आणि कर्णमधुर ऑपेरा *Der Rosenkavalier*मधली वृद्ध होत चाललेली मार्शलीन, तिचा तरुण प्रियकर तिला सोडून जाणार आहे, हे ठाऊक असल्यानं प्रासादातली सर्व घड्याळं बंद करते. जेणेकरून किती वेळ झालाय. हे त्याला कळू नये. तिचा तो प्रयत्न निष्फळ ठरल्यानं त्याची तीव्रता अधिक जाणवते. आपण घड्याळं थांबवू शकतो, पण काळ थांबवू शकत नाही. जिवंत असल्याची जाणीव मनावेगळी करणं, हाच शरीरातील काळाचा प्रवास थांबवण्याचा एकमेव मार्ग

---

१२. पीटर डब्ल्यू. होचाचका ॲन्ड मायकेल गपी, *'मेटॅबॉलिक अरेस्ट ॲन्ड द कन्ट्रोल ऑफ बायॉलॉजिकल टाइम'* (हार्वर्ड युनिव्हर्सिटी प्रेस, १९८७) पृष्ठ १.

आहे. शरीराच्या सगळ्या क्रिया उलट्या पद्धतीनं निश्चितपणे थांबवणं, हाच मृत्यू. जिवंत राहणं म्हणजे काळाचं वहन जाणवणं, आपल्या प्रत्येक पेशीमध्ये आणि अवयवामध्ये आपल्याद्वारे कार्य करण्यासाठी काळ असायला हवा, कारण तो त्याच्यासोबत आपल्याला त्याच्या वेगानं घेऊन जातो. आपल्या शरीरांमध्ये त्याची मर्त्य, पण जोमदार धून वाजवतो.

✧✧✧

# काळ आणि मन

***बोधावस्था***

काळाचं भान आपल्याला असल्यामुळेच त्याच्याशी असलेले आपले व्यवहार गुंतागुंतीचे होतात. सर्व प्राण्यांद्वारे काळ काम करत असतो; पण फक्त आपल्याला माहीत असतं की काळ आहे. आपल्याशिवायही त्याला अस्तित्व आहे – मग ते कितीही बिनमहत्त्वाचं असो, आपल्याला ते माहीत असतं. म्हणजे मनातल्या मनात आपण त्याचा विचार करतो आणि जैविक दृष्टीनं त्याच्याकडून घडवलेही जातो.

'प्रारंभी..., अगदी सुरुवातीला... 'शब्द' होता,' पण त्याच्याही आधी निश्चितच, काळ होता. नोबोकोव्हला काळाची जाणीव झाली, तेव्हाच त्याला त्याचं भानही आलं, असं तो म्हणतो. त्या क्षणी त्याला असं वाटलं की, तो 'अचानक एका तेजस्वी आणि गतिक्षम माध्यमात ढकलला गेला होता, ते दुसरं काही नसून, काळाचं शुद्ध तत्त्व होतं.' पण आपल्या दृष्टीनं फुप्फुसांसाठी जशी हवा, तसं मनासाठी काळ असतो : अदृश्य, सर्वत्र असणारा आणि अत्यंत आवश्यक. ऑक्सिजन नसेल, तर फुप्फुसं काम करणार नाहीत. त्याप्रमाणे काळ नसेल, तर बौद्धिक क्रिया करण्याची आपली क्षमताच कोलमडून पडेल. सकाळी झोपेतून जागं झाल्यावर किती वाजले, त्या दिवशी आपण कुठे आहोत आणि दिवसभर आपला कार्यक्रम काय आहे, असे विचार आपल्या मनात येतात आणि त्या क्षणानंतर काळाच्या अस्तित्वाची कल्पना करण्याच्या क्षमतेवर अवलंबून नसलेल्या कुठल्याच मानवी कृतीचा किंवा प्रयत्नाचा आपण विचारही करू शकत नाही. भविष्याचा विचार केल्याशिवाय घराच्या बाहेर पडण्याचा किंवा घर बांधण्याचा किंवा समुद्रावरचा आणि गवताळ प्रदेशाचा प्रवास करण्याची इच्छा किंवा निर्णय आपण घेऊ शकत नाही. स्मरणशक्तीच्या साहाय्यानं मन भूतकाळात गेल्याशिवाय काल आपण व्यक्ती म्हणून कसे होतो, हे आठवलं नाहीतर आपण स्वत:ला ओळखू शकणार नाही. काळाच्या प्रवासाची गती समजल्याशिवाय मागे जाणाऱ्या क्षणाची जाणीवही आपल्याला होणार नाही.

काळाच्या कार्यपद्धतीचा परिणाम शरीरावर होत असतो. मन काळाची दखल घेतं आणि काळामुळेच ते घडल्याचीही ते दखल घेतं. तरीसुद्धा हा नाजूक पदार्थ

काय आहे आणि मुळात तो पदार्थ आहे का? ज्याला 'काळ' म्हणतात, ती अशी कुठली चीज आहे? तो खरोखर अस्तित्वात आहे का आणि तो कशापासून बनला आहे? आपण त्याला समजू शकतो का की, काचेतून आपण त्याला स्पष्टपणे पाहू शकतो? असे प्रश्न अगदी प्राचीन काळापासून सातत्यानं तात्त्विक चिंतनाचे आणि आश्चर्याचे ठरलेले आहेत. काळाच्या तात्त्विक संकल्पनांचा संक्षिप्त मार्गदर्शक तयार करणं शक्य नाही, कदाचित ते अनावश्यकही आहे; पण अरिस्टॉट्लपासून इमॅन्युअल कांट आणि त्यानंतरच्याही विचारवंतांनी या पशूशी झुंज देऊन त्याच्या स्वरूपाचा विचार केला आहे. सेन्ट ऑगस्टीननं या वैचारिक गोंधळाचा मूलभूत विचार केला, त्यांचं अस्तित्वच नसल्यामुळे किंवा निदान ते समोर नसल्यामुळे भूतकाळ आणि भविष्यकाळाचा अर्थ लावण्याची धडपड केली. 'मग, वेळ म्हणजे काय?' असं त्यानं विचारल्याचं प्रसिद्ध आहे. 'हा प्रश्न मला कुणी विचारला नाही, तर त्याचं उत्तर मला माहीत आहे; पण मी जर कुणाला त्याचं स्पष्टीकरण देण्याचं नाटक केलं, तर मात्र ते मला माहीत नाही.'

तेव्हापासून मग तात्त्विक भाषेत अनुभव किंवा वास्तवाच्या मूलभूत प्रकारात काळाचा विचार होऊ लागला आहे आणि या विषयावरच्या तात्त्विक चर्चेचा विशेष स्फोट एकोणिसाव्या शतकाच्या शेवटी आणि विसाव्या शतकाच्या आरंभी Phenomenology नावाच्या तत्त्वज्ञानाच्या शाखेत झाला. हसर्ल, बर्गसाँ, मर्ला-पॉन्टी, हायडेगर या तत्त्वज्ञांनी सांगितलेल्या Phenomenologyच्या सिद्धान्ताचं आजही जे महत्त्व आपल्यासाठी आहे, त्याचं कारण त्यांनी काळाच्या आकलनाचं विश्लेषण बोधावस्थेचं आणि आत्मनिष्ठतेचं कार्य, असं केलं आहे. सर्वंकष वस्तुनिष्ठ वास्तवाचं नाही. त्या काळी कालिक बोधावस्थेचं केंद्र बाह्य स्वरूपाचं झालं असतं आणि तसा प्रयत्न करताना आपल्या मनाला कितीही मर्यादा असल्या, तरी त्याची दखल घेणं आणि ते समजून घेणं आपल्यावर अवलंबून राहिलं असतं; पण Phenomenologyच्या मांडणीमध्ये बाह्य काळ आणि अंतर्गत काळातलं मानलेलं सरळ नातं अनेक दृष्टींनी गुंतागुंतीचं होतं आणि कधीकधी पूर्णपणे तुटलेलं होतं. Phenomenologyचा आरंभीचा एक प्रश्न असा होता की, आपल्या बोलण्यातला आणि मनातला काळ 'वाहतो' हे वस्तुनिष्ठ सत्य आहे की, ज्ञानेंद्रियाच्या एखाद्या भागानं निर्माण केलेला भ्रम आहे? एडमंड हसर्लनं एका महत्त्वाच्या सूत्रामध्ये असं सुचवलं आहे की, वाहण्याची जाणीव काळाच्या बोधावस्थेच्या तीन-भागांच्या रचनेतून होते. नुकत्याच गेलेल्या क्षणाच्या आकलनात हसर्लच्या मते, धरून ठेवणं (retention) आणि ताणणं (protention) यांचे घटक नेहमीच असतात – म्हणजे जो क्षण नुकताच येऊन गेला आहे आणि दुसरा लवकरच येणार आहे. नुकत्याच गेलेल्या भूतकाळापासून आणि लगेच येणाऱ्या भविष्यकाळापासून 'आता' तोडून

घेता येणार नाही. उदाहरणार्थ, गोड गाण्याची आठवण आल्याशिवाय; ते आपल्या कानांना गोड वाटणार नाही आणि ऐकू येणारं गोड गाणंही आपल्याला गोड गाणं वाटणार नाही.

काळाच्या सततच्या प्रवाहाचा, बर-वर दिसणाऱ्या त्याच्या विश्लेषण करता न येण्यासारख्या प्रवाहीपणाचा आपल्या मनावर ठसा कसा उमटतो, ते नेमकेपणानं दाखवण्याचा प्रयत्न हसर्ल करत होता. कालिक कणांनी टिंब-टिंब जोडून येणाऱ्या बोधावस्थेनं (pointillistic) त्याची मुळात रचना झाली होती. हेन्री बर्गसाँनं हा विचार आणखी पुढे नेत असं सुचवलं की, आपल्याला काळाचं भान आपल्या अंतर्गत अवस्थांमध्ये होणाऱ्या स्थित्यंतरांतून येतं, स्वतंत्र आकलनातून फारसं नाही आणि आपल्या स्वत:च्या अखंड, स्थिर-सातत्याची खात्री वेगवेगळ्या अंतर्गत घटना एकत्र येऊन किंवा आत्मनिष्ठेच्या विरचनातून, कालमर्यादेतून आणि कालिक विस्तारातून होत असते. यापेक्षाही गुंतागुंतीचे विचार मर्ला-पॉन्टीनं मांडले. त्याच्या मते आपण जगात येतो, तेच मुळी विशिष्ट तऱ्हेचं भान घेऊन, त्यामुळे वास्तव समजण्याची आपली एक प्रकारे आधीच तयारी झालेली असते. त्याच वेळी आपण ज्या जगात येतो, त्यामध्ये पूर्णपणे गुंतून पडलेले असतो. आपण जसे घडलो आहोत आणि ज्या जगात आलो आहोत, त्यामुळेच आपण काळ आणि अवकाश यांची कल्पना किंवा अनुभूती – काळ आणि अवकाश – म्हणूनच घेऊ शकतो. शिवाय जुन्या परंपरा स्मरून आपण काळाची रचना केवळ आकलनाद्वारे करत नसून, हालचाल आणि कृती करण्याच्या क्षमतेमुळे अवकाशातील आपल्या शरीरांच्या हालचाली आणि जगातील कृतींद्वारे करतो, यावर मर्ला-पॉन्टी भर देतो.

Phenomenologyच्या स्पष्टीकरणामध्ये 'बोधावस्था' हे काही अ-क्रियाशील (passive) भांडं नव्हतं की, त्यात काळाच्या मुद्रा येऊन पडाव्यात. उलट तिच्यात स्वत:च्या रचना करण्याच्या शक्ती होत्या, परिस्थितीवर परिणाम घडवणाऱ्या आणि कधीकधी तर तिच्या अगम्य भाषेत प्रतिक्रिया व्यक्त करणाऱ्या शक्ती होत्या. Phenomenologyच्या 'अंतर्गत सापेक्षते'च्या कल्पना त्याच काळात मांडले गेलेले आइनस्टाइनचे बाह्य-विश्वातील सापेक्षता सिद्धान्त हा निव्वळ योगायोग नव्हता. हे मात्र खरं की, मनाच्या सखोल आणि सूक्ष्म कार्यप्रणाली संवेदनशील अनुभवांच्या संस्करणात्मक (impressionistic) भाषेत विशद करणाऱ्या तत्त्वचिंतकांचं सामर्थ्य मात्र खूपच ताणलं गेलं होतं. म्हणूनच असा तर्क करण्याचा मोह होतो की, बोधावस्थेविषयी – आणि काळाच्या भानाविषयी – बोलण्याचा मार्ग शोधणं आवश्यक होतं – ती बोधावस्था अधिक नेमकेपणाची होती किंवा निदान तिनं वर्णन केलेल्या कृतीच्या अतिसूक्ष्म प्रमाणाशी अधिक सुसंगत होती.

१. विसाव्या शतकात मानसिक कालिकतेचं संशोधन मानसशास्त्र आणि मनोविश्लेषणाकडे आणि मानवी विषयांच्या अतिशय सूक्ष्म निरीक्षणांकडे वळलं आणि आता आपल्या या काळात बोधावस्थेच्या बाजू या मुख्यत: मनोविकार - शास्त्राचा भाग झाल्या आहेत. तिथे त्यांची अद्ययावत पृथक्करण (scanning) आणि छायांकन (imaging) तंत्राच्या साहाय्यानं तपासणी होते आणि आकलनाच्या मध्यवर्ती केंद्रात, म्हणजे मेंदूमध्ये थेट परीक्षा होते.

कालिक बोधावस्थेचं मनोविकारशास्त्रीय रेखांकन (mapping) सध्या त्याच्या प्राथमिक अवस्थेत आहे. मेंदूचं एकंदरीत रेखांकन अजून व्हायचंच आहे. त्याचे बरेचसे भाग अजून अपरिचित (terra incognita) आहेत; पण त्याच्या संशोधनातून जे काय निष्पन्न झालंय, ते सगळं मनोरंजक आहे. phenomenology च्या अभ्यासकांनी आणि ज्या विचारवंतांनी या विषयाचा विचार केला आहे त्यांनाही – प्रयोग करण्यासाठी प्रेरणा देणारं आहे. आधीच्या तात्त्विक विषयांप्रमाणे, मनोविकारशास्त्रामध्ये काळ, ही मूलभूत श्रेणी मानली गेली आहे आणि आपल्याला असलेली त्याची जाणीव, ही मानवाची लक्षणीय ओळख आहे. नोबेल पुरस्कार-विजेता मनोविकारशास्त्रज्ञ जेराल्ड एम. एडेलमन त्याच्या *Wider than the Sky : A Revolutionary View of Consciousness*मध्ये 'भूतकाळ, भविष्यकाळ आणि स्व यांची जाणीव असलेली' अशी उच्च प्रतीच्या बोधावस्थेची व्याख्या करतो.[१] इतर प्राण्यांना वर्तमानातल्या क्षणाचं भान असतं आणि काही बाबतीत थोडा वेळ टिकणाऱ्या आठवणी असतात; पण आपण जुन्या काळातील आठवणी ठेवतो आणि फक्त आपणच त्या मनात जागवतो – म्हणजे, आपण भूतकाळ आठवायचा की नाही किंवा भविष्यकाळाचा विचार करायचा की नाही, हे ठरवू शकतो.

अर्थात, काळ हा ईथर (ether)प्रमाणे भासमान असल्यासारखा वाटत असला आणि मन त्यात अनिर्बंधपणे संचार करू शकत असलं तरी, मेंदूचं सखोल निरीक्षण केल्यावर असं दिसतं की, आपलं काळाचं आकलन आपल्यामध्ये उपजतच असतं आणि त्याच्यामध्ये लवचिकपणा असला, तरी त्याच्या कार्यपद्धतीचे खास निकष आणि बंधनंही आहेत. अगदी या क्षणापासून किंवा नजीकच्या वर्तमानकाळापासून : मेंदूच्या आत, काळाचा हा अगदी मूलभूत घटक सक्रियपणे समजून घेतला पाहिजे. संवेदनावाहक पेशींना (neurons) चेतवून मेंदू बाहेरच्या जगातील संदेश प्रतीकांच्या रूपानं संग्रहित करतो. या संवेदनावाहक पेशी दुसऱ्या अशाच संवेदनावाहक

---

१. जेराल्ड एडेलमन, *'वाइडर दॅन द स्काय : अ रेव्होल्यूशनरी व्ह्यू ऑफ कॉन्शसनेस'* (पेंग्विन, २००५) पृष्ठे १०२-१०३.

पेशींना जोडलेल्या नलिकेतून (synapses) वाहतात आणि शेवटी मेंदूच्या त्या संपूर्ण भागाचं रेखांकन (mapping) करतात आणि एक खास जाळं (network) तयार होतं आणि असं दिसतं की, एकात्म म्हणून समजला गेलेला व्यापक अद्भुताचा भाग म्हणून एकानुवर्ती (unitary) आणि खूप मुलायम पोत असलेला काळ, अशाप्रकारे साध्य करता येऊ शकेल, हा आपला सर्वांत प्राथमिक आणि वर-वर पाहता निर्विवाद वाटणारा समज आहे. एक असं इंद्रिय – गोचर ज्ञान, जे कुठल्याही क्षणाचं किंवा पाहिलेल्या दृश्याचं अविभाज्य अंग होऊन बसतं. आपण जे पाहतो ते, आपण जे ऐकतो त्यापासून वेगळं करता येत नाही. दोन्हीचं संपूर्ण एकीकरण होतं; पण गुणात्मक एकतेचा हा विचार एक प्रकारचा 'आभास' (trompe l'oeil) असतो, वेगवेगळ्या मज्जातंतूनी दिलेले संकेत ऐकणं आणि पाहणं – यांचा परस्पर संबंध आणि परिणाम असतो. काळ अखंडपणे आणि अमर्यादपणे वाहत असतो, हा एकंदर एकत्रित परिणाम असू शकतो. आपला मेंदू त्याच्या स्वत:च्या एकत्रीकरणाच्या प्रक्रियेनं कालिकतेला 'बांधून' ठेवतो. या प्रक्रिया झाल्या नसत्या, तर टिंब-टिंब जोडलेल्या रांगोळीसारख्या घटना म्हणजे काळ, असं आपल्याला वाटलं असतं, सिनेमातली दृश्यं सततच्या गतीमुळे आपल्या डोळ्यांनी एकत्र आणण्यापूर्वी जशी असतात, तसंच थोडंसं.

आणखी असं दिसतं की, वर्तमानकाळ हा केवळ वर्तमानकाळ कधीच नसतो. उड्डाण घेतलेल्या पक्ष्याच्या मार्गातलं एखादं ठिकाण जसं वेगळं करता येत नाही, तसं 'आता' (now)पासून काही वेगळं करता येत नाही. हा परिणाम साधण्याचा प्रयत्न करताना विल्यम जेम्स बरोबर वाटणारा, पण खरं तर 'चुकीचा वर्तमानकाळ' (specious present) असा शब्दप्रयोग करतो. एडेलमन 'आठवलेला वर्तमानकाळ' (remembered present) असं म्हणतो – कारण असं दिसतं की, वर्तमानातल्या प्रत्येक क्षणाचं आकलन आपल्या स्मरणातल्या नजीकच्या भूतकाळावर आणि एकंदर भूतकाळावर अक्षरश: अवलंबून असतं. 'पुन्हा-पुन्हा येणाऱ्या' गतिमान परस्पर क्रियांद्वारे प्रत्येक नवी मुद्रा मनावर ठसत जाते – म्हणजे मेंदूच्या विविध भागांतून येणाऱ्या माहिती देणाऱ्या पेशी चेतवल्या जातात आणि स्मरणशक्तीच्या पेशींच्या जाळ्याला (network) विविध ठिकाणी जोडल्या जातात. हे जाळं मेंदूमध्ये आधीपासूनच असतं. अखेरीस नव्यानं पडलेली भर मज्जासंस्थेचा भाग बनते, त्यात सुधारणा घडवून आणते किंवा मेंदूच्या मज्जारज्जूंच्या जाळ्यांची रेखांकनं (mappings) नव्यानं तयार करते आणि पुन्हा मेंदूमध्ये येणाऱ्या आठवणी आणि संकेतांची माहिती देते. कालिक आकलनाच्या तीन भागांची रचना हसर्लनी मांडल्याप्रमाणे अनुभवाची प्रत्येक नवी 'नोंद' आधी येणाऱ्या ध्वनींच्या संदर्भात बदलली जाते आणि येणाऱ्या नोंदींचा अर्थ प्रत्येक वेळी सुधारला जातो.

एडेलमन म्हणतो त्याप्रमाणे, 'स्मरण आणि त्याचं[२] आकलन एकमेकांना सुधारत जातात; पण त्याला वेळ लागतो – एक सहस्रांश सेकंद ते अनेक सेकंद – पूर्णपणे आठवण्यासाठी. हे इतकं कमी, पण तरी मोजता येण्याइतकं मध्यंतर, बोधावस्थेच्या संदर्भात कालिक पायाभूत घटक मानता येईल. प्रत्येक विचाराच्या निर्मितीसाठी मज्जारज्जूंच्या मार्गानं संकेतांच्या प्रक्षेपणाची आवश्यकता असते. या जाळ्यातून प्रवास करण्यासाठी, मज्जातंतूच्या मधून-मधून संकेतांना उडी घ्यावी लागते आणि त्यासाठी काही चेताप्रेषकांच्या (neurotransmitters) कृतीची गरज असते. हे सगळं होण्यासाठी खरा वेळ लागतो. जीन-पिअर चेंजॉक्स या अग्रणी समकालीन मनोवैज्ञानिकानं असं लिहिलंय : 'रोज येणाऱ्या अनुभवामुळे आपल्याला असं वाटतं की, मनात विचार इतक्या वेगानं येतात की, ते भौतिकशास्त्राचे नियमही जुमानत नाहीत; पण याच्या नेमकं उलट घडतं, हे पाहिल्यावर आश्चर्याचा धक्का बसतो. मेंदू संथ असतो – खूप संथ – भौतिक जगाच्या मूलभूत शक्तीच्या तुलनेत.'[३] प्रकाशाच्या वेगानं विचार प्रवास करतो – किंवा त्याला काही वेगच नसतो – असं वाटत असलं, तरी विचार आणि आकलन या दोन्हीवर खरं तर मज्जासंस्थेच्या कार्यपद्धतीला लागणाऱ्या कालिकतेचं बंधन असतं. बौद्धिक कार्यप्रणालींच्या कमाल वेगाच्या पलीकडे आपण – किंवा आपला मेंदू – गोंधळून जातो. पुढे येणारं काही समजू शकत नाही. उदाहरणार्थ, आपल्याला दोन प्रतिमा दाखवल्या किंवा शब्द मेंदूला कळण्याच्या वेगापेक्षाही कमी मध्यंतरानं, एकानंतर एक, तर पहिल्यांदा कोणती दाखवली आणि दुसऱ्यांदा कोणती दाखवली, ते आपण सांगू शकणार नाही. (कदाचित अनिश्चिततेच्या तत्त्वाचं मेंदूच्या बाबतीत कार्यप्रणालीच्या साधर्म्यामुळे अशी शक्यता निर्माण होते की, पुरेशा वेगानं एक अगदी क्षुल्लक घटना 'आधी' किंवा 'नंतर' घडू शकते आणि कदाचित फारसा वेगळा नसलेला अनुभव अचानक येऊ शकतो – अशी एक विचित्र कल्पना की, ग्लास फुटण्यापूर्वीच; तो फुटणार आहे, हे आपल्याला माहीत असतं.)

जसं विचाराच्या बाबतीत, तसंच भोवताली आपलं लक्ष जाण्याच्या पद्धतीच्या बाबतीतही असतं. अनेक संकेतांकडे किंवा गोष्टींकडे आपण वेगानं लक्ष देण्याचं ठरवलं, तर मेंदूच्या कार्यपद्धतीची परिणामकारकता कमी होते. एकाच वेळी अनेक

---

२. जेराल्ड एडेलमन, *'वाइडर दॅन द स्काय : अ रेव्होल्यूशनरी व्ह्यू ऑफ कॉन्शसनेस'* (पेंग्विन, २००५) पृष्ठ-५५.

३. इझेल रोझेनफील्ड आणि एडवर्ड झिफ, *'रिव्ह्यू ऑफ द फिजिऑलजी ऑफ ट्रुथ: न्यूरोसायन्स ॲन्ड ह्यूमन नॉलेज'*, लेखक जीन-पिअर चेंजॉक्स, न्यू यॉर्क रिव्ह्यू ऑफ बुक्स, २६ जून, २००८.

कामं करण्याची जी पद्धत सध्या आहे – त्या संदर्भात मेंदूच्या प्रतिक्रिया होतात, त्यावर अनेक प्रयोग केल्यावर हे सिद्ध झालंय. एका कामाकडून दुसऱ्या कामाकडे लक्ष दिल्यावर असं दिसतं की, मेंदूला एका सेकंदाच्या सात-दशांश इतका वेळ लागतो. Rule-activation प्रक्रियेमुळे बाह्यपटलाच्या समोरचे भाग, मज्जासंस्थेचे सर्व जोड आणि मार्ग कार्यान्वित होतात आणि पुढचं प्रत्येक कार्य सुरू होतं. एका कामाकडून दुसऱ्या कामाकडे जाताना एका नियम – संचाचं कार्य थांबतं आणि दुसऱ्याचं सुरू होतं. अनेक कामं एकाच वेळी करण्याची चाचणी घेत असताना त्या कामांचं पृथक्करण (Positron Emission Tomography, PET– ऋण-परमाणूसारखीच शक्ती असलेला अणूचा एक कण tomography – मानवी शरीराच्या अंतर्भागांचा क्ष-किरण वगैरेच्या साहाय्यानं प्रतिमा घेणं – scanning) होतं आणि त्याच वेळी बोललेली वाक्यं ऐकणं आणि मनात त्रिमिती असलेल्या आकृत्यांच्या जोड्या गोल-गोल फिरवणं या क्रिया होतात. वर-वर पाहता मेंदूच्या कार्यक्षमतेमध्ये २९ टक्क्यांनी घट होते आणि एकाग्रता यानंतर ढळते, असं पृथक्करणामध्ये दिसून आलं. म्हणजे त्या कामांना वेळ कमी लागला नाही, पण प्रत्येक काम करायला वेळ जास्त लागला.

वेळेची अशीच हानी आणि गुणवत्तेची घसरण झाल्याचं दोन कामांच्या प्रयोगात दिसून आलं. ही कामं बौद्धिक स्वरूपाची नव्हती, पण आलटून-पालटून केली होती आणि हे प्रयोग पीटर ए. हॅन्कॉकनी ऑरलँडोमधल्या युनिव्हर्सिटी ऑफ सेन्ट्रल फ्लोरिडा येथे केले होते.[४] याचा अर्थ असा की, समजा आपण एक नवीन अवघड पदार्थ तयार करण्याचा प्रयत्न करत असतानाच टेलिफोनवर महत्त्वाचं संभाषण करू लागलो – असं आपण करतोच ना? – तर दोन्हीही कामं तितकीशी चांगली होत नाहीत आणि कधीकधी तर याचे गंभीर परिणामही होतात. उदाहरणार्थ, मोबाईल फोनवर मेसेज देत असताना आपण दुसरंच काही करत असलो – केवळ कार चालवत असणंच नाहीतर – रस्ता ओलांडत असलो, तर अपघात घडल्याची उदाहरणं वाढतायत. अशा अपघातांत बरेचदा तरुण लोकच सापडतात. ते अपघात कधीकधी प्राणघातकही ठरतात.

कुठलंही काम व्यवस्थित करायचं असेल किंवा विचारांची मालिका पूर्ण करायची असेल, तर आपण तिकडे पूर्ण लक्ष द्यायला हवं. शक्ती केंद्रित करायला हवी – हे त्या कामासाठी वेळ देण्यासारखंच आहे. हे झालं छोट्या कामांसाठी; पण ज्या कामासाठी जास्त वेळ लागणार आहे, भूतकाळापासून भविष्यकाळापर्यंत, तिथे

---

४. रिचर्ड रिस्टॅक, *'द न्यू ब्रेन : हाउ द मॉडर्न एज इज रीवायरिंग युअर माइंड'* (रोडाल इंटरनॅशनल, २००४), पृष्ठे ५६-५७.

मानवी क्षमतेचं काय?

मेंदू आणि मज्जासंस्थेचं शास्त्र (neuro science) या दुसऱ्या बाबतीत फारसं काही सांगत नाही. त्याचं कारण, कदाचित मज्जासंस्थाविषयक संज्ञांमध्ये आणि आपल्या संभाषणांमध्ये व्यक्त होणाऱ्या संकल्पनांमध्येही भविष्यकाळ हा अज्ञात राहतो हेच असावं. बाह्यपटलाच्या पुढचा भाग अपेक्षा 'व्यक्त' करण्यात किंवा भविष्य सांगण्यात गुंतलेला असतो, असं दिसतं. मेंदूचं छायांकन आकलनाचे पैलू दाखवून देत असल्यामुळे नजीकचं भविष्य मेंदूच्या प्रतिमांत दिसतं – आणि यावरून आपलं अवधान कुठे आहे, हे स्पष्ट होतं. काही सिद्धान्तवाद्यांना असं दिसलंय की, अवधान आणि येणाऱ्या कालिकतेची मर्यादा (duration) समजण्याची क्षमता यामध्ये संबंध असतो. जोसेफ ग्लिकसॉनसारखे संशोधक 'आकलनाच्या बौद्धिक पद्धतीशी संबंधित कालमापका'चं अस्तित्व मानतात. त्यामध्ये काळाचे घटक वेगवेगळ्या आत्मनिष्ठ गती एकत्र करतात. आपलं अवधान बाहेरच्या गोष्टींकडे गेलं असेल, अनेक आकर्षणांकडे लागलं असेल किंवा सक्रियपणे 'घड्याळावर नजर' असेल, तर कालमापक फक्त बाहेरच्या काळाशी संवाद साधेल आणि पुढच्या कालमर्यादेचा आपला अंदाज अधिक अचूक येऊ शकेल; पण आपलं अवधान जर आत वळलं असेल किंवा आपण कामात गढलो असू किंवा अनुभव घेत असू, तर 'काळाचे आत्मनिष्ठ घटक' आपल्या बोधावस्थेमध्ये कमी प्रमाणात एकत्र येतील. यातून आपली कालमर्यादेची जाण कमी होण्याची शक्यता असते – उदाहरणार्थ, एखादं काम करण्यासाठी आपल्याकडे किती वेळ आहे किंवा आपण त्या कामात किती वेळ घालवला, हे आपल्या लक्षात येणार नाही. पराकोटीच्या एकाग्र अवस्थेत, ध्यानधारणेसारख्या अवस्थेत, आत्मनिष्ठ काळाचा वेग बराच कमी होतो;[५] पण अर्थात, अशा तल्लीनतेमध्ये 'घालवलेल्या' वेळेचा मोबदला किंवा फायदा अनुभवाच्या गुणवत्तेमधून किंवा आपण त्यातून जे काय साध्य केलं, त्यातून मिळू शकतो.

आपलं लक्ष कुठल्याही एका दिशेला वळवण्याची क्षमता असणं, म्हणजे तसं करण्याचा आपला निर्णय किंवा हेतू असतो – आणि त्या उद्दिष्टाच्या अंशामध्ये भविष्याचा अंश निश्चितच असतो. (मज्जासंस्थेच्या पेशींमधील एक प्रकारचं बीज किंवा मज्जारज्जूचं स्वैर इच्छेमध्ये उमलणं, हेसुद्धा त्यात शक्य असतं.) आपण आपलं लक्ष एकीकडून दुसरीकडे वळवतो, कारण आपल्याला

---

५. जोसेफ ग्लिकसॉन, *'टेम्पोरल कॉग्निशन अॅन्ड द फिनॉमिनॉलजी ऑफ टाइम : अ मल्टिप्लिकेटिव्ह फंक्शन फॉर अपॅरन्ट ड्युरेशन'*, कॉन्शसनेस अॅन्ड कॉग्निशन, खंड १० (२००१), पृष्ठे १-२५

येत्या काही क्षणांत काही करायचं असतं किंवा कशाचा काही विचार करायचा असतो. कुठली तरी कृती करायची असते किंवा एखादं काम पूर्ण करायचं असतं – आणि त्यासाठी लागणाऱ्या वेळेचं भान असतं. आत्तापर्यंत जे काही घडलेलं नाही, ते घडणार आहे, अशी कल्पना आपण करतो, कारण ते घडावं, अशी आपली इच्छा असते. त्यातून काही निष्पन्न होईल, अशी कल्पना आपण करतो. 'प्रत्येक बोधावस्थेत आपल्या हेतूचं क्षितिज असतं. त्याचा संदर्भ अव्यक्त सामर्थ्याशी असतो,' असं हसर्ल म्हणतो. आणि काही न्यूरोफिनॉमिनॉलॉजिस्ट्सना ती कल्पना पटू लागली आहे.[६]

तुलना केली तर चटकन कळेल, असं अस्तित्व एकेकाळी भूतकाळालादेखील होतं. त्याच्या स्पष्ट अशा खुणा मेंदूमध्ये असतात. एकदा अस्तित्वात असलेला हा काळ ज्या माध्यमांद्वारे मनामध्ये आणि मेंदूमध्ये राहिला, ते माध्यम म्हणजे अर्थातच स्मरणशक्ती. गेल्या काही दशकांमध्ये भुरळ घालणाऱ्या या बौद्धिक शक्तीच्या मज्जासंस्थेशी संबंधित जीवशास्त्राचा (neurobiology) सखोल अभ्यास झालेला आहे. या क्षेत्राच्या संदर्भात, इतर प्राण्यांच्या आणि आपल्या क्षमता सारख्याच आहेत. स्मरणशक्तीचे इतर प्रकार मात्र, केवळ आपल्यामध्येच आहेत. अनेक प्राण्यांमध्ये आपल्याशी साधर्म्य असलेली 'कार्यपद्धतीची स्मरणशक्ती (procedural memory)' असू शकते – म्हणजे, आपल्या नकळत आपल्याला उपलब्ध असलेली स्मरणशक्ती आणि कौशल्याची काही कामं करण्याची क्षमता देणारी (सायकल चालवणं, टायपिंग किंवा खाण्याची क्रिया वगैरे.) बरीचशी आपोआप, 'आठवण्याचा' प्रयत्न न करता, जमू शकणारी कामं. उदाहरणार्थ, शिकार करण्याची पद्धत प्राण्यांना नक्कीच आठवत असते. त्याचबरोबर कोणते प्राणी शिकारीसाठी निवडावेत, हेही. आणखी असं की, तर्काधिष्ठित संशोधनानुसार, काही प्राण्यांना, स्वत:च्या आयुष्याची किंवा काही प्रसंगांची (episodic) आठवण असू शकते, अशी आठवण आत्ता-आत्तापर्यंत केवळ माणसांनाच असते, असं वाटत होतं. हा व्यक्तिगत किंवा वैयक्तिक (personal/personalised) स्मरणशक्तीचा प्रकार झाला, यामध्ये काही घटना किंवा माहितीच मनाला आठवते असं नाही, तर मूळ घटना घडताना स्वत: तिथे उपस्थित असल्याचंही आठवतं. उदाहरणार्थ, आपल्याला

---

६. बर्नार्ड पॅचॉड (ईम्प्द्ल) *'द टेलिऑलॉजिकल डायमेन्शन ऑफ पर्सेप्च्युअल अॅन्ड मोटर इंटेन्शनॅलिटी,'* इन जीन पेटिटॉट, फ्रॅन्सिस्को जे. व्हॅरेला, बर्नार्ड पॅचॉड आणि जीन-मिशेल रॉय, संपादक – *'नॅचरालयझिंग फिनॉमिनॉलजी : इश्यूज इन कन्टेम्परर फिनॉमिनॉलजी अॅन्ड कॉग्निटिव्ह सायन्स'* (स्टॅनफर्ड युनिव्हर्सिटी प्रेस, १९९९), प्रकरण-६.

गणितातले पाढेच आठवत असतील असं नाहीतर ते शिकवले, तेव्हा आपण कुठे होतो आणि ते कुणी शिकवले, हेही आठवतं, ती आत्मचरित्रात्मक स्मरणशक्ती असते. अशातलीच काही संशोधनं असंही सुचवतात की, फक्त वानरं किंवा मानव असे सस्तन प्राणीच (primates) नाहीतर – आपल्याला वाटतं तसं – स्क्रब-जे (scrub-jay) पक्ष्यांनाही अशा प्रकारची स्मरणशक्ती असू शकते; पण त्या निष्कर्षाबद्दल अजून मतभेद आहेत.

पण आपली मानवजातच अशी एकमेव प्रजाती आहे की, जी भूतकाळ प्रयत्नपूर्वक आठवू शकते. त्याबद्दल विचार करू शकते, त्याला उजाळा देऊ शकते आणि कधीकधी त्याबद्दल खोटंही बोलू शकते. इथे आपण एका गुंतागुंतीच्या आणि एक प्रकारच्या नैसर्गिक किंवा उपजत सर्जनशीलतेच्या प्रदेशात प्रवेश करतो. मेंदू केवळ स्मृती ग्रहण करणारं किंवा निष्क्रिय, फक्त नोंद घेणारं किंवा साठवून ठेवणारं आणि त्याच स्वरूपात नंतर परत देणारं भांडं नाहीय, हे आपल्या संशोधन सामग्रीच्या साहाय्यानं अभ्यासक शोधून काढत आहेत. उलट, मेंदू – आणि तितकंच 'मनसुद्धा – चैतन्यमय रीतीनं अनुभव संस्कारित करतो आणि तो अतिशय लवचिक आणि कृतिशील असतो. आपल्या प्रदीर्घ कालिकतेचा विकास पुन:पुन्हा येणाऱ्या किंवा परस्परांच्या विविध प्रतिक्रिया मेंदूच्या मार्गानं आणि त्याच्या प्रदेशात घडतात – आपल्या अस्तित्वाच्या तळाशी असलेल्या रचनांमध्ये परस्परांना छेदणाऱ्या गुंतागुंतीच्या संकेतांना सातत्य आणि बदलांसहित तो कोरून ठेवतो. मेंदूचा अवकाश आणि (spatio-temporal) काळ यांची प्राथमिक रचना (template) आपल्या विकासामध्ये सुरुवातीलाच तयार झालेली असते; पण तिची ही स्वाभाविक रचना पुढे आयुष्यभर सुधारत जाते. प्रत्येक नवा अनुभव किंवा माहिती आपल्या आत असलेल्या संवेदनेची आकृती (neurological pattern) बदलत असते आणि तिथे असलेल्या संदर्भानुसार प्रत्येक नव्या अनुभवाची विशेष नोंद केली जाते. मेंदू निवड करतो, वर्गीकरण करतो आणि त्याच्या स्वत:च्या संवेदनक्षमतेच्या इतिहासानुसार त्या आठवणींना वेगवेगळं 'मूल्य' सतत देत असतो; पण त्यात जसजशी भर पडत जाते – माहितीची किंवा अनुभवांची, तसतसा त्यात बदलही होत जातो.

आणखी असं की, मेंदूमध्ये होणाऱ्या पुनर्प्रवेशी (re-entrant) प्रक्रियांमुळे आपल्या आठवणी जाग्या होतात – आणि त्या आपल्याच असल्याचं आपल्याला जाणवतं. 'हिपोकॅम्पस' (hippocampus) म्हणून ओळखली जाणारी रचना मेंदूच्या कालिक किनारीवर (temporal lobe) दिसते आणि थोडा वेळ टिकणाऱ्या आकलनाचं रूपांतर, एकमेकींशी संबंधित घटनांचं रूपांतर, दीर्घ काळाच्या स्मरणात करते. यामुळे आपल्या वैयक्तिक आठवणींची संरक्षक हिपोकॅम्पस बनते – म्हणजे आपण

काही अनुभव घेतले आहेत आणि ते एका विशिष्ट क्रमानं घेतले, हेही आपल्याला समजतं. हिपोकॅम्पस असताना त्या व्यक्तीला घटना आठवू शकतात, पण ती काढून टाकली, तर काही आठवत नाही. वैयक्तिक स्मरणशक्ती आणि त्याबरोबरच आपलं स्वत:चं कालिक सातत्य कळण्याची क्षमताही नाहीशी होते.

आपली स्वत:ची ओळख टिकवण्यासाठी जाणीवपूर्वक आत्मभानाची, कालिक सातत्याची जाणीव जिला एडेलमन मानवी जाणिवेचं व्यवच्छेदक उत्कृष्टतेचं लक्षण मानतो, ती जाणीव अर्थातच खूप महत्त्वाची असते. आठवणीचा धागा सुटल्यावर काय होतं, याबद्दल अल्झायमर्स किंवा मज्जासंस्थेत बिघाड झालेल्या रुग्णांच्या केस-स्टडीजमध्ये व्यवस्थितपणे नोंदवलेलं आहे. 'द लॉस्ट मरीनर' या ऑलिव्ह सॅक्सच्या प्रबंधामध्ये स्मरणशक्ती पूर्णपणे नाहीशी झाल्यावर काय घडतं, याचा तपशीलवार वृत्तान्त दिलेला आहे.[७] त्यात वर्णन केलेल्या जिमी या रुग्णाला बहुतेक कोर्सेकॉव्ह सिन्ड्रोमसारखा आजार झालेला आहे. त्याला अपघात होण्यापूर्वी किंवा जबरदस्त धक्का बसण्यापूर्वीच्या सगळ्या घटना चांगल्या आठवतात, पण त्यानंतरचं काहीच आठवत नाही – अगदी काही क्षणापूर्वी आलेले अनुभवसुद्धा आठवत नाहीत. त्याची निरीक्षणशक्ती आणि समोर असलेल्याबद्दल प्रतिक्रिया व्यक्त करण्याची क्षमताही काही प्रमाणात शाबूत असते, पण काही मिनिटांपूर्वी ज्या डॉक्टरांना तो भेटला, त्यांनाही तो ओळखत नाही. एवढंच काय, त्या खोलीमध्ये असलेल्या स्वत:लाही तो ओळखू शकत नाही. एका अर्थानं जिमीला स्वत:च्या अवस्थेचं दु:ख जाणवत नाही, कारण त्याला ते समजण्याचा मार्गच उपलब्ध नाही; पण त्याच्या त्या परिस्थितीत कारुण्य आहे. खरं तर त्याची ती शोकांतिकाच आहे. धक्का बसल्यानंतरच्या त्याच्या थोड्या वेळच्या आठवणीमुळे तो स्वत:च स्वत:ला हरवून बसला आहे. अशा सुट्या-सुट्या क्षणांत तो जगतोय की, त्या क्षणांचा एकमेकांशी किंवा त्याच्या स्वत:च्या व्यक्तिमत्त्वाशीही त्याचा संबंध उरलेला नाही.

काळाचा प्रवाह अखंड असतो, हा समज काही अंशी भ्रम असू शकतो; पण कालिक सातत्याची जाणीव – भूतकाळ आणि वर्तमानकाळाचे संबंध समजणं आणि अनुभवाचा पुढे जाणारा प्रवाह – ही माणसाची ओळख होण्याची एक शुद्ध पूर्वाकांक्षा (आगाऊ कळण्याची अट) आहे. एक श्रेष्ठ रशियन मज्जासंस्था-शास्त्रज्ञ ए.आर. लूरिया याचं विधान सॅक्स उद्धृत करतो. तो कोर्सेकॉव्ह सिन्ड्रोमचं वर्णन

---

७. ऑलिव्हर सॅक्स, *'द लॉस्ट मरिनर'*, इन सॅक्स, *'द मॅन हू मिस्टूक हिज वाइफ फॉर अ हॅट : अॅन्ड अदर क्लिनिकल टेल्स'* (टचस्टोन, १९९८), पृष्ठे २३-४२.

'घटनांचे मनावर होणारे परिणाम आणि त्यांचा कालानुक्रम संघटित करण्यात येणारे अडथळे' असं करतो. परिणामत: कोर्सेकॉव्ह असलेले रुग्ण 'काळाचा एकसंध अनुभव घेऊ शकत नाहीत आणि त्यांच्या मनावर काळाचे तुटक-तुटक परिणाम झालेले असतात.'[८]

काळाचे खूप तुकडे होणं किंवा काळ विस्कळित होणं, हे क्लेशदायक होऊ शकतं, एखाद्या भयस्वप्नासारखं आणि मग आपण आपल्या स्वत:च्या अनुभवाचा किमान अर्थही लावू शकत नाही, हे स्पष्टच आहे. स्वत:ला ओळखण्यासाठी, आपणच आहोत, हे समजण्यासाठी – स्वत:च ती व्यक्ती आहोत आणि अर्थाचे स्रोत आहोत, हे समजून घेण्यासाठी – काळातलं आपलं अस्तित्व आपण जाणून घेण्याची गरज आहे.

पण सामान्य परिस्थितीमध्ये, सातत्याची – आपल्या स्वत:च्या इतिहासाची – जाणीव आपल्या मेंदूच्याच रचनेमध्ये खोलवर कोरलेली असते आणि मेंदूला ज्ञान/माहिती पुरवणाऱ्या पेशींच्या अतिसूक्ष्म कार्यपद्धतीमध्ये (neuronal circuitry) ती कोरलेली असते. प्रत्येक व्यक्तीचं विशिष्ट (आणि एकमेव) कथानक चेतापेशी (neurons) आणि एकमेकींना जोडलेल्या पेशीं (nervecells/synapses)मध्ये नक्षीकामासारखं (tracery) कोरलेलं असतं आणि त्यांच्यामधल्या विशिष्ट जोडण्या आणि त्या कथानकांमधील बदलांचे प्रकार – त्यांना आपण 'स्पष्टीकरण' (interpretation) आणि 'पुनरावृत्ती' म्हणतो – हेसुद्धा मनाच्या 'भौतिक वेगाशी' (material dynamics) जोडलेलं असल्याचं दिसतं. प्रत्येक व्यक्तीच्या ज्ञान/माहिती पुरवणाऱ्या पेशींचं जाळं (neuronal network) अनुभवाच्या उद्दीपनामुळे, त्याचे स्वत:चे संबंध (connections) आणि रेखांकनं विकसित करतं. अखेरीस मेंदू स्वत:च्या कल्पना आणि प्रतिमांचा संग्रह तयार करतो, संवेदनात्मक ज्ञान न होतासुद्धा, तो त्याकडे 'पाहू' शकतो आणि नव्या रीतीनं पुन्हा त्या एकत्र करू शकतो. उदाहरणार्थ, झोपेमध्ये हेच होतं. जाग आल्यावर आपण विचार करतो, तेव्हा आपण काही आठवणी काढतो किंवा त्यावर विचार करतो, जुन्या अनुभवांचा पुनर्विचार करतो किंवा त्यांच्याकडे नव्या नजरेनं पाहतो किंवा कदाचित जुन्या आकलनाची नवी संगती लावतो, त्याबद्दल तर्क करतो किंवा काही सिद्धान्त मांडतो. अशी लवचिक प्रतिसादाची आणि बदलाची क्षमता मेंदूकडे असल्यामुळे काही मज्जासंस्थाशास्त्रज्ञ तिला मेंदूची 'आत्मकविता' (autopoiesis) किंवा काव्यमय

---

८. ऑलिव्हर सॅक्स, *'द लॉस्ट मरिनर'*, इन सॅक्स, *'द मॅन हू मिस्टूक हिज वाइफ फॉर अ हॅट : ॲन्ड अदर क्लिनिकल टेल्स'* (टचस्टोन, १९९८), पृष्ठ-३०.

आत्मनिर्मिती म्हणू लागले. आठवणींची नोंद, त्यांची निवड, मज्जासंस्थेची शोधकता, स्थैर्य आणि स्थितिस्थापकता यांचा संयोग यामुळे पुढे जाणारं आपल्या आयुष्याचं कथन किंवा काव्य अनुभवणं नक्कीच मनोरंजक आहे.

स्वत:ला ओळखण्याची आणि स्वत:च्या आठवणी जागवण्याची क्षमता असण्या व्यतिरिक्त, आपण न अनुभवलेल्या आणि आपण अस्तित्वात येण्याआधीच्या भूतकाळाची कल्पना करण्याची क्षमता आपल्याकडे असते. दुसऱ्या शब्दांत सांगायचं, तर ऐतिहासिक आणि अमूर्त काळाची कल्पना आपण करू शकतो. साठवलेल्या आठवणींचा विचार करण्याची क्षमता मेंदूकडे असल्यामुळेच, कदाचित असं होत असावं, त्यातूनच शेवटी अधिकच अमूर्त मार्गांची रेखांकनं आणि नेटवर्क तयार होतं. यात शरीर विज्ञानाच्या ज्या काही कार्यपद्धती गुंतलेल्या असतील, पण इतर प्राण्यांना शक्य नसलेलं हे कौशल्य आहे, हे निश्चित. त्याचा प्रभाव आपल्या आकलनाच्या विस्तृत क्षेत्रांवर आणि आपल्या शरीरविज्ञानविषयक नसला, तरी आपल्या सांस्कृतिक विकासाच्या स्वरूपावर आणि उत्क्रांतीवर होतो.

वर्तमान क्षणाव्यतिरिक्त काळाची संकल्पना हे नक्कीच शून्यमनस्कतेचं सुरुवातीचं पाऊल मानायला हवं. 'भूत' आणि 'भविष्य' यांच्या आकलनात आपण जिचं अस्तित्व गृहीत धरतो, ती प्रत्यक्ष दिसणारी वास्तवता आपल्यासमोर नसते; पण आपण जे पाहू शकतो, ज्याचा गंध घेऊ शकतो, जे ऐकू शकतो त्यापासून वेगळं होणं, ही विचाराची प्राथमिक अट असते – निदान प्रतीकात्मक विचाराची. तो तत्काळ संवेदनावाहक आकलनाच्या विरुद्ध असतो. आपल्याला विचार करायचा असेल तर – संवेदनावाहक माहितीऐवजी प्रतीकांचा योग्य वापर करायचा असेल तर – आपण जे भौतिक आणि कालिक भोवतालात बुडालेले असतो, त्यातून बाहेर यावं लागेल. मज्जातंतूशास्त्राच्या निष्कर्षावरून असं दिसतं की, भाषेच्या विकासासाठी काळाची शिस्त (order) थोडीफार समजणं महत्त्वाचं आहे आणि मुलानं भाषा शिकायला सुरुवात करण्यापूर्वी घटना आणि त्यांचा क्रम या संकल्पना त्याच्या मनात पक्क्या रुजलेल्या असाव्यात. शब्द आणि वाक्याचे घटक हे दोन्ही क्रमाक्रमानं उलगडत जातात. सारखे ध्वनी असलेल्या शब्दांची उकल आणि त्यांची वाक्यातली तर्कशुद्ध जागा कळण्यासाठी, मुलाचं मन भोवतालच्या वर्तमानापासून थोडा वेळ तरी दूर राहायला हवं.

म्हणजे काळाची कल्पना येण्याची क्षमता असणं, हा विचाराचा महत्त्वाचा घटक आहे, पण जाणण्याची क्रिया हीच कालिक नियमांवर अवलंबून असते. आपले विचार सहजपणे भरारी घेतात किंवा त्यांचा वेग काळाच्या वेगापेक्षाही जास्त आहे, असं आपल्याला कितीही वाटलं, तरी आपल्या बौद्धिक कार्यप्रणाली जैविक तत्त्वानुसार (biological materiality) चालतात आणि त्यांना खरी कालमर्यादा

असते, तसंच काळाची विस्तारित मध्यंतरं किंवा कालखंड समजून घेण्याच्या बाबतीतसुद्धा असतं. 'आठवलेला वर्तमानकाळ' सूत्रबद्ध करण्यासाठी एक – सहस्त्रांश सेकंद लागत असेल, तर छोट्या-छोट्या आठवणींचं दीर्घकालीन स्मरणात रूपांतर करण्यासाठी खूप बौद्धिक ताण सहन करणं आणि दीर्घ मध्यंतरं आवश्यक आहेत, कारण या काळात मेंदू नवी-नवी माहिती दीर्घकाळासाठी आत्मसात करण्यात गढलेला असतो. मेंदूकडे ज्ञान/माहिती पोहोचवणाऱ्या आणि ती तिथून इतरत्र पोहोचवणाऱ्या पेशी चेतवाव्या लागतात. नवीन जोडण्या बनवण्यासाठी, काही चेताप्रेषक द्रव्यं निर्माण करावी लागतात आणि तद्नंतर रूपांतर होण्यासाठी ती मेंदूमधून प्रवाहित करावी लागतात. 'मेंदूच्या कार्यप्रणालीचा' विचार करणारा कुणीही हे मान्य करेल की, एकाग्रतेनं विचार करण्यासाठी केवळ वेळच लागतो असं नाही, तर शक्तीही आवश्यक असते. लोकांकडे त्यांची स्वत:ची चयापचय शक्ती असते, तशी मेंदूंनासुद्धा त्यांची स्वत:ची तालबद्धता असू शकते. विसाव्या शतकाच्या आरंभी जी.एच. हार्डी या इंग्लिश गणितज्ञानं स्पष्टच सांगितलं की, तो खऱ्या अर्थानं निर्मितीचं काम (creative work) दररोज चारच तास करू शकत असे. उरलेल्या वेळात तो मजेत क्रिकेट खेळत असे. आइनस्टाइननं जे प्रचंड प्रयत्न केले, त्या काळात त्याला दररोज किमान दहा तासांच्या झोपेची गरज असे. एका सुप्रसिद्ध लेखिकेच्या लक्षात आलं की, ती नव्वद मिनिटंच काम करू शके आणि अशा दर नव्वद मिनिटांनंतर तिचा मेंदू काम करायचं थांबवत असे, जणू कुणीतरी त्याचं बटण बंद करत असे.

विचार करणं, लक्ष देणं, आकलन या गोष्टी कधीकधी आपल्याकडून इतक्या नकळत होतात की, त्यांना काही मर्यादा किंवा नियम आहेत, असं वाटत नाही. आणि तरी आपण आपली मनं एका विशिष्ट वेगाच्या किंवा कालमर्यादेच्या पुढे ढकलण्याचा प्रयत्न केला, तर त्यांच्या विद्युत-मंडलांत (circuits) विकृती निर्माण होईल आणि त्यांचं प्राथमिक कार्यही थांबेल. पुढे भविष्यात, आपण आपल्या अनुभवांचं परिष्करण करण्यासाठी वेळ दिला नाही आणि आपल्या तात्कालिक आकलनांना आठवणींचं स्वरूप दिलं नाहीतर आपला मेंदू – काही संशोधक तर्क करतात त्याप्रमाणे – खरोखरच विस्कळित होईल आणि त्याची रेखांकनं 'वर-वरची' ठरतील, त्याची सुसंगतता आणि अनुभव घेण्याची क्षमता नाहीशी होईल. एका प्रयोगात UCLAमधील संशोधकांना असं आठवलं की, त्यांनी त्यांच्या प्रयोगात सहभागी असलेल्या लोकांना एकदम दोन कामं करायला सांगितली – खरं तर, वेगानं विचार करायला आणि लक्ष द्यायला सांगितलं – तेव्हा त्यांच्या मेंदूंनी 'माहिती साठवणाऱ्या आणि आठवणाऱ्या हिपोकॅम्पसवरची जबाबदारी 'पुन्हा-पुन्हा तीच कामं करणाऱ्या मेंदूच्या त्या भागावर' टाकून त्यांचं काम पार पाडलं. सहभागी

झालेले लोक तेवढं काम फक्त करू शकले; पण ते काम नक्की काय होतं, हे ते सांगू शकले नाहीत. त्यांनी जी माहिती संपादन केली होती, ती फार सखोलपणे साठवलेली नव्हती आणि तिची लगेच 'वाफ' होऊन गेली.[९] अनेक कामं एकाच वेळी करण्याचं व्यसन असलेल्या पुनर्वसित माणसाच्या कबुली-जबाबाशी संबंधित एका निबंधामध्ये वॉल्टर कर्न (Kirn) म्हणतो की, 'दृश्यांच्या प्रक्रिया आणि शारीरिक समन्वय साधण्यात विशेष भूमिका पार पाडून बौद्धिक संतुलनाची कार्यं करतात त्या मेंदूच्या प्रदेशांना शक्ती प्रदान करतात आणि त्याच वेळी स्मरणशक्ती आणि ज्ञानग्रहणाशी संबंधित मेंदूच्या उच्च प्रतीच्या प्रदेशापेक्षा ते कमी दर्जाचे आहेत असं दिसतं.'[१०]

आपली काळाची संकल्पना – वर्तमानातले क्षण, भूत आणि भविष्य त्यांच्यामधले संबंध (links) आणि खंड (discontnuities) – ही मुळात आपल्या स्वत:च्या आकलनाच्या साधनांनी निर्माण होते आणि अद्‌भुत अशा अंतर्गत यंत्रणेमध्ये नोंदवली जाते. तिच्यामुळेच आपल्याला जगाचं भान येतं आणि आपण काहीतरी करायला उद्युक्त होतो. बौद्धिक प्रक्रियांचा लवचिकपणा आणि चापल्य हे लक्षणीय असतं, पण त्या सर्वांना मज्जासंस्थेशी संबंधित असे त्यांचे निकष असतात आणि वेगही असतो. कार्याची किंवा अर्थाची हानी झाल्याशिवाय तो वेग वाढवता येत नाही. एखादी ध्वनिमुद्रिका प्रमाणाबाहेर वेगानं वाजवण्याचा प्रयत्न केला, तर येणाऱ्या आवाजांना माधुर्य नसेल आणि ते संगीतही नसेल. आपण जर भिंतीमध्ये एखादा खिळा जोरजोरात ठोकू लागलो, तर आपली बोटं ठेचली जातील; पण आपलं काम मात्र होणार नाही.

हा आणखी एक विरोधाभास काळामुळे (Chronos) आपल्या बाबतीत घडतो : मेंदूच्या क्षेत्रात शरीरातल्या प्रमाणेच, प्रत्येक मिनिटाचा कमाल उपयोग करून घेण्याचा आपण प्रयत्न केला, तर त्याचा आपल्याला काहीच उपयोग होत नसतो. त्या बाबतीतसुद्धा, आपण काळाला पुरेसा वेळ दिला नाही, तर आपलं खास असं मानवी आकलन आणि बौद्धिक सामर्थ्य या बाबतीत आपण कमी पडू. इतकंच नाही, तर त्याबद्दलची आपली आस्थाही नाहीशी होईल.

★

***मानवी मन***

---

९. वॉल्टर कर्न, *'दि ऑटम ऑफ द मल्टिटास्कर्स,'* अटलांटिक मंथली, (नोव्हेंबर, २००७) पृष्ठ-७२.

१०. वॉल्टर कर्न, *'दि ऑटम ऑफ द मल्टिटास्कर्स,'* अटलांटिक मंथली, (नोव्हेंबर, २००७) पृष्ठे ६६-७५.

आपण जसे पूर्णपणे जैविक प्राणी नाही, तशी आपली बोधावस्थाही पूर्ण नाही. शरीरापासून किंवा आपल्या इतर भागांपासून ती वेगळी करता येत नाही. गुंतागुंतीच्या संवेदनांचं आणि भावनिक प्रतिसादाचं भांडार, गाडलेल्या आठवणी आणि अंतर्गत संघर्ष आपल्या मनामध्ये – ज्याला इंग्लिशमध्ये psyche म्हणतात – नसतं, तर आपण केवळ – किंवा पूर्णपणे – तर्कदुष्टपणे वाद घालणारे प्राणीच झालो असतो; पण आपण तसे नाही. आपल्याला मेंदू आहेत, पण ते शरीरात आहेत. आपल्याला मनं आहेत, पण ती आत्मनिष्ठसुद्धा आहेत. आणि या आत्मनिष्ठतेच्या अनुभवानंच आपण थेटपणे आणि पूर्णपणे अनुभव घेतो. आपल्याला जाणवलेल्या संवेदनांमुळे आपल्याला समजतं की, आपण नुसतीच शरीरं नाही किंवा मनं नाही, तर व्यक्ती आहोत आणि आपल्यामध्ये असलेल्या चैतन्यामुळे जे काय घडतं, त्याचं आपल्याला महत्त्व असतं, त्यामुळेच आपल्या व्यक्तिगत आयुष्यांना इतरांशी संयोग (valence) साधता येतो आणि महत्त्व प्राप्त होतं, त्यामुळेच आपण आभासमय नसून, विशिष्ट व्यक्ती आहोत, हे आपल्याला समजतं.

अर्थात, आपल्या व्यक्तित्वाच्या या भागांमधील भेद हे बऱ्याच प्रमाणात कृत्रिम आहेत. आपले विचार अगदी व्यक्तिभावविरहित असते, तर ते निरर्थक ठरले असते. आपल्या शारीरिक जाणिवा आत्म्यातून आणि मनातून झिरपल्या नसत्या, तर त्या मूक आणि पाशवी राहिल्या असत्या. दखल घेण्यायोग्य बोधावस्था आणि ढोंग, मेंदू आणि संवेदना (feelings), मेंदूमध्ये आणि तिथून इतरत्र पोहोचवणाऱ्या पेशींच्या मार्गांनी आलेली माहिती आणि वासना (passions) यांच्यामध्ये निश्चित असे काय संबंध आहेत, हासुद्धा सध्याच्या काळात सखोल शास्त्रीय संशोधनाचा विषय झाला आहे. अन्टोनिओ दमॅसियो, ख्यातनाम मज्जा-जीवशास्त्रज्ञ आणि इतरांनी असं सुचवलंय की, मेंदू आणि शरीर यांतील संवेदनांचा प्रवास पूर्ण झाला की, भावना जाग्या (feedback loops) होतात, जशी आपली मनं बाहेरच्या घटनांचं पृथक्करण करतात आणि प्रतिक्रिया व्यक्त करतात किंवा घटनांच्या प्रतिमा मनात कल्पिल्या जातात किंवा आपली मनं सहज प्रवृत्तीनं किंवा बाह्य उद्दीपनानं आपल्या शरीरांच्या प्रतिक्रियांना (भांडण, उड्डाण, पोटातील खळबळ, हृदयाची धडधड...) आवर घालतात आणि त्यांना संदर्भ पुरवतात आणि भावनेचं अधिकच बदललेलं पोत निर्माण होतं.[११] दुसऱ्या शब्दांत, दखल घेण्याजोगे अपाय – 'द लॉस्ट मरीनर'मध्ये वर्णन केल्याप्रमाणे झालेला स्मरणशक्तीचा ऱ्हास-बोधन (cognition) आणि आत्मनिष्ठता यांच्या परस्परसंबंधांवर प्रकाश टाकतात. मेंदूच्या भागांना इजा पोहोचते,

---

११. अँटोनिओ दार्मेसिओ, *'द फीलिंग ऑफ वॉट हॅपन्स : बॉडी इमोशन अँन्ड द मेकिंग ऑफ कॉन्शसनेस'* (हाइनमन, २०००).

तेव्हा आपली थोडीशी आत्मनिष्ठता, विशेषत: आपलं व्यक्तिमत्त्व कमी होतं किंवा नाहीसं होतं.

आपले दृष्टिकोन प्राथमिक वस्तुस्थितीबद्दलचं आपलं आकलन आणि जगाशी असलेले आपले व्यवहार, हे आपल्या आंतरिक आयुष्यांनी अटळपणे बदलले जातात – आणि काळाशी असलेले आपले व्यवहारही याला अपवाद नाहीत. आपलं कालिकतेचं भान सर्वांत प्रथम मेंदूमध्ये नोंदवलं जात असावं आणि त्यातूनच ते उपजतं; पण आपला काळाचा खरा अनुभव, त्याच्या वेगाचं आपल्याला झालेलं ज्ञान आणि त्याची मर्यादा (duration) यांना ठळकपणे जाणवणारी मानसशास्त्रीय किंवा भावनिक बाजू असते. आपण जवळपास सगळेच घड्याळाची वेळ सांगू शकतो, तासांचं मिनिटांमध्ये मिनिटांचं सेकंदांमध्ये विभाजन करू शकतो; पण अनुभवाच्या वेळेचा निश्चित असा काळ कधीच सांगता येत नाही. तो अधिकच विलक्षण, संवेदनेनं भरलेला आणि सुखदु:खाच्या संयोगांनी ओतप्रोत असा असतो. ज्या अनुभवाचे गुणधर्म आणि पोत वैज्ञानिकदृष्ट्या अजूनही कळू शकले नाहीत, असा 'क्वालिया' (qualia) – ही संज्ञा शास्त्रज्ञांनीच दिली आहे – त्याच्यासोबत असतो. आत्मनिष्ठ सापेक्षतेची मूलभूत तत्त्वं आपण सगळेच जाणतो. आपण गमतीजमती करतो, तेव्हा वेळ भर्रकन निघून जातो. महत्त्वाची बातमी ऐकण्यासाठी आपण अधीर झालेले असतो, तेव्हा मात्र वेळ संपता – संपत नाही. आपली अंतर्गत घड्याळं (chronos) शुभसूचक किंवा धोक्याचा इशारा देणारी असल्याचं आपल्याला जाणवू शकतं. मिनिटा-मिनिटाला ती नाचू शकतात किंवा जड अंत:करणानं चालतात. एका क्षणात भूतकाळ आपल्यासमोर उभा करतात किंवा सध्याच्या वर्तमानापासून कल्पनेतल्या भविष्याकडे झेप घेऊ शकतात किंवा कुठल्याही दिशेनं भरकटू शकतात.

पण अशा बदलत्या अवस्थांव्यतिरिक्त आपल्यापैकी कित्येक जण काळाच्याबद्दल अधिक सखोल, अधिक वैशिष्ट्यपूर्ण दृष्टिकोन ठेवतात. अशा दृष्टिकोनांना आणि आकलनांना कालिक स्वभाव (temporal temperament) म्हणता येईल. आपल्यापैकी काही जणांना काळाचं सतत भान असतं. इतर जण वर-वर तरी काळाकडे दुर्लक्ष करतात. काही जण उतावीळपणे जगतात. काळाकडे ते असं पाहतात की, जणू त्यानं त्यांना सुखद गोष्टींचंच आश्वासन दिलंय. इतर काही जण विनाशाच्याच भीतीनं भविष्याचा विचार करतात किंवा डोळे घट्ट मिटूनच घेतात. काहींना वक्तशीरपणाचा ध्यास असतो, तर दुसरे कुणी नेहमीच बेफिकीरपणे, उशीर करतात. फ्रान्झ काफ्कानं त्याचा कालिक स्वभाव अतिशय स्पष्टपणे या शब्दांत व्यक्त केला : 'जगाच्या अंताविषयी (Day of Judgement) आपल्याला बोलणं शक्य आहे, ते केवळ आपल्या काळाच्या संकल्पनेमुळे. खरं तर सतत सत्र चालू

असलेलं, ताबडतोब शिक्षा देण्यासाठी (Summary Court) स्थापन झालेलं.'[१२] ते न्यायालय आहे.

अंतर्गत काळातील भावनांचे चढ-उतार (inflections) म्हणजे 'क्वालिया' असं सुचवतात की, कालिकता आपल्या व्यक्तिमत्त्वांच्या आणि आपल्या स्वत:च्या इतर पैलूंशी खोलवर जोडलेले असतात. आपलं काळाचं भान (किंवा आपलं कालिक भान) संपूर्णपणे आपल्या डोक्यांतून आकाराला येत नाही. आपल्या 'स्व'च्या सर्व पैलूंप्रमाणे, काळालाही विकासाची आणि ज्ञानाची आवश्यकता असते. एका पातळीवर, आवश्यक असलेला विकास बोधनात्मक (cognitive) कार्यप्रणालीशी संबंधित असतो. मेंदूच्या यंत्रणेमध्ये, मज्जातंतूंच्या जोडांना काही प्रमाणात स्थिरता आणि आठवणी साठवण्यासाठी गुंतागुंत आणि विस्तारित काळाचं भान येणं आवश्यक असतं. अनुभवाच्या पातळीवर कालिक मध्यंतरांची समजसुद्धा हळूहळू वाढत जाते, छोट्या मुलांच्या अनौपचारिक निरीक्षणातसुद्धा हे कळू शकतं. 'तास' म्हणजे काय, हे अगदी छोट्या मुलाला माहीत नसतं. प्रत्येक क्षणात ते मूल पूर्णपणे बुडालेलं असतं. काळ वाहतोय याची त्याला मुळीच जाणीव नसते. किती वेळ गेलाय, हे न कळताच तेवढ्याच उत्स्फूर्तपणे ते मूल खेळ सोडूनही देतं. थोड्याशा मोठ्या मुलाला 'तास' किती मोठा असतो, हे समजू शकतं आणि तो कधी संपेल, हे अधीरपणे विचारू शकतं; पण तरी, मोठ्या आणि कंटाळवाण्या दुपारी अशी किती मध्यंतरं असतात, हे त्याला सांगता येणार नाही.

मुलांच्या बाबतीत काळाच्या आकलनाच्या विकासाच्या अतिशय पद्धतशीर अभ्यासाचे प्रयत्न विसाव्या शतकाच्या आरंभी बोधनात्मक मानसशास्त्रज्ञ जीन पिअॅगेटनं केले. बाटल्यांमध्ये पाणी भरतानाची आणि त्या रिकाम्या करतानाची चित्रं मुलांना दाखवून, त्या क्रिया क्रमानं (temporal series) सांगण्याचा प्रयत्न करायला त्यानं सुचवलं, तेव्हा काळाच्या आकलनाचे अनेक टप्पे 'संवेदनकारक टप्प्या'पासून (sensor-motor phase) – ज्या काळात मूल त्याच्या पर्यावरणात पूर्णपणे बुडालेलं असतं आणि कालानुक्रमाचं वर्गीकरण (temporal order) करण्याची क्षमता त्याच्यामध्ये नसते – ते 'काम करण्याच्या प्रगत' टप्प्यापर्यंत, जेव्हा कालमर्यादेच्या वस्तुनिष्ठ गणनेच्या संदर्भात मूल घटनांचा क्रम लावू शकतं –म्हणजे, 'अमूर्त काळाची कल्पना' करू शकतं, तिथपर्यंतचे टप्पे पिअॅगेटच्या लक्षात आले.[१३]

---

१२. फ्रान्झ काफ्का, *'रिफ्लेक्शन्स ऑन सिन, पेन, होप अॅन्ड द टू वे'*, इन द ग्रेट वॉल ऑफ चायना, अनु. विला म्यूर आणि एडविन म्यूर (शॉकन, १९४६).

१३. जीन पिअॅगेट, *'द चाइल्ड्स कन्सेप्शन ऑफ टाइम'* (रूटलेज, २००६).

पिॲगेटनं हे महत्त्वपूर्ण काम केल्यामुळे, इतर टप्पे आणि अपूर्व गोष्टींची नोंद काळाच्या आकलनाच्या विकासात झाली आहे. नाडीचं कंपन आणि ताल यांच्याद्वारे मुलांना सर्वप्रथम काळाची जाणीव होते, हे स्पष्टच आहे. (इथेसुद्धा वेगच महत्त्वाचा आहे.) हार्मोन्समधील घटकांच्या प्रभावामुळे, कदाचित पौगंडावस्थेतील मुलांच्या काळविषयक आकलनात खूप चंचलता दिसून येते. इतकी की, आपल्या हाताशी खूप म्हणजे खूपच वेळ आहे इथपासून; आता कशासाठीच वेळ नाही इथपर्यंत (कदाचित ही मुलं पौगंडावस्थेत आहेत, हे आपल्याला माहीत असतं.). पिॲगेटचं काम सांस्कृतिक दृष्टीनं केलेलं आहे. ते सार्वत्रिक वर्णन नाही, म्हणून त्यावर टीका झाली आहे. हे टीकाकार म्हणतात की, या पृथ्वीवरचे फारसे नागरिक काळाचा विचार असा तार्किकतेनं किंवा शून्यमनस्कतेनं करत नाहीत. पण त्यांनी असा विचार केला, तरी कालमापनाची त्यांची क्षमता अधिक भावनावशतेनं आणि कदाचित शरीरविज्ञान शास्त्रीय दृष्टीनं, कालिकतेचं काल्पनिक आकलन – अशा प्रकारे काळाला आपण आकार देतो, ते अधिक आत्मनिष्ठ आणि व्यक्तिगत अनुभवाच्या इतर परिणामांशी संबंधित असतात.

मनोविश्लेषणाच्या क्षेत्रात अंतर्गत काळ आणि त्याच्या आकाराचा शोध अतिशय समरसून घेतला गेला आहे आणि तिथेच आपण जगलेल्या कालिक अनुभवाचं उगमस्थान आणि घटनेच्या (formation) संबंधी उपयुक्त माहिती आपल्याला मिळू शकते. याचा अर्थ असा नाही की, मनोविश्लेषणानं सवयीनुसार काळाचा विचार थेटपणे केला आहे. मुख्यतः निदान आत्तापर्यंत तरी, त्यानं तसं केलं नाही; पण काळ आणि कालातीतता यांचे प्रश्न मनोविश्लेषणात्मक सिद्धान्तामध्ये झिरपतात आणि त्यात ते खोलवर रुजलेले आहेत. मनोविश्लेषणाचा एक व्यासंगी अभ्यासक, ॲड्रियन जॉन्स्टन यानं तर असंही सूचित केलंय की, 'मनोविश्लेषण हे मुळातच कालिकतेशी असलेल्या व्यक्तीच्या नात्याचं तात्त्विक अंतरंग दर्शन घडवतं.'[१४]

वस्तुनिष्ठ काळाची जाण आपल्यासाठी अत्यावश्यक आहे. तसंच आपल्या आंतरिक जगामध्ये भावनांच्या सामग्रीतून काळाची रचना होते. या गोष्टी कालगणनाशास्त्राचे किंवा मोजता येणाऱ्या बाह्य काळाचे नियम क्वचितच पाळतात, हे मनोविश्लेषण आणि ज्ञानाशी संबंधित क्षेत्रांचं फार मोठं योगदान आहे. फ्रॉईडचं एक पायाभूत गृहीतक (hypothesis) आहे की, मानवी मनाच्या (psyche) काही भागांमध्ये – सुप्त मनामध्ये किंवा आपल्या अव्यक्त तीव्र इच्छा आणि कल्पनांच्या भांडारात, म्हणजे इदम (id)मध्ये काळ कधीच अस्तित्वात नसतो : 'अवकाश आणि काळ

---

१४. ॲड्रियन जॉन्स्टन, *'टाइम ड्रिव्हन : मेटॅसायकॉलजी ॲन्ड द स्प्लिटिंग ऑफ द ड्राव्ह्'* (नॉर्थवेस्टर्न युनिव्हर्सिटी प्रेस, २००५), पृष्ठ-३.

या आपल्या मानसिक क्रियांसाठी आवश्यक रचना (forms) आहेत, या तत्त्वज्ञांच्या प्रतिपादनाला इदम (id)मध्ये अपवाद आहे, हे पाहून आम्हाला आश्चर्य वाटलं,' असं फ्रॉईडनं 'द स्ट्रक्चर ऑफ दि अन्कॉन्शस'मध्ये म्हटलं आहे. 'इदम'मध्ये काळाच्या कल्पनेशी साधर्म्य असलेली कुठलीच कल्पना नाही, काळाच्या वहनाला मान्यता नाही आणि (अतिशय वैशिष्ट्यपूर्ण गोष्ट अशी कीं, ज्यावर तत्त्वज्ञांनी पुरेसं लक्ष देणं आवश्यक आहे.) काळाच्या प्रवाहीपणामुळे मानसिक क्रियांमध्ये काही बदल होत नाही.'[१५]

ज्या स्फोटामुळे विश्वनिर्मिती झाली असं काही शास्त्रज्ञ (Cosmologists) मानतात, तो स्फोट (Big Bang) होण्यापूर्वी विश्वाची अवस्था कशी होती, याबद्दल असलेल्या तर्कांशी त्याचं साम्य शोधण्याचा मोह टाळणं अवघड आहे. विविध शक्तींचं वर्तन अकल्पनीय पूर्व-कालापासून (pre-time) कसं होतं, याबद्दल उत्पत्तीशास्त्रज्ञ जसे निष्कर्ष काढतात. तसं सुप्त मनाच्या कालातीततेबद्दल फ्रॉईडनं स्वत:च्या आणि त्याच्या रुग्णांच्या स्वप्नं आणि कल्पनांच्या आधारे गृहीतक मांडलं. त्यात तो म्हणतो की, मूळ (unmodified) इदमचे आशय हे थेटपणे व्यक्त केले जातात. दोघांच्याही मानसिक प्रक्रिया काळाचे नियम आणि सरळमार्गी (linear) प्रवास नाकारतात, असं त्याचं निरीक्षण आहे. काही मिनिटांचं स्वप्न पाहिलं, तरी त्यात खूप वेळ गेला, असं आपल्याला वाटतं. इतर उदाहरणांमध्ये, स्वप्नांचा काळ इतका कमी होतो की, अनुक्रमाचा तर्क कोलमडलाय, असं वाटतं. वर्तमानकाळ आणि भूतकाळ उलट-सुलट होतात किंवा इतके एकरूप होतात की, त्या दोन्हीच्या मध्ये काही काळ गेलाच नाही, असं वाटतं. कल्पनांच्या राज्यात आपल्या सगळ्या इच्छा-आकांक्षा अगदी सहज आणि तात्काळ पूर्ण होतात. दोन्हींच्या बाबतीत खूप जुन्या कल्पनाही पृष्ठभागावर येतात, जणू त्या ताज्याच होत्या आणि जुन्या-नव्यांची सरमिसळ होते, जणू ते कालच घडलंय. रात्रीच्या दृश्यात मृत्यूचा विचार मनातून हद्दपार केला जातो, कारण मृत व्यक्ती जिवंत होतात आणि दिवा-स्वप्नात आपल्याला कधी म्हातारपण येत नाही.

सुप्त मनाचे असे संकेत नि:संशयपणे आपल्या खोलवर रुजलेल्या आणि कुरवाळलेल्या आशा-आकांक्षा दर्शवतात. त्या पूर्ण झाल्याशिवाय काळ ओसरू नये आणि आपण कधी मरू नये. खरं तर, त्यांचा अर्थ असा आहे की, आपण वेळेपूर्वी मरू नये; पण त्या काळात आपण नक्की जगत असतो आणि जगातल्या इतर कशापेक्षाही काळच आपल्या इच्छा दडपून टाकतो. म्हणून मुलानं त्याच्याशी जुळवून घेणं शिकायला हवं, स्वत:ला कालिक नियमांमध्ये बसवून घ्यायला हवं,

---

१५. सिग्मंड फ्रॉईड, *'द स्ट्रक्चर ऑफ अन्कॉन्शस'* इन फ्रॉईड, ॲन आउटलाइन ऑफ सायकोअनॅलिसिस अनु. जेम्स स्ट्रॅचे (डब्ल्यू. डब्ल्यू. नॉर्टन, १९४९).

कारण ते त्याच्या पर्यावरणातच असतं.

मनोविश्लेषणात्मक निरीक्षणामध्ये आणि अनुमानामध्ये, असं जुळवून घेणं केवळ आत्मभान वाढल्यामुळेच शक्य होतं असं नाही, तर मुलाच्या निकटवर्तीयांशी असलेल्या नात्यांद्वारे आणि त्याच्या स्वत:च्या सहज प्रेरणा आणि इच्छांद्वारे असं घडत असतं. मूल सुरुवातीला अभिन्नत्व (undifferentiated) असलेल्या कालातीत अवस्थेत अस्तित्वात असतं आणि अगदी आरंभाची काळाची घटना (moulding) जवळच्यांशी असलेल्या सहवासातूनच शक्य होते. मूल ज्या प्रकारे हाताळलं जातं, खेळवलं जातं आणि शारीरिकदृष्ट्या संतुष्ट असतं, त्यामुळे हे शक्य होतं. आई-वडिलांच्या प्रेमळ शब्दांनी आणि नजरेनं हे शक्य होतं. त्याची काळजी घेणाऱ्यांच्या हावभावांनी आणि मृदू बोलण्यानं हे होऊ शकतं. मुलाला सर्वांत आधी तालबद्ध ध्वनी समजतात आणि त्याला खेळवताना, गाणं गुणगुणताना प्रौढ माणसं मुद्दामच तालबद्ध शब्द पुन्हा-पुन्हा उच्चारतात. प्रौढांच्या हालचाली सतत शांतपणे होत असतील, तर भांबावलेल्या मुलाला त्याच्या ग्रहणक्षम मनाला ते निश्चितच कळेल. घरातली प्रौढ माणसं नेहमीच घाईत किंवा अस्वस्थ असतील, तर त्याचा मुलाच्या स्वत:च्या क्रियांवर, संवेदनक्षम मनावर आणि अंतर्गत वाढीवर परिणाम होणारच.

पण काळाचं (आणि स्वत:चं) आणखी स्वायत्त भान येण्यासाठी आपलं स्वतंत्र अस्तित्व मुलानं विकसित करायला हवं. स्वत:चा नुकताच जन्म झाला असल्यानं शरीर आणि मनाचं समाधान विकसित करायला हवं. स्वत:च्या सहज प्रेरणांचं समाधान लांबवण्याची मुळातली क्षमता आणि आपल्या स्वत:च्या मर्यादेमध्ये, इतर कुणी जवळपास नसताना, सुरक्षित वाटण्याची क्षमता असणं आवश्यक आहे. आई नजरेसमोरून दूर गेल्यावर मूल रडतं, कारण ती समोर नसण्याचं काही कारण त्या क्षणी असेल, असं त्याला अजून बहुतेक माहीत नसतं. आई पुन्हा समोर दिसेल, असं वाटत नसतं. त्याला काही खाण्याची इच्छा झाली, तर ते रडून त्याची मागणी करतं ते लगेच मिळावं म्हणून आणि अर्थातच, शारीरिक गरजांवर ते आत्मसंयम ठेवू शकत नसतं.

हळूहळू मात्र ते मूल आपली काळजी घेणारी व्यक्ती जास्त वेळ समोर नसली, तरी ते सहन करायला लागतं, कारण आई किंवा वडील नक्कीच परत येतील, हे त्याला माहीत व्हायला लागतं. बाह्य काळाच्या तालाशी जुळवून घेण्यासाठी आवश्यक असलेली शारीरिक शिस्तही ते अंगी बाणवतं. उदाहरणार्थ, भूक लागेल तेव्हा-तेव्हा खाण्यापेक्षा ठरावीक वेळेलाच खावं आणि मल-मूत्र विसर्जनावर नियंत्रण ठेवावं, हे त्याला शिकवलं जातं. म्हणजेच आपल्या इच्छा पूर्ण होणार नसल्या, तर येणारं नैराश्य काही काळ आपण स्वीकारायला हवं, हे ते शिकतं; पण हेही त्याला कळायला लागतं की, त्या इच्छा साधारणपणे काही काळानंतर – काही

काळ उलटल्यावर पूर्ण होतील.

मुलाच्या वर्तनाचं निरीक्षण असलेल्या एका प्रसिद्ध लेखात, छोटा नातू त्याच्या बाबागाडीतून एक खेळणं वारंवार बाहेर फेकतो, तेव्हा तो जर्मन भाषेत *'fort'* म्हणजे 'गेलं' असं म्हणतो. मग त्या खेळण्याची दोरी पकडून ते खेळणं पुन्हा बाबागाडीमध्ये फेकताना 'हे पाहा!' या अर्थाचा *'da'* हा जर्मन शब्द उच्चारतो, असं वर्णन फ्रॉईड करतो. हा *'fort-da'* खेळ, म्हणजे त्या मुलानं नुकसान सहन करण्याचा किंवा त्याची आई समोर नसणं सहन करण्याचा, 'जाणं' आणि 'पुन्हा येणं' अशा अर्थाच्या प्रतीकात्मक हालचालींद्वारे केलेला प्रयत्न आहे, असं फ्रॉईड म्हणतो; पण हा खेळ म्हणजे एका मुलानं काळ आणि त्याच्या वहनाला काबूत ठेवण्याचा किंवा त्याला स्वत:च्या नियंत्रणात ठेवण्याचासुद्धा प्रयोग आहे.

अशा प्रतीकात्मक तडजोडींद्वारे आणि मज्जासंस्थेच्या विकासाद्वारे, ते मूल स्वत:चं इतरांपासून वेगळेपण काही वेळ सहन करायला लागतं – किंवा उलट, काळाची दीर्घ मध्यंतरं सहन करण्याचा प्रयत्न करतं. खोलवर परिणाम करणाऱ्या अशा धड्यांतून बाह्य काळ शेवटी एक वस्तू म्हणून अस्तित्वात येतो. त्याचं हे वहन अनुभवता आणि स्वीकारता येतं, हे समजायला हवं. कारण एका अर्थानं, इच्छा आणि तिची पूर्तता – किंवा नैराश्य – यांच्या दरम्यान काळाच्या वहनाशिवाय काहीच घडत नसतं. मुलाला बक्षीस मिळावं असं वाटलं किंवा ते मोठं झाल्यावर सुटी मिळावी असं वाटलं, तरी ती मिळेपर्यंत मध्यंतरी जाणारा काळ त्याला सहन करावाच लागतो. नंतर ते मूल परीक्षेमुळे काळजीत पडलं, ती लवकर होऊन जावी, असं वाटलं, तरी मध्यंतरीचा काळ त्याला सहन करावाच लागतो.

सामान्य परिस्थितीमध्ये एखादा तरुण बाह्य काळाचं योग्य मूल्यमापन अधिक वास्तववादी विचारांनी करायला शिकेल आणि जेवढा काळ त्याला उपलब्ध असेल, त्याप्रमाणे तो त्याच्या कामाचं नियोजन करेल. एखादा शाळकरी मुलगा कितीही रागीट किंवा हट्टी असल तरी त्याला हे माहीत असतं की, गृहपाठासाठी दिवसातला काही वेळ तरी राखून ठेवावाच लागेल. आपण आज ज्या सांस्कृतिक वातावरणात राहतोय, तिथे वक्तशीरपणाला फार महत्त्व आहे, म्हणून आपणही हे शिकलं पाहिजे की, आपल्याला कुठे पोहोचायला उशीर व्हायला नको असेल, तर आपण लवकर तयार होऊन वेळेच्या आत निघायला हवं. यामध्ये दुसऱ्यांच्या वेळा पाळण्यासाठी स्वत:ला जुळवून घेण्याचा समंजसपणाही आपण ठेवायला हवा. मग ते आपल्या इच्छा-आकांक्षांशी जमत नसलं तरी हरकत नाही. आपल्याला ती वेळ सांभाळावी लागेल किंवा शाळेत वेळेवर जावं लागेल किंवा ऑफिसला वेळेवर पोहोचावं लागेल. अगदी तसं 'करावंसं वाटलं नाही' तरी. हा शिस्तीचा भाग झाला (वक्तशीरपणा पाळणाऱ्या संस्कृतीमध्ये); पण शिवाय, दुसऱ्यांच्या स्वायत्त अस्तित्वाचा आदर

राखण्यासाठीसुद्धा हे आवश्यक आहे. कधीकधी (किंवा नेहमीच) त्यांच्या आवडी-निवडींशी आपण जुळवून घ्यायला हवं. अगदी आपल्या आवडी-निवडी बाजूला ठेवूनसुद्धा. यासाठी आपण समाजात आणि कालिक जगात राहतो, ही जाणीव असायला हवी आणि आपल्या बाहेर असलेल्या वस्तुस्थितीशी जमवून घ्यायला हवं.

वास्तववाद इतर सर्व गोष्टींप्रमाणे किंवा इतर सर्व गोष्टींपेक्षाही जास्त हा कालिक वास्तववाद आहे आणि असं वाटतं की, तो साध्य करण्यासाठी काळाच्या जाणिवेपेक्षाही जास्त वेगळा करणं आणि फरक करणं या महत्त्वाच्या गोष्टी आहेत. काळाची रचना (structure) करणं, हे प्रगल्भता आल्याचं एक लक्षण आहे : त्याचे निकष, मोजमाप आणि मर्यादा ओळखणं, हेही. त्याला समजून (exfoliation) घेत असताना, काळविषयीचा वास्तववादी दृष्टिकोन ठेवणं, म्हणजे चोवीस तासांची मर्यादा समजून घेणंच केवळ नव्हे, तर प्रदीर्घ काळ आणि मध्यंतरं समजून घेणं आणि ते स्वीकारणं होय. कित्येक वार्षिक चक्रांमधून आपली आयुष्यं गेल्यावर, एक वर्ष म्हणजे काय आणि त्यात किती काळ असतो, याचं आंतरिक (internalised) ज्ञान आपल्याला होतं. आपली आणि इतरांची प्रगती वेगवेगळ्या वयांत आणि अवस्थांमध्ये तपासून पाहिल्यानंतर आपल्याला मानवी आयुष्याच्या परिघाचं आणि मर्यादेचं अधिक स्पष्ट ज्ञान होतं. प्रदीर्घ पल्ल्याच्या नियोजनाला महत्त्व देणाऱ्या संस्कृतींमध्ये केवळ दिवस किंवा ऋतूंचंच आकारमान यांचे आलेख तयार करण्याची नव्हे, तर आयुष्यातील प्रगतीच्या टप्प्यांचे किंवा करिअरचे आलेख तयार करण्याची क्षमता काही लोकांना प्राप्त होते.

Existence in Time : Development or Catastrophe? या निबंधात मनोविश्लेषक डेव्हिड बेल म्हणतो की, 'आपलं या काळात अस्तित्व आहे, हे जाणवणं, ही एक महत्त्वाची विकासविषयक उपलब्धी आहे.'[१६] सगळं काही व्यवस्थित असेल, तर ही अपेक्षा करता येते पण मानसिक विकास होण्याच्या प्रक्रियेत काही अडथळे आले, तर काय होईल? विशेषतः सुरुवातीच्या महत्त्वाच्या अवस्थांमध्ये? आपण अशी कल्पना करू, हे अगदीच असंभाव्य नाही; पण असं गृहीत धरू की, काहीतरी कारणामुळे एका मुलाला त्याच्या आईपासून अधूनमधून दूर राहणं असह्य होतं आणि एकटा असताना तो भयंकर बेचैन होतो (त्याची आई बराच काळ त्याला भेटतच नाही किंवा त्या उलट, त्याला एकाकी असल्यासारखं वाटू नये, म्हणून त्याला सोडून ती कुठेच गेली नाही.). आपण असं समजू की,

---

१६. डेव्हिड बेल, *'एक्झिस्टन्स इन टाइम : डेव्हलपमेंट ऑर कॅटॅस्ट्रफी?'*, इन रोझिन जोझेफ पेरेलबर्ग, संपादित; *'टाइम अॅन्ड मेमरी : द पॉवर ऑफ द रिपिटिशन कम्पल्शन'* (कॉर्नग्र, २००७), पृष्ठे ६५-८४, पृष्ठ-६५ वर.

अशी बेचैनी त्याच्या नंतरच्या आयुष्यातही कायम राहिली. त्याच्या सुप्त मनात आणि बदलत्या स्वरूपात आणि त्या व्यक्तीला त्या बेचैनीचं कारण पूर्णपणे कळतही नसेल. अशा व्यक्तीला काळाची विपर्यस्त जाणीव होऊ लागते – किंवा काळाची जाणीव ती व्यक्ती पूर्णपणे धुडकावूनही लावू शकते. घराबाहेर पडण्याची धास्ती वाटणारी माणसं असतात, हे आपल्या सगळ्यांनाच ठाऊक असतं. घरट्यामधून बाहेर पडणं, म्हणजे जणू काही सुरक्षा कवचातून बाहेर फेकलं जाण्यासारखं त्यांना वाटत असतं. पार्टीचा कटू शेवट होईपर्यंत किंवा तिथून हाकलून दिलं जाईपर्यंत थांबणारेही असतात – जणू त्यांना इतरांच्या उबदार सहवासात कायम राहावंसं वाटतं. आणखी असेही लोक असतात, ते पार्टी अर्धवट सोडून जातात. जणू त्यांना दुसऱ्यांच्या सहवासात फार वेळ राहण्याची भीती वाटत असते किंवा इतरांच्या आक्रमक जवळिकीमुळे घुसमटल्यासारखं होतं (त्यांना मानसिकदृष्ट्या ती आक्रमणं धोकादायक वाटतात.).

मानसशास्त्रीय वर्तनाचं कारण (aetiology) हे नेहमी अर्थातच खास आणि गुंतागुंतीचं असतं; पण यातला मुख्य मुद्दा असा की, आपलं काळाचं भान (orientation) हे इतरांविषयीच्या भानात खोलवर गुंतलेलं असतं. इतरांपेक्षा एखादी व्यक्ती फारशी वेगळी नसेल, तर ती पाण्यात पोहावी, तशी काळात पोहते आणि त्यात सीमारेषा किंवा सातत्य (sequence) नसतं. तिचं सहजीवन काही मर्यादेपर्यंत एकमेकांत मिसळलेलं असतं. एखाद्या मुलाला त्याच्या जवळच्या व्यक्तींकडून थोडंसंही स्वातंत्र्य मिळालेलं नसेल, तर ते मूल मोठं झाल्यावर त्याचं काळावर नियंत्रण असल्याची जाणीव त्याला नसू शकते किंवा ते हाताळण्याची क्षमताही नसते. अशा मानसिक स्वरूपात, काळ हा कुणा एकाचा नसतो. जी व्यक्ती नकळत इतरांशी एकरूप झाली असेल, ती त्यांच्या इशाऱ्याप्रमाणे वागते. त्यांच्या इच्छेप्रमाणे स्वतःच्या योजना आणि कार्यक्रम बदलत राहते. नाहीतर दुसऱ्यांच्या इच्छेला बळी पडलेलं मूल स्वतः सर्वशक्तिशाली असल्याच्या कल्पनेमध्ये अडकून पडतं. नंतर, या व्यक्तीला वक्तशीर राहणं जमत नाही, कारण त्याला दुसऱ्यांच्या इच्छा आणि गरजा पूर्ण कराव्या लागतात. बाह्य काळाशी पूर्णपणे जुळवून घेण्याच्या सवयीमुळे काही मानसशास्त्रीय वैशिष्ट्यं असलेल्या लोकांमध्ये संताप किंवा अस्वस्थता निर्माण होते.

दुसऱ्या अगदी विरुद्ध बाजूला लहानपणापासून खूप शिस्तीत वाढलेली व्यक्ती असते – उदाहरणार्थ, शारीरिक हालचालींवरचं नियंत्रण किंवा मूल रडायला लागलं, तरी त्याचं सांत्वन किंवा त्याला मदत न करणं, असा त्याचा स्वभाव बनतो. अशी व्यक्ती टोकाचं स्वयंनियंत्रण ठेवून स्वत्व जपते आणि इतरांनाही कडक शिस्त लावण्याचा प्रयत्न करते. या प्रकारची माणसं आताशा फारशी दिसत नाहीत. कदाचित मुलांच्या संगोपनाच्या पद्धती सौम्य आणि प्रेमळ झाल्या, हे त्याचं कारण

असेल; पण अशी व्यक्तिरेखा साहित्यात मात्र आढळते. थॉमस मॅनच्या *Buddenbrooks*मधील कुटुंबप्रमुख अशी आज्ञा देतो की, रात्रीचं जेवण दररोज ठरावीक मिनिटालाच वाढलं पाहिजे. हा विद्वान लेखक तपशिलांमागून तपशील देतो; पण कथानक पुढे सरकतच नाही किंवा आपल्या योजना कधी बदलू न शकणारा किंवा मोकळेपणानं खेळात न रमणारा, कुणाच्या भावनांना न जुमानणारा, 'नियंत्रण ठेवण्याचा ध्यास' असणारा असा हा माणूस आहे. अशा व्यक्तीच्या दृष्टीनं काळाचं विभाजन ठरावीक घटकांमध्ये होत असतं आणि काळ मात्र ठरल्याप्रमाणे, कंटाळवाण्या लयीत पुढे जात असतो.

मनोविश्लेषणात्मक वाङ्मयामध्ये मज्जाविकार – कालबाधित रुग्णांच्या वर्तनाच्या खूप वेगवेगळ्या कथा आहेत. अशी एक कथा, Making Time : Killing Timeमध्ये पॉल विल्यम्स नेहमी उशिरा येणाऱ्या एका रुग्णाबद्दल सांगतो की, तिचा 'असा समज झालाय की, तिची आई आणि मी तिला सोडून देऊ इच्छितोय'. या विश्लेषकाचं यावर स्पष्टीकरण असं की, 'मला वाट पाहायला लावून आणि मी इथेच आहे, हे दिसल्यावर तिला मी सोडून देऊ इच्छित नाहीय. तिच्या आईचं आयुष्य आणि माझंही, तिच्या आयुष्यापासून स्वतंत्र आहे, हे तिला मान्य नाही; पण तिच्या भावना तिनं नाकारल्याचं मात्र ती मान्य करते.'[१७]

अधिक वाईट अवस्था असलेल्या रुग्णांच्या बाबतीत आत्मनिष्ठता आणि बाह्य काळ यांच्यातील संबंध पूर्णपणे बिघडलेले असतात. क्लिनिकल नैराश्यामध्ये, अतिशय वाईट परिस्थितीत काळ थबकलेला असतो. बदलही नसतो आणि सुधारणाही (stasis) नसते. रुग्णाची अशी खात्री पटलेली असते की, ही त्रासदायक अवस्था अशीच कायम राहणार आहे. काहीच बदल होणार नाही. अशा अवस्थांची Phenomenology अतिशय व्यवस्थित आणि परिणामकारकरीतीनं बऱ्याच वैयक्तिक माहितीत दिलेली असते. अधिक संख्याशास्त्रीय दृष्टिकोन असं दाखवतात की, 'साधारण उदास असलेल्या रुग्णाला कालमर्यादेचा अंदाज व्यक्त करताना, काळ हा नेहमीपेक्षा दुप्पट हळू वाहतो, असा अनुभव येतो.'[१८]

वेड लागलेल्या अवस्थेत उलट, काळ इतक्या वेगानं वाहतो की, रात्र आणि दिवस कोलमडतात – या अवस्थेतले लोक मध्यरात्री फोन करतात, असं आपण

---

१७. पॉल विल्यम्स *'मेकिंग टाइम, किलिंग टाइम,'* इन पेरेलबर्ग, संपादित, *टाइम अ‍ॅन्ड मेमरी,* पृष्ठे ४७-६४, पृष्ठ-५२ वर.

१८. मॅथ्यू आर. ब्रूम, *'सफरिंग अ‍ॅन्ड इटर्नल रिकरन्स ऑफ द सेम : द न्यूरोसायन्स, सायकोपॅथॉलजी अ‍ॅन्ड फिलॉसफी ऑफ टाइम,'* फिलॉसफी, सायकियॅट्री अ‍ॅन्ड सायकॉलजी, खंड १२, अंक ३ (२००५) पृष्ठे १८७-१९४.

ऐकतो – आणि इतक्या वेगानं ते बोलतात की, शब्द एकमेकांवर कोसळतात. वाक्यं आणि त्यांचे अर्थ यांची टक्कर होते. मानसिकदृष्ट्या गंभीर आजारी (psychotic) असलेल्यांच्या विचारांमध्ये अखंडता, अनुक्रम आणि एककालीनता (continuity, succession & simultaneity) यांचं प्राथमिक तर्कशास्त्रही पाळलं जात नाही. कारण काळ त्यांच्यासाठी आण्विक मिश्रणासारखा (nuclear fusion) एकदम दबलेला (compressed) असतो. स्किझोफ्रेनियामध्ये रुग्ण हा स्वत:च्या कालिक कोषामध्ये बंदिस्त असल्यामुळे काळाची मोजपट्टी संपूर्णपणे नाहीशी झालेली असते. स्किझोफ्रेनियाच्या एका केसमध्ये, अनेक महिन्यांच्या उपचारानंतर, एकच दिवस झालाय आणि एक दिवस म्हणजे फक्त काही मिनिटंच, असं त्या रुग्णाला वाटत होतं. तर काहींना, काळ मागे-मागे चाललाय, असं कधीकधी वाटत होतं किंवा त्याचा प्रवाह अक्षरश: थांबलाय, असा समज झाला होता, कारण त्याच्या आकलनामध्ये काळाचे कणा-कणांसारखे खंड पडले होते.

I felt a Cleaving in my Mind
As if my Brain had split –
I tried to match it – Seam by Seam –
But could not make them fit.
The Thought behind, I strove to join
Unto the thought before –
But Sequence ravelled out of Sound
Like Balls – upon a Floor.

अशाप्रकारे एकोणिसाव्या शतकातली अमेरिकन कवयित्री एमिली डिकिन्सन त्यांचं असह्य दु:ख वर्णन करते. कदाचित ती स्वत:च तिच्या मनाच्या अशा मूलगामी अवस्थेशी येऊन पोहोचली असावी.

मानसिक वेदना काळ विस्कळित करून टाकतो, त्याचा वेग आणि त्याची सापेक्षता (proportion) बिघडून टाकतो. काळाच्या त्रिदलात्मक (tripartite) अभिजात रचनेनुसार, मानसिक आजारांचे कालिक प्रकार (temporal typology) कुणी कल्पू शकलं, तर त्यांचं विभाजन भूत, वर्तमान आणि भविष्याच्या अस्वस्थतेमध्ये करता येईल.

मनोविश्लेषणात्मक लिखाणामध्ये, भविष्यातील अस्वस्थता, या अव्यक्त क्षमता आणि बदलांविषयीच्या काळज्यांमधूनच बऱ्याचशा दिसतात – मुख्यत्वेकरून काळाच्या प्रवासाबद्दलची एक प्रकारची भीती. ही भीती बाहेरून जाणवलेल्या काळज्यांमुळेच असते असं नाही, 'भविष्यात काय वाढून ठेवलंय,' अशा प्रकारची काळजी नाही

– भयंकर संकट आणणाऱ्या घटना किंवा दुर्दैव – पण अंतर्गत घटनांमुळे गेलेला आत्मविश्वास, त्यामुळेही ती असते. काही लोक मनात असलेल्या भीतीपोटी काळाचा प्रवाह नाकारतात. कदाचित लैंगिक संबंध प्रस्थापित करण्याच्या किंवा साधे संबंधसुद्धा *(tout court)* किंवा आपले कल्पनेतले 'आदर्श आई-वडील' आणि त्यांच्याकडून मिळणारं संरक्षण कुणाला सोडून द्यावंसं वाटत नाही, अशा लोकांबद्दल मनोविश्लेषणात्मक अभ्यास पुष्कळ झालेला आहे. काही केसेसमध्ये दुसऱ्या मनाशी चाललेल्या संघर्षामुळे काही जण बदल नाकारतात. बाह्य काळाची जाणीव आणि आपल्या मनाच्या कोषात (psychic retreats) दडून बसणं, यात अशा व्यक्तीची घालमेल होत असते. आपण मनाच्या कोषात दडून बसलो की, जगाला बाहेर ठेवून आपल्याला संरक्षण मिळतं (आणि जी काय मानसिक किंमत पडेल ती देऊन.) आणि कालातीत स्थितिस्थापकता मिळाल्याचा भ्रमही टिकवता येतो. बाह्य काळ आणि बदल पूर्णपणे नाकारले, तर तर्कबुद्धी टिकवता येत नाही, अशा विचारप्रणालीत ती व्यक्ती अडकली की, तिला नैराश्य यायला लागतं किंवा मनोविकार जडू लागतात.

अव्यक्त सामर्थ्य हा अज्ञाताचा एक प्रकार आहे आणि म्हणून ते मान्य करण्यासाठी अनिश्चितता स्वीकारावी लागते आणि धोकाही – हानी होण्याचा धोकासुद्धा. भविष्याच्या कल्पनेसोबत विशिष्ट घडणीचं ज्ञान (formative knowledge) येतं आणि ते अनिश्चित असतं. ते ज्ञान म्हणजे आपण आणि आपल्या प्रिय व्यक्ती मरणार आहेत. ती अपरिहार्य निष्पत्ती, हा नक्कीच शेवटचा धोका असतो आणि तो भविष्यातल्या भयाचा अंतिम उगम असतो. इथे मात्र, मनोविश्लेषण सगळ्या गोष्टी गुंतागुंतीच्या करतं. मृत्यूच्या भीती व्यतिरिक्त, त्याच्या इच्छेचाही त्यात समावेश करतं. या सूत्रबद्ध मांडणीमध्ये इच्छेपासूनच भीती जन्माला येऊ शकते. फ्रॉईड आणि नंतरचे भाष्यकार आपल्याला असं सांगतात की, मृत्यूची इच्छा, हीसुद्धा एका अर्थानं बदलाला विरोधच असतो आणि गुंता आणखी वाढतो. संघर्ष आणि पुढे होणारे बदल आणि अस्तित्वाच्या कमी त्रासदायक परिस्थितीकडे परत मागे जाणं (reversion) – आयुष्य मिळण्यापूर्वीची आणि आयुष्य संपल्यानंतरची अ-जागृतावस्था (non-consciousness) आणि विश्रांती, या सर्वांपासून सुटकेची कल्पना अशा इच्छेच्या मुळाशी असते. काळासोबत जगणं, म्हणजे आशा-निराशेच्या, आश्वासनाच्या, संघर्षाच्या आणि हानीच्या अटी स्वीकारणं. काळाला आत्मनिष्ठपणे थोपवण्याचा एकमेव मार्ग, म्हणजे 'उलटवण्यासारख्या चयापचयाला विराम' (reversible metabolic cessation) – 'मानसिक समानता' (psychic equivalence) साध्य करणं – भावनात्मक स्थितिस्थापकतेची आणि मृत्युसदृश स्थिती, जी नैराश्यात आणि काळ नाकारण्याच्या अवस्थांमध्ये येते. अव्यक्त सामर्थ्याच्या,

भविष्यकाळाच्या अडथळ्यांपासून दूर पळणं, म्हणजे आयुष्यातल्या धडपडींपासून दूर पळणं आणि हानीच्या जाणिवेद्वारे आणि ती शक्यता नेहमीच असते – काळाचं भान आणि त्याची पुढेच जाण्याची प्रवृत्ती (directionality) विचलित झालेल्या मनाकडे परत येते, असं मनोविश्लेषक आपल्याला सांगतात.

मानवी मनाचं भूतकाळाशी असलेलं नातं स्पष्ट करताना – काळाचा तो खरोखरी अस्तित्वात असलेला पैलू – मनोविश्लेषण त्याचं अंतरंगही अगदी सविस्तरपणे विशद करतं. एका अर्थानं, मनोविश्लेषणाची सुरुवात स्मरणशक्तीचा सिद्धान्त आणि त्याचं असमाधान म्हणून झाली. फ्रॉईडचा एक महत्त्वाचा सिद्धान्त त्याच्यामधूनच त्याच्या विचारांना चालना मिळाली, तो असा होता की, स्मरणशक्ती जशी आहे असं वाटतं, तशी नेहमीच नसते. आपल्याला आपल्या स्वत:च्या भूतकाळाबद्दल जे आठवतं, ते फक्त काही प्रमाणात किंवा मुळीच नाही, सत्य घटनेशी संबंधित असतं आणि आठवणींचे असेही प्रकार असतात, ज्यांची आपल्याला स्पष्ट जाणीव नसते; पण तरी ते आपल्या मनात इतर स्वरूपात अस्तित्वात असतात आणि त्यांचा आपल्यावर खूप प्रभाव असतो – कधीकधी तो प्रभाव इतका जास्त असतो की, तो सहजपणे जाणवत नाही. 'फेफरं येणाऱ्या माणसांना आठवणींचाच मुख्य त्रास असतो,' फ्रॉईडचं हे प्रसिद्ध मत आहे म्हणजे त्याला असं म्हणायचं होतं की, फेफऱ्याची लक्षणं (अवयवांना होणारा पक्षाघात, बोलण्याची असमर्थता वगैरे.) ही खरं तर भूतकाळात घडलेल्या घटनांची किंवा सुचलेल्या विलक्षण कल्पनांची अभिव्यक्ती आणि त्यामुळे अतिशय अस्वस्थ झालेला रुग्ण ते स्पष्टपणे तेव्हा सांगू शकला नाही. लक्षणं ही एका अर्थानं, दडपलेल्या आठवणींचा आविष्कार असतात – विसर पडलाय, असं वाटणाऱ्या भूतकाळासाठी ती लक्षणं महत्त्वाचं सूचन करतात.

आठवणी दडपून टाकण्यानं काळाचा प्रवाह आणि त्याच्या स्मरणात एक प्रकारचा अडथळा निर्माण होतो. भूतकाळ आणि वर्तमानकाळादरम्यानच्या – आणि उलट – अंतर्गत घटना विस्कळित करणाऱ्या डावपेचांसाठी मनोविश्लेषणात्मक साहित्यातून काही संज्ञांचा समूह आपल्याला मिळतो : एखाद्या व्यक्तीबद्दल 'अनावर ओढ' (fixation) 'पुनरावृत्ती' (repetition) 'जबरदस्ती' (compulsion) 'परागती' (regression) या सर्व कारणांमुळे काळातील एखाद्या दु:खद क्षणी मानवी मन थबकल्यासारखं होतं किंवा भूतकाळात अनुभवलेल्या पराकोटीच्या दडपणाला प्रतिसाद देतं. एखाद्या व्यक्तीला लहान वयात जबरदस्त मानसिक धक्का बसल्याचा अनुभव आला असेल, तर ती सुन्न होते – तो क्षण पुन्हा-पुन्हा आला, तर त्या अनुभवानं : अस्वस्थता, संताप, अतिरेकी लैंगिकता. अशा व्यक्तीला पुन्हा-पुन्हा त्या आठवणी येतात किंवा त्यांच्या नकळत उल्लेखानंही ती आठवण जागी होते, जणू मध्यंतरी काही काळ गेलाच नाही किंवा दुसरी कुठली घटना घडलीच नाही.

पुन्हा-पुन्हा घडणाऱ्या जबरदस्तीमुळे अशी लक्षणं (syndromes) वाढली, तर ध्वनिमुद्रिकेवर अडकलेल्या सुईमुळे जसे तेच आवाज पुन्हा-पुन्हा ऐकू येतात, तशी कालिकता त्या अनुभवाला चिकटून बसते. मन व्यापून टाकणाऱ्या जबरदस्तीमुळे आलेल्या विकृतीमध्ये (Compulsive – obsessive disorders) त्या पुनरावृत्तीशिवाय दुसरी कुठली गोष्ट असू शकते, अशी कल्पनाच रुग्ण करू शकत नाही किंवा अंतर्गत संघर्षाच्या दडपणाखाली रुग्ण पुन्हा पूर्वीच्या अनुभवाकडे जाऊ शकतो, प्रतिसादाचे आणि भावनांचे बालिश प्रकार त्याच्या वागण्यात दिसतात. काळाची दिशा अक्षरशः मागे वळते आणि तो रुग्ण स्वतःच्या भूतकाळात सक्रियपणे निघून जातो.

मज्जासंस्थेतील विकृती (neurosis) मुळेच दुःखद भूतकाळाची कधीकधी तीव्रतेनं आठवण येते. पराकोटीच्या परिस्थितीमुळेही ती येऊ शकते. भयानक संकटाच्या परिणाम स्वरूप किंवा प्रौढपणी बसलेल्या मानसिक धक्क्यामुळेही येते. बालपणी बसलेला असा धक्का कालांतरानं जाणवत नाही, कारण भूतकाळ गोठलेला असतो; पण असंही जास्तीत जास्त लक्षात आलंय की, नंतरच्या आयुष्यातला प्रचंड भयाचा क्षण तेवढ्यापुरताच टिकतो. संपूर्ण विनाशाच्या परिस्थितीतूनही जे वाचले; त्यांचा अभ्यास केला असता, असा अनुभव त्यांना पुन्हा-पुन्हा येतो : ज्यांनी ते भय अनुभवलं त्यांच्या दृष्टीनं खरं पाहता; भयंकर धोक्याच्या किंवा हानीच्या क्षणीच काळ थांबतो. बरीच जणं दुःस्वप्नांनी झपाटलेली असतात. त्यांना घाबरवून सोडणारे ते प्रसंग पुन्हा-पुन्हा स्पष्टपणे त्यांच्या डोळ्यांसमोर येतात. इतरांना भीतीमुळे वर्तमान पांढराफटक झाल्यासारखं वाटतं, कारण भूतकाळ त्यांचा सतत पाठलाग करत असतो.

भविष्यकाळसुद्धा भय निर्माण करणारा असू शकतो. भूतकाळाचं दडपण मानवी मनावर खूपच असतं किंवा भासमान दृश्यं सतत दिसत असतात; पण वर्तमानाचे असे काही विकार असू शकतात का? विचारांची मालिका सुरू झाली की, 'वर्तमानात जगणं' ही इच्छित गोष्ट समजली जाते. स्वातंत्र्याचा आग्रह धरणं आणि सुख मिळवण्याचा अधिकार प्राप्त करणं, हे ओघानंच आलं; पण बरेचदा वर्तमानातल्या काळाच्या संकोचामुळे (contraction) मानसिक धोक्याचा किंवा परमावधीच्या दुःखाचा इशारा मिळतो. दस्तोवेस्कीला बंदुकधारी पोलिसांसमोर जेव्हा नेलं, अर्थातच ठार करण्यासाठी; त्या क्षणाचा अनुभव त्यानं एकाग्रतेनं घेतला. तेव्हा त्याला तो क्षण त्याच्या आयुष्यातला सर्वोच्च श्रीमंतीचा क्षण वाटला. प्रत्येक क्षण परिपूर्ण असून त्याचा आनंद घ्यायचा, असं त्यानं तेव्हापासून ठरवलं; पण अपरिमित धोक्याच्या टोचणीशिवाय ती उत्कंठा तो जास्त काळ टिकवू शकला नाही. कॉन्सन्ट्रेशन कॅम्प्समधल्या कैद्यांसाठी वर्तमानकाळ जवळ आणणं, ही शरीरालाच कैद होती, असं नाहीतर एक प्रकारच्या काळाचीही कैद होती. त्यांच्यासाठी भूतकाळ हा क्रूरपणे त्यांच्यापासून छाटून टाकलेला होता. तो परत येण्याची आशा नव्हती.

संभाव्य मृत्युदंडामुळे भविष्यकाळाचा संक्षेप झाला होता. कालिक तुरुंगवासातून सुटका दोन्ही दिशांनी अशक्य झाली होती. 'वर्तमानात जगणं' हा सुटकेचा प्रकार नव्हता, तर भयप्रद मानसिक तुरुंगवासाचा प्रकार होता.

पण गेल्या काही दशकांमध्ये निरीक्षकांनी सबंध शरीरावरच परिणाम करणाऱ्या विकारांकडे लक्ष द्यायला आणि त्यांची नोंद घ्यायला सुरुवात केली आहे. त्या विकारांची लक्षणं अतिरेकी दोषांकडे नव्हे, तर काही व्यापक सांस्कृतिक प्रवृत्ती आणि मूल्यं यांच्यावर प्रकाश टाकतात. संदिग्ध व्यक्तिमत्त्व विकार (borderline personality disorder – BPD) असं म्हटलं जाणाऱ्या या लक्षण-समूहाच्या बाबतीत विशेषत: हे खरं आहे – हा असा विकार आहे, त्याच्या सध्याच्या स्वरूपाचं (पण क्वचित दिसणाऱ्या पूर्वेतिहासाचं.) निदान १९६०च्या सुमारास होऊ लागलं आणि तेव्हापासून ते इतकं प्रचलित झालं की, ती जवळपास प्रमाणित (normative) मानसशास्त्रीय किंवा सांस्कृतिक शैलीच बनली आहे. असं संदिग्ध व्यक्तिमत्त्व सर्वप्रथम मनोविश्लेषकांनी ओळखून त्याचं वर्णन करणं आवश्यक असतं. अशा रुग्णांच्या अंतर्गत प्रकृतीचा सुप्त मनाच्या पारंपरिक वर्गवारीशी (id, ego, super ego) संबंध नसतो आणि त्यांची आत्मनिष्ठा स्थिर किंवा सततच्या अंतर्गत रचनांशी कधीच जोडलेली नसते. त्या ऐवजी, अशा रुग्णांची आत्मनिष्ठा मुळातच विस्कळित आणि तुटक-तुटक असते. स्वत:च्या सहज प्रेरणांवर किंवा त्यांच्या अनुभवांच्या आकलनावर ते नियंत्रण ठेवू शकत नाहीत. काळाशी असलेले त्यांचे व्यवहारही तेवढेच अव्यवस्थित असतात. स्वभावत:च असे लोक एका घटनेकडून दुसऱ्या घटनेकडे किंवा एका व्यक्तीकडून दुसऱ्या व्यक्तीकडे वाहत जातात किंवा घसरतात, दर वेळी नव्या विचाराकडे, छंदाकडे – आनंदाकडे वळतात – कुठल्या संदर्भाशिवाय किंवा कारणाशिवाय किंवा कारण नसताना कशालाही महत्त्व देतात. त्यांनी काय केलंय किंवा का केलंय, हे अशा BPD रुग्णांना आठवत नाही. त्यांना कशाचा कशाशी 'कालिक संबंध' (temporal trajectory) जोडता येत नाही. मनोविश्लेषणात्मक सिद्धान्तवादी थॉमस फुक्सनं (Thomas Fuchs) केलेल्या वर्णनात, हे रुग्ण 'काही सांगताना ते अर्धवट सोडतात,' 'भूतकाळ आणि भविष्यकाळात आणि बोलण्यातही सुसंगतता, वाक्यातली सांधे जोड, आश्वासन, जबाबदारी आणि अपराधाची जाणीव दाखवत नाहीत' असं तो म्हणतो.[१९] अशा आत्मनिष्ठांच्या बोलण्यामध्ये भूतकाळाची फारशी मोडतोड होत नाही, कारण मुळातच भूतकाळात

---

१९. थॉमस फुक्स, *'फ्रॅगमेन्टेड सेल्व्हज : टेम्परॅलिटी ॲन्ड आयडेन्टिटी इन बॉर्डरलाइन पर्सनॅलिटी डिसऑर्डर'*, सायकोपॅथॉलजी, खंड ४०, अंक ६ (२००७), पृष्ठे ३७९-३८७, पृष्ठ-३७९.

तसं काही घडलेलं नसतं, असं म्हणता येईल.

या अगदी आधुनिक परिस्थितीची यातना तुलनेनं जुन्या प्रकारच्या; आपल्या हातून पूर्वी घडलेल्या कृतीबद्दलच्या अपराधीपणाच्या भावनेतून किंवा सुप्त मनातील स्वत:च्या श्रेष्ठतेच्या (super ego) कल्पनेप्रमाणे वागू शकत नाही, म्हणून निर्माण होत नाही. उलट, BPDचं गोंधळून टाकणारं दु:ख असं की, वेगवेगळे अनुभव एकमेकांपासून पूर्णपणे वेगळे राहतात. स्वत:ला होणाऱ्या संवेदना आणि कळालेले अर्थ यांची संगती कधी लागत नाही. चालू असलेल्या नात्यांना आकार येऊ शकत नाही किंवा ती टिकवता येत नाहीत. माणसांची ओळख सतत तात्पुरती आणि संदिग्ध राहते. दैनंदिन आयुष्यात आणि अनुभवांत स्वत:ची ओळखही अनिश्चित असते. त्यामध्ये कोर्सेकॉव्हच्या सिन्ड्रोमशी असं मानसिक साम्य आहे. फुक्स लिहितो त्याप्रमाणे, 'काळाच्या अखंडत्वाची हानी जी भूतकाळात आणि भविष्यकाळात पोहोचते ती खोली (depth) नसलेला 'आता' (now) निर्माण करते[२०] आणि तिला व्यक्तिगत अर्थ नसतो.

नार्सिससससारखं सुखासाठी केलेल्या सेवेमुळे आलेलं हे अत्यंत हळव्या मनाचं, दु:ख आहे. यातला विरोधाभास हा क्रूरपणाचा आहे, पण BPDच्या लक्षणांच्या यादीमध्ये एक अगदी ओळखीच्या पात्राचा प्रकार आहे. या सिन्ड्रोमचं प्रकटीकरण भांडवलशाहीच्या नव्या विस्तारलेल्या संस्कृतीमध्ये आलेल्या विकारांशी ते किती समांतर आहे, त्यांच्या अनुभवांचे प्रकार (segmentation) सामूहिक, नीतिमत्तेची पडझड, आपल्या प्रेरणा आणि इच्छापूर्तीच्या समाधानावर भर – या सगळ्यांची नोंद अनेक भाष्यकारांनी घेतली आहे. (*Shopping and Fucking* या मार्क रॅव्हनहिलच्या १९९०च्या दशकातल्या नाटकानं, या युगातलं हे एक अतिशय अर्थपूर्ण असं शीर्षक दिलं असावं आणि हेही लक्षात घेण्यासारखं आहे की, BPDचं निदान झालेले लोक अल्कोहोल आणि ड्रग्जच्या आहारी जातात. या गोष्टी त्यांना अगदी सहज उपलब्ध असतात आणि ताबडतोब समाधान देतात.) आधुनिक जीवनपद्धतीचे तुकडे आणि आपल्या बहुविध, वेगवान, भटक्या संस्कृतींमुळे तुटलेले संबंध – काय होणार आहे, याचा आधीच अंदाज बांधणारा किंवा कदाचित समांतर जाणारा, लवकरच येऊ घातलेला अवधानाच्या अभावाचा विकार (attention deficit disorder – ADD) आणि त्यात आकलनाची आणि कालिक भानाची कमालीची मोडतोड, ही BPDच्या वाढीची कारणं फुक्स स्पष्टपणेच देतो.

---

२०. थॉमस फुक्स, *'फ्रॅगमेन्टेड सेल्व्हज : टेम्परॅलिटी ॲन्ड आयडेन्टिटी इन बॉर्डरलाइन पर्सनॅलिटी डिसऑर्डर'*, सायकोपॅथॉलजी, खंड ४०, अंक ६ (२००७), पृष्ठ-३८६.

दुसऱ्या शब्दात सांगायचं, तर BPDकडे परिस्थितीचे (times) विकार म्हणून पाहिलं जातं आणि काळाचे (time) विकार म्हणूनही; पण BPDचं वर्णन कालिकतेचा रोग म्हणून – तसंच शक्ती (drives) किंवा इच्छांचाही रोग असंही होतं – हा तुलनेनं नवा आहे आणि त्यातून सूचित होणारा अर्थ मनोरंजक आहे. काळाला रोग-परीक्षेच्या श्रेणीमध्ये प्राधान्य देण्यानं इतर मानसिक रोग-निदानशास्त्रात काही उपयोग होतो का? साधारणपणे कालिकतेचा गुंता सोडवणं, हे मानसिक रचनेत बदल झाल्याचं लक्षण मानलं जातं; पण कालिकतेमधील दोष हीच मानसिक अस्वस्थतेची कारणं असतात का? हे दोष हीच कारणं असतात – म्हणजे आपलं काळाचं भान पुरेसं गेलं असेल, तर त्याचा परिणाम म्हणून आपण सुधारूही शकतो आणि वेडही लागू शकतं, असं मानणारे किमान काही निरीक्षक आहेत. काही रासायनिक आणि हार्मोनल असंतुलनामुळे आपल्या जैविक घड्याळांवर होणारे परिणामही नैराश्य आणि अस्वस्थतेला कारणीभूत होतात, याची दखल घेतली गेली आहे. मज्जा-मानसशास्त्रज्ञ किम डॉसनच्या मते कालिक व्यवस्था मोडकळीला येणं, हे 'काळाच्या विविध (मज्जासंस्थेशी संबंधित) प्रतीकांचं एकत्रीकरण करणाऱ्या संबंधांमध्ये' बिघाड होणं हेच आहे आणि असे बिघाड ड्रग्जसारख्या रासायनिक एजंट्समुळे किंवा वार्धक्याच्या सामान्य प्रक्रियेमुळे होतात, असं ही लेखिका सिद्ध करते. यावरून असं सूचित होतं की, मानसिक अस्वस्थता ही पूर्णपणे मानसिक नसते. डॉसन म्हणते त्याप्रमाणे, 'कालिक बिघाडाशी संबंधित असलेल्या सर्व प्रकारच्या मानसिक आजारांमुळे काळ हा महत्त्वाचा रोग-निदान विषयक (aetiological) घटक मानसिक आजाराच्या मुळाशी असतो.'[२१] प्रतिक्रिया कळवणारी यंत्रणा (feedback mechanism) – काळाची रचना आणि आत्मनिष्ठेच्या दरम्यान असते. आपल्या शरीरातील कार्यपद्धतीचे असे अनेक प्रकार असतात. हानी, मृत्यूचा शोक किंवा लहान वयात बसलेला जबरदस्त मानसिक धक्का, यामुळे तो क्षण टाळणं किंवा थोपवून धरणं, असे प्रयत्न होऊ शकतात किंवा कालिकतेची वीण आधीच पुरेशी उसवलेली असेल, तर व्यक्तिगत नातेसंबंधात किंवा एकूणच सांस्कृतिक संबंधात मानसिक संरचना ढासळू शकते. दुःखामुळे सगळाच काळ विस्कळित होतो; पण मुळात काळच विस्कळित झालेला असेल, तर प्रचंड दुःख त्याच्या मागोमाग येऊ शकतं.

★

---

२१. किम ए डॉसन, *'टेम्परल ऑर्गनायझेशन ऑफ द ब्रेन : न्यूरोकॉग्निटिव्ह मेकॅनिझम्स अ‍ॅन्ड क्लिनिकल इंप्लिकेशन्स'*, ब्रेन अ‍ॅन्ड कॉग्निशन, खंड ५४ (२००४), पृष्ठे ७५-९४.

भूत,भविष्य किंवा वर्तमान या काळाच्या तीन परिमाणांपैकी एका परिमाणाकडे कल असणं, हे अधिक सोप्या भाषेमध्ये सांगायचं, तर मानसिक विकार नसून एक प्रकारची स्वाभाविक प्रवृत्ती (temperamental predisposition) किंवा जीवन जगण्याची शैली आहे. एखाद्या परंपरावाद्याला भूतकाळ चांगला वाटतो. त्याचा अभ्यास करावा किंवा तो जतन करावा वाटतो किंवा त्याच्या आठवणीत रमावंसं वाटतं. भविष्यकाळावर नजर ठेवणाऱ्या व्यक्तीला, व्यक्तिगत समृद्धीची आशावादी स्वप्नं पडतात किंवा ती व्यक्ती आदर्श समाजाच्या प्रतिमा निर्माण करते. एखादा आधुनिकतावादी असतो त्याला नाविन्याचं किंवा प्रयोगशीलतेचं महत्त्व असतं, तर कुणाला भावनात्मक संवेदनशीलता असते. वर्ड्सवर्थच्या spots of time प्रमाणे तो आपल्या स्वप्नातच रममाण होतो.

असं असलं, तरी रोगनिदानशास्त्राच्या (pathology) अतिरेकांमुळे सामान्य (normal) गोष्टींचंही कारण समजतं. कालिकतेचे अमर्याद विकार असं सुचवतात की, अंतर्गत काळाचेही काही अलिखित नियम किंवा निकष असतात. ते घड्याळाच्या वेळांच्या नियम आणि नियमनापेक्षा अगदी वेगळे असतात. ताण-तणाव असलेल्या मनाप्रमाणे सामान्य मानवी मनात अंतर्गत कालिकता कालगणनाशास्त्राचं (chronology) तर्कशास्त्र किंवा एकरेषीय (linear) एका दिशेनं जाणाऱ्या बाणाप्रमाणे क्वचितच चालते. उलट, आपण आपल्या हालचालींमध्ये सामाजिक आणि बाह्य काळाच्या मागण्यांनुसार स्वतःला जुळवून घेतो, तेव्हा अंतर्गत काळ अनेक स्तरीय आणि अनेक दिशादर्शक परिसरात (topologies) फिरत असतो – सुरुवातीपासून उघडझाप करत, तीव्र वेगापासून अतिशय सावकाशपणे, गुंडाळत आणि उलगडत, भूतकाळ आणि वर्तमानकाळ एकत्र करत त्याचं आकलनही एकत्र होतं किंवा दूरच्या भविष्यकाळात अतिशय सहजपणे तो उलगडत जातो.

जाणवलेल्या काळासोबत 'क्वालिया' असते. आनंद आणि दुःख हे दोन्ही काळाच्या प्रवाहांबरोबर प्रवास करतात. जॅकस लॅकन हा फ्रेंच मनोविश्लेषण तज्ज्ञ (हसर्लच्याच शैलीत) म्हणतो की, भूतकाळ (retroaction) आणि भविष्यकाळ (anticipation) यांच्या दरम्यान मानवी मनाची सतत ये-जा चालू असते.[२२] पण यांना मानसिक वास्तवात भावना आणि वासना यांच्या शक्तीद्वारे ऊर्जा मिळते. काळाची छोटी-छोटी मध्यंतरं इच्छा आणि तिच्या पूर्ततेमधल्या पोकळीमुळे आत वळतात किंवा पश्चात्ताप किंवा स्वयंमूल्यमापनासाठी मागे वळून पाहिल्यास त्यांचा अंदाज येतो. आपल्या अपेक्षा पूर्ण होतील, असा आत्मविश्वास असला, तर मधला

---

२२. जॅकस लॅकन, *'इक्रिटस : अ सिलेक्शन'* अनु. ॲलन शेरिडन (रूटलेज, १९९०).

काळ शांत (equable) आणि प्रशस्त (spacious) असल्याचा अनुभव आपण घेऊ शकतो. पुढे काय होणार आहे, अशी भीती मनात निर्माण झाली, तर मध्यंतरीच्या मिनिटांमध्ये किंवा तासांमध्ये अस्वस्थता निर्माण होईलच. (आइनस्टाइनच्या विश्वामधल्या अवकाश-काळ यांच्या अखंडतेच्या संकल्पनेचं आपल्या अंतर्गत जगाशी कदाचित साम्य असावं. अवकाश आणि काळ यांच्या कार्यप्रणाली किमान रूपकार्थानं तरी एकमेकींपासून वेगळ्या करता येणार नाहीत.)

आपल्यामधला प्रत्येक क्षण इंद्रियगोचर आणि भावनात्मक दृष्टीनं रचलेला असतो; पण आपण क्षणभंगुर प्राणी नसलो, एखादी गोष्ट करायला नकळत उद्युक्त झालो किंवा ती करतानाच नष्ट झालो तर, झालेले मानसिक बदल (flux) आपण समजून घ्यायला हवेत आणि जाणवलेला भूतकाळ आणि जमलेला वर्तमानकाळ यांचा संबंध लावण्याचीही आपल्याला गरज आहे. जास्त अंतर्मुख झाल्याशिवाय, आत्मपरीक्षण आणि चिंतन केल्याशिवाय हे साध्य करता येणार नाही. सर्वांत महत्त्वाचं म्हणजे, आपल्यामधील अधिक विस्तारित काळाची रचना, भावनात्मक स्मरणशक्तीच्या अनाकलनीय (unpredictable) नेहमीच वाहवत जाणाऱ्या (digressive) कधीकधी निर्हेतुक (involuntary) कार्यप्रणालीद्वारे होत असते. (एका छोट्या केकच्या चवीमुळे प्राऊस्टला त्याच्या इंद्रियांना सुखकारक असा भूतकाळ सविस्तर आठवला आणि त्यातूनच त्याची श्रेष्ठ कलाकृती जन्माला आली. निर्हेतुक स्मरणशक्तीवर त्याचा विश्वास होता, यात काहीच आश्चर्य नाही.) शरीरशास्त्रीय बिघाड किंवा असह्य मानसिक दडपण नसेल, तर स्मरणशक्ती ही अत्युच्च प्रतीची लवचिक स्पष्टीकरणात्मक शक्ती आहे, हे मज्जासंस्थाशास्त्रज्ञ आणि मनोविश्लेषणतज्ज्ञ दोघंही जाणतात. तिच्या अधिक तटस्थ (neutral) आकलन कार्यातसुद्धा – प्रायोगिक आणि मज्जासंस्थेच्या पातळीवरही – अटळपणे निवडक गोष्टीच स्मरणशक्ती साठवून ठेवते. आपल्या जागृत मनात नोंदवलेल्या कितीतरी गोष्टी आपण विसरतो. आपण तसं केलं नाहीतर पाहिलेलं प्रत्येक दृश्य आणि ऐकलेला प्रत्येक आवाज आपल्या मनांमध्ये कोंडून राहील आणि मग पुढे येणारे अनुभव आपल्याला समजूच शकणार नाहीत – बोर्जेसच्या Funes the Memoriousमध्ये हा मुद्दा अधोरेखित केला आहे. प्रत्येक गोष्ट पूर्णपणे लक्षात ठेवणाऱ्याची ही कथा आहे. आपल्या दृष्टीनं फारसं महत्त्व नसलेल्या घटना किंवा नावं आपण विसरतो. ही माहिती मेंदूच्या तळाशी कुठेतरी जाऊन बसते. जागृत मनाच्या पृष्ठभागावर जागा करण्यासाठी कालांतरानं ती पुसून टाकली जाते आणि नवे अनुभव आणि आकलनं तिथे विराजमान होतात.

पण आपल्या सगळ्यांच्याच बाबतीत वेगवेगळ्या रंगांच्या भावनांनी भरलेले आठवणींचे आणि विसरण्याचेही आणखीनच प्रकार आहेत. थोड्याच वेळात आपली

स्मरणशक्ती आपल्याला खास महत्त्वाचे वाटणारे विशिष्ट अनुभवांचे खडे काळाच्या प्रवाहातून वेचून घेते. आपण एखाद्याला दिलेली वाईट वागणूक किंवा आपल्याला फारसं काही महत्त्व वाटत नाही; असा एखादा वार्षिक समारंभ आपण आपल्या मनातून काढून टाकतो. काही प्रसंग मात्र जास्त विचार केल्यामुळे पुन्हा-पुन्हा आठवतात. समाजात आपल्या बाबतीत एखादा अपमानकारक प्रसंग घडला, तर तो क्षण आपण विसरण्याचा प्रयत्न करतो किंवा राग येण्यासारखं काही घडलं, तर सगळा तपशील आपलं मन कुरतडत राहतो (तिनं माझ्याकडे कसं तिरस्कारानं पाहिलं... तिची हिंमत कशी झाली?) किंवा नको तेवढी उत्कंठा वाढवणारे किंवा व्यक्तिगत विजयाचे प्रसंग (नव्या प्रेमप्रकरणातला प्रत्येक अनुभव वारंवार आठवणं, हे प्रेमात पडलेल्या व्यक्तींचं लक्षण त्यांच्या मित्रांना चांगलं माहीत असतं – आणि त्या व्यक्तींनाही!).

दीर्घकाळ टिकणाऱ्या संबंधांमध्येसुद्धा, खऱ्या घटनांशी असलेलं स्मरणशक्तीचं नातं गुंतागुंतीचं असतं. आपण बदलतो, तसं ते नातंही नाट्यपूर्ण रीतीनं किंवा जलदपणे बदलतं. मनोविश्लेषण यासंबंधीसुद्धा अनेक संकल्पना स्पष्ट करतं. फ्रॉईडनं त्यासाठी एक प्रसिद्ध संज्ञा दिली आहे, *Nachtraglichkeit* – म्हणजे 'लांबणीवर टाकलेली कृती,' असं साधारणपणे तिचं भाषांतर केलं जातं. आपल्या मानसिक आयुष्याच्या सुरुवातीचे छंद आणि प्रेरणा यांच्या बाबतीत उशिरा केलेली कृती, असा या संज्ञेचा अर्थ आहे. आणि उलट दिशेनं आधी आलेल्या अनुभवाचा उशिरा कळालेला अर्थ, असाही तो होतो. फ्रॉईड असं म्हणतो की, आपल्या संस्कारक्षम वयात आपण अंतर्मुख होऊन विचार केल्यावर आपल्या आधीच्या अनुभवांना अर्थ प्राप्त होतो; पण बऱ्याच प्रमाणात हेच नंतरच्या अनुभवांच्या बाबतीतही खरं आहे. आपण पुढे-पुढे जगत जातो, पण मागच्या गोष्टी आपल्याला कळत जातात. जसजसे आपल्याला अनुभव येतात किंवा जुन्या घटनांबद्दल नवे दृष्टिकोन तयार होतात, तसतसं, आपण आपलं आकलन कधीकधी विस्तारतो किंवा आपल्या अंतरंगात आपण खोल-खोल जातो, तेव्हा भूतकाळातलं स्पष्टीकरण बदलायला लागतं. आपल्या बालपणाचं एकूणच चित्र आपण नव्या नजरेनं पाहतो, कारण त्याला वेगवेगळे आकार मिळालेले असतात. जी आई आपल्याला कडक शिस्तीची वाटलेली असते, तिच्या तशा वागण्याची कारणं आपल्याला समजतात तेव्हा तिच्याबद्दल आपल्याला खूप सहानुभूती निर्माण होते. आपल्या मित्रानं आपल्याला नाकारल्यामुळे आपल्याला झालेलं दु:ख आपली परिपक्वता वाढल्यामुळे, आपलं स्वत:चंच वर्तन तेव्हा उर्मटपणाचं होतं; याची आपल्याला जाणीव झाल्यामुळे हलकं होतं. याचा अर्थ, मानवी मन अडकून पडलेलं नसल्याची ही खूण आहे. भूतकाळ अधिक चांगला किंवा योग्यप्रकारे समजून घेण्यासाठी मागे वळून पाहण्याची

क्षमता शिल्लक असल्याचा हा अनुभव समाधान देणारा असतो – आतून होणारा विकास, हे एक नव्या प्रकारचं ज्ञान असतं.

स्मरणशक्ती भूतकाळ उभा करते, पुन्हा-पुन्हा उभा करते. वस्तुस्थितीचं पुनरावलोकन करण्याचा हा प्रश्न नाही; पण मज्जातंतू शास्त्रात सुधारणा होत जाते. अनुभवांची माहिती नव्या, कधीकधी अधिक मोठ्या आणि अधिक व्यापक संदर्भात पाहिली जाते. त्या अर्थानं, वर्तमानकाळाच्या दडपणाखाली भूतकाळ बदलतो आणि उलटंही होतं. आपल्या आत्मनिष्ठेनं तयार केलेलं वर्णन क्वचितच भूतकाळाचा अनुक्रम अनुसरतं किंवा काळाच्या नियमित घटकांमध्ये विभागलं जातं. या उलट, भावनिक स्मरणशक्ती मज्जातंतूच्या 'परस्परसंबंधांप्रमाणे सततच्या आत्मकाव्य (autopoiesis) निर्मितीची क्रिया किंवा स्वतःची (काव्य) निर्मिती होते आणि पुढच्या काळात त्याच्या सामग्रीच्या साहाय्यानं ज्या रचना ती करते; त्या लवचिक, वैयक्तिक आणि आपल्या स्वतःच्या असतात.

असंही म्हणता येईल की, जाणिवेच्या प्रक्रियेप्रमाणे आत्मनिष्ठेचा आवाका कधीकधी आपल्या स्वतःच्या आयुष्याच्या सीमेपलीकडेही जातो, पिढ्यान्‌पिढ्या आणि व्यक्तींच्या मनांना तो ओलांडून जातो. वेगवेगळ्या पिढ्यांच्या स्मरणशक्तीचा, बऱ्याचशा विनाशकारी घटनांच्या संबंधीचा; विशेषतः सर्वनाशी (Holocaust), आणि आई-वडिलांना बसलेल्या मानसिक धक्क्याच्या अनुभवाचा मुलांवर झालेल्या परिणामांचा अभ्यास नुकताच झालाय. मुलांनी स्वतः त्या मूळ घटनांचा अनुभव घेतला नसला, तरी त्यांच्यावर जबरदस्त भावनिक परिणाम झाल्याचं वारंवार स्पष्ट झालंय. एका अर्थानं, त्या प्रसंगांमधूनच त्या मुलांची घडण झालीय. आई-वडील कुठल्या अनुभवातून गेले, हे त्या मुलांना सुरुवातीला कळालं नसेल, पण त्यांच्या आई-वडिलांनी आपण होऊन किंवा नकळतपणे व्यक्त केलेलं दुःख, संताप किंवा झालेली हानी आणि शोक त्यांना जाणवू शकतो. आई-वडिलांच्या आयुष्यातील सत्य मुलांना नंतर कळू शकेल. तो भूतकाळ त्यांना खोलवर जाणवलेला आहे आणि त्यांच्या दृष्टीनं त्याला अजून अर्थ आहे. (माझे आई-वडील त्या सर्वनाशाच्या काळात ज्या छोट्या खोलीत लपून राहिले होते, त्या खोलीची माहिती मला होती किंवा तिची प्रतिमा तरी माझ्या मनात होती. ते जिथे लपलेले होते तिथे, बऱ्याच काळानंतर त्या घटनांचा आणि त्यांच्या परिणामांचा अभ्यास करण्यासाठी मी गेले होते.)

थोड्याफार कमी दुःखदायक संदर्भातसुद्धा असा पिढ्या-पिढ्यांमधला संवाद निश्चितपणे घडत असतो; पण अर्थात त्याचा परिणाम इतका तीव्रतेनं जाणवत नाही. उपजत ज्ञानातून सांगितलेल्या गोष्टींना अक्षरशः कौटुंबिक कहाण्या किंवा भूतकाळातल्या आठवणींचं स्वरूप येतं आणि ते बरंचसं सहजपणे होतं. आई-वडिलांच्या जाणतेपणातून, जुन्या पिढीची जीवनमूल्यं, त्यांचे दृष्टिकोन, ज्येष्ठांनी मिळवलेलं ज्ञान – त्यांच्या

आठवणी – त्यापासून मुलांना बरंच काही शिकता येतं. स्वत:ची आई तिच्या तरुणपणाच्या आठवणी आणि त्या आठवणींचं मोल याबद्दल आणि त्याला स्वत:ला काय-काय आवडत होतं, याबद्दल नोबोकोव्हनं खूप छान लिहिलंय.

नीतिकथा आणि परीकथा हा आणखी एक प्रकार आहे. या कथा ज्या-ज्या संस्कृतीत अजूनही सांगितल्या जातात, स्वत:च्या देशाविषयी, देशाच्या-जगाच्या विस्तीर्ण भूगोलाविषयी काही विशेष माहिती त्या देतात. 'कोणे एके काळी...', 'खूप-खूप वर्षांपूर्वी एकदा...' अशी (बायबलसारखी) कालनिर्देशक सुरुवात असलेल्या कितीतरी गोष्टी मुलांसाठी आहेत, हे विशेषच. अशाप्रकारच्या कथन शैलीमुळे मुलांच्या कल्पनाशक्तीला उत्तेजन मिळून, ती आजच्या वास्तवापासून दूर जाऊ शकतात. वैयक्तिक, जैविक आयुष्यापेक्षा कितीतरी विशाल असलेल्या विस्तारित काळापासून त्यांना प्रेरणा मिळू शकते.

अशाप्रकारे, आपल्या जन्माच्या पूर्वीचे कालखंडही आपल्यावर त्यांच्या खुणा उमटवून जातात आणि आपल्या आतील काल-रचनांवर सखोल परिणाम करतात. अशाप्रकारे आपण इतिहासाला स्पर्श करू शकतो. कल्पनेच्या साहाय्यानं नव्हे, तर वसवलेल्या मानवी भूतकाळाला स्पर्श करू शकतो. शिवाय, हा एक वेगळाच मनोविश्लेषणात्मक दृष्टिकोन आहे की, अंतरंगातल्या जगात काळाची सर्व परिमाणं आणि स्तर एकाच वेळी अस्तित्वात असतात.

मानसिक रचनेसाठी फ्रॉईडनं पुरातत्त्वविषयक रूपकं आणि तिच्या अज्ञात पातळ्यांसाठी मनोविश्लेषणाची उत्खननं नेहमीच वापरली. आन्द्रे ग्रीन एक प्रमुख समकालीन मनोविश्लेषक काळाच्या अधूनमधून घडणाऱ्या वैशिष्ट्याबद्दल (heterochrony) – कालिक व्यूहरचनेचे विविध प्रकार एकाच वेळी अस्तित्वात असणं : पुनरावृत्ती, चित्रदर्शी आठवणी (screen memories), परागती (regression), अपेक्षा (anticipation) याबद्दल चर्चा करतो.[२३] एकाच वेळी अनेक युगांबद्दल आपण भावनावशतेनं बोलू शकतो. मानवी मनाचा हा कदाचित trans temporal पैलू असावा – स्वप्नांचा कालातीततेचा गुणधर्म, कल्पनेची आणि स्मरणशक्तीची काळाच्या मागे-पुढे सहजपणे धावण्याची क्षमता – काळाच्या प्रवासाच्या किंवा चिरतारुण्याच्या दंतकथांना एक प्रकारच्या स्वप्नवत विलक्षण आभासाचं स्वरूप प्राप्त होतं.

मानवी मन सतत काळाची रचना करत असतं आणि स्वत:ला हवा तसा आकार ते त्याला देतं. आणि तरी, 'जिवंत माणसामध्ये, कालिक लवचिकपणाला

---

२३. आन्द्रे ग्रीन, *'टाइम इन सायकोअनॉलिसिस : सम कॉन्ट्रडिक्टरी आस्पेक्ट्स'* अनु : ॲन्ड्र्यू वेलर (फ्री असोसिएशन बुक्स, २००२).

मर्यादा असते – विज्ञानकथेत तशी नसते. हेलकावे खाणाऱ्या अशा क्षेत्रात निकष काय असतील हे सांगणं किंवा त्यांची व्याख्या करणं, हे निःसंशयपणे अवघड आहे, पण मानसिक कालिकतेमध्ये येणाऱ्या व्यत्ययांवरून त्यांच्या अध्याहृत अस्तित्वाची कल्पना येते. काळाचा अतिरेकी विस्तार किंवा त्याचा अतिरेकी संकोच, या अक्षरशः वेदनादायक अवस्था आहेत. अंतर्गत अवकाशांची शरीरशास्त्रज्ञ एमिली डिकिन्सन याबद्दल म्हणते :

Pain – expands the Time –
Ages coil within
The minute Circumference
Of a single Brain –
Pain contracts – the Time –
Occupied with Shot
Gamuts of Eternities
Are as they were not –

मानवी मनातल्या काळाचं परिमाण आणि आकार नाहीसा झाला, तर आपल्याला अंतर्गत गोंधळात (inner chaos) पडायला आवडतं. कदाचित चालण्याचा किंवा श्वासोच्छ्वासाचा वेग असतो, तसा अतिरेकी साचलेपण (stasis) आणि व्याकूळ अस्वस्थता (agitated turmoil) यांच्यामध्ये आपल्या प्रत्येकासाठी एका योग्य प्रमाणबद्धतेची जाणीव असते. आत्मनिष्ठ प्रक्रियांना वेग असतो. आपल्या सुखासाठी (well being) आणि चांगलं राहण्यासाठी (being well) जगात असण्याच्या – जगत असलेल्या अनुभवाची लय आणि परिमाण आपलं आपणच शोधायचं असतं.

★

पण मानवी मनाच्या आतील सापेक्षतेपेक्षा वेगळा – आणि आपल्याला येऊ शकणाऱ्या कुठल्याही आत्मनिष्ठ अनुभवाच्या पलीकडे – काळ जातच असतो. आपण आपल्यामध्ये तो कसा बसवतो किंवा सजवतो, आपण तो कसा हाताळतो किंवा त्याला टाळतो किंवा त्याला थांबवण्याचा प्रयत्न करतो किंवा विस्तारतो, तरीसुद्धा तो पृथ्वीवरच्या किंवा दूरवरच्या ताऱ्यांच्या वेगानं जातच राहतो. आपल्या बालपणच्या भावना किंवा कल्पना काहीही असोत, आपल्या शरीरांना म्हातारपण येतंच. वर्तमानकाळ आणि एका आठवड्यानं येणाऱ्या प्रसंगाची आपण अधीरतेनं किंवा आशेनं वाट पाहत मधला काळ वेगानं संपावा, असं आपल्याला कितीही वाटलं, तरी तो प्रसंग येण्यापूर्वीच तो आठवडा संपून जातो.

त्या अर्थानं, बेकेटचे अस्तित्वाचे दृष्टान्त वेळ घालवण्यासाठी ठीक आहेत,

दुसरं काही नाही – त्याचे *Endgame* DeeefCe *Waiting for Godot* – निराशावादी असतीलही, पण काळाचं उत्कृष्ट चित्रण करतात आणि भूतकाळात घडलेल्या घटनेकडे आपण पुन्हा जावं, अशी आपल्याला कितीही इच्छा झाली, तरी आपण त्या काळाकडे पुन्हा जाऊ शकणार नाही आणि एकापेक्षा अधिक वेळा त्या काळात जाऊ शकत नाही.

आणि मानवी मनाला काळाचा हाच त्रास होतो : आपण त्याच्या प्रवाहातले क्षणभंगुर प्राणी आहोत. त्याच्या प्रवाहाला मान्यता देणं, म्हणजे अखेरीस आपण आपल्या मृत्यूला मान्यता देणं होय आणि तरी त्याला पर्याय नाही. केवळ ते सत्य आहे म्हणून नव्हे, तर बदल आणि रूपांतराच्या वास्तवापासून दूर जाणं, म्हणजे मानसिक पक्षाघाताचा किंवा भ्रम होण्याचा धोका पत्करणं होय. काळाला थोपवण्याचा प्रयत्न करणं, म्हणजे हानी नाकारणं. त्याला टाळणं, म्हणजे बदल टाळणं किंवा त्याला तोडणं म्हणजे त्याचा प्रवाह टाळणं. याची अखेर सुखात किंवा स्वत:ला जतन करण्यात होत नाही, तर मनोविकृतीच्या यातनांमध्ये किंवा औदासीन्यामध्ये किंवा स्वत:ची ओळख विसरण्याबरोबरच येणाऱ्या व्यक्तिमत्त्व बिघाडांच्या सीमेवर (BPD) होते.

काळाच्या वहनाच्या जाणिवेमध्ये तीव्रता – अगदी नैराश्यही – असते. फिलिप लारकिन हा आणखी एक कवी म्हणतो :

Truly, though our element is time,
We are not suited to the long perspectives
Open at each instant of our lives.
They link us to our losses; worse,
They show us what we have as it once was,
Blindingly undiminished, just as though
By acting differently, we could have kept it so.

आणि तरी, आत्मनिष्ठेच्या प्रांतात तेवढंच शरीराच्याही, काळाला नाकारणं अर्धवट मृत्यू स्वीकारण्यानंच साध्य होईल. त्या अर्थानं, कालिक सर्वसामर्थ्य साध्य करण्याचा प्रयत्न करणं, म्हणजे पराभवाला निमंत्रण देणं होय. ग्रीक पुराणकथांमध्ये Chronos हा सर्व देवांमधला पहिला, सर्व गोंधळातून सुव्यवस्था निर्माण करणारा, पण स्वत:च्याच संततीला खाऊ शकणारा आहे. काळ आपल्यापासून जे हिरावून घेतो, त्याच्याशी तो जमवून घेतो आणि जे गिळंकृत करतो, त्या मानवजातीच्या आद्य तत्त्वज्ञानांनी – तिचे धर्म आणि दंतकथा – शाश्वततेच्या आणि मरणोत्तर जीवनाच्या पर्यायी कालिक भौगोलिक रचना (topographies) निर्माण केल्या.

निधर्मी युगाचा तत्त्वज्ञ फ्रॉईड यानं फक्त आपल्या अशाश्वत स्वरूपाचा आपण स्वीकार करावा, असा विचारच केला नाही, तर मानवी अर्थाची ती हमी आहे, असंही म्हटलं. वाङ्मयीन इतिहासात ज्याची नोंद झालीय, असा त्याचा फेरफटका चालू असताना त्याची रेनर मारिया रिल्के – या कवीसमवेत भेट झाली. या कवीनं मर्त्य आयुष्याचा थरार अनुभवला आणि सगळ्या मानवी गोष्टींचं क्षणभंगुरत्व पाहिल्यावर कशालाच काही किंमत नाही, कशालाच काही अर्थ नाही, हे त्याच्या लक्षात आल्यानं तो विषण्ण झाला. पण असं काही नाही, असं त्यावर फ्रॉईड म्हणाला. निसर्गाचं आणि मानव प्राण्याचं – आपल्या आवडत्या माणसाच्या चेहऱ्याचं – क्षणभंगुरत्व यामुळे त्यांना महत्त्व प्राप्त होतं. कारण आपल्या आवडत्या सगळ्या सजीव गोष्टी नष्ट होणार आहेत, हे आपल्याला माहीत असतं. ॲडम फिलिप्स हा मनोविश्लेषक *Darwin's Worms* मध्ये म्हणतो, त्याप्रमाणे 'क्षणभंगुरता हे काळाच्या अभावाचं मूल्य आहे.' (*transience is scarcity value in time*). [२४]

इतरांचा आदर करण्यानं आणि त्यांचं संपूर्ण आणि स्वायत्त अस्तित्व मान्य करण्यानं 'खऱ्या' काळाला संमती देता येते, हे मनोविश्लेषणात्मक अंतर्ज्ञान आहे. पॉल विल्यम्स हा मनोविश्लेषक मान्य करतो की, 'काळाचा प्रवाह असतो, असं म्हणणं म्हणजे इतरांचं अस्तित्व स्वीकारणं आणि त्यांच्याबद्दल आपुलकी असणं... त्यांच्यासाठी वेळ काढणं म्हणजे अखेरीस प्रेम करणंच आहे.'[२५]

पण ही अवघड जाणीव होण्यासाठी – या काळातलं जगणं स्वीकारण्यासाठी – आपल्याला सर्वप्रथम कालिकतेच्या मानसिक वर्तनाची माहिती कदाचित मिळवावी लागेल. पराकोटीच्या मनोविकारात, गोठलेल्या काळाचे तुकडे काढून टाकण्यासाठी आणि त्याला पुन्हा वाहू देण्यासाठी थोडासा वेळ खर्च करावा लागेल; पण सामान्य जीवनात आजारी पडून मरायचं नसेल किंवा निर्विकारपणे रटाळ आयुष्य जगायचं नसेल, तर आपल्या आत काय चाललंय, हे कळण्यासाठी आपल्याला अवकाश (काळाचा समानार्थी म्हणून बरेचदा वापरला जाणारा शब्द!) मिळणं गरजेचं आहे. आपल्या आत चाललेल्या मूळ हालचालींची जाणीव आपल्याला व्हायला हवी आणि चिंतनातून त्यांचा प्रवाह पकडता यायला हवा किंवा एक प्रकारचं स्पष्टीकरण आतूनच यायला हवं. कधीकधी आपल्या विचारांच्या आणि भावनांच्या अपरिपक्व हालचाली टिपण्यासाठी आपल्याला थबकण्याची गरज असते. मोकळेपणी त्यांना भरकटू देण्याची किंवा त्यांना काही अनपेक्षित आकार येतो का, हे पाहण्याची गरज

---

२४. ॲडम फिलिप्स, *'डार्विन्स वर्म्स'* (फेबर ॲन्ड फेबर, १९९९), पृष्ठ-२६.
२५. विल्यम्स, *'मेकिंग टाइम, किलिंग टाइम'*, पृष्ठ-५५.

असते आणि अधिक विस्तृत प्रमाणात, भावनिक कारणं आणि त्यांचे परिणाम यांच्यामधील संबंध शोधणं त्याचबरोबर आपल्या आयुष्यातील घटना आणि टप्प्यांच्या स्वाभाविक रचनेचं ज्ञानही आपल्याला होणं आवश्यक असतं. आपल्या आतील काळासाठी आपण वेळ द्यायला हवा.

व्हर्जिनिया वूल्फ किंवा प्राऊस्ट किंवा जेम्स जॉईस यांच्या आधुनिकतावादी कथा-कादंबऱ्यांमध्ये – अंतर्गत जगांच्या शोधांच्या धाडसी युगात लिहिलेल्या लिखाणात – आपल्याला आत्मनिष्ठ कालिकतेची परिपूर्ण चित्रणं आणि त्यावरची चिंतनं पाहायला मिळतात. या कल्पनारम्य कलाकृतींच्या महत्त्वाचा आणि आकर्षणाचा तो एक भाग आहे. मानसशास्त्रीय कथानकं काळाला वाकवतात, त्यामुळे आपल्या संवेदना आणि भावनांना अर्थ प्राप्त होतो; मात्र विज्ञानकथांमध्ये तसं होत नाही. अशा कथा-कादंबऱ्या, आकलनाच्या सर्व पद्धती आणि काळाच्या सामर्थ्याचं भान valences of time (वूल्फच्या To the Lighthouseमधल्या भागातील निसटता क्षण, विचारांची वळणं, 'प्रत्यक्ष काळाचं'च प्रकटीकरण आणि काळाच्या जाण्याचा केविलवाणेपणा.) संवेदनशील तपशिलात, त्यांचे रंग आणि 'क्वालिया'सह आपल्याला देऊ शकतात.

पण या कादंबऱ्या मुळात आकलनाच्या सामग्रीवर आधारलेल्या आहेत आणि आपल्या चालू असलेल्या आयुष्यात आपण सर्वांनी; एका अर्थानं अशा निर्मितीच्या कार्यात गुंतणं गरजेचं आहे. आपण आपल्या आत काळ सोबत घेऊन वावरतो आणि आपल्या स्वत:च्या अंधार आणि प्रकाशाच्या सामग्रीतून मानवी काळ निर्माण करतो. तटस्थ काळाला आपल्या अर्थाचा आकार देण्यासाठी, आपल्या अनुभवाच्या आशयावर चिंतन करायला हवं आणि आपल्या स्वत:च्या संवेदशीलतेतून त्याला गाळून घ्यायला हवं. आत्मज्ञानाच्या आणि आत्मभावनेच्या अशा प्रक्रियांमधून पॉल रिक्यूर (Ricoeur) आणि इतर मानसशास्त्रज्ञ-तत्त्वज्ञ जिला 'कथनात्मक ओळख' (narrative identity) म्हणतात, तिथे आपण पोहोचू शकतो – म्हणजे स्वत:चं भान जे केवळ शुद्ध कालक्रमाच्या सातत्यातून मिळत नाही, ते आपण स्वत: जगलेल्या कथेच्या महत्त्वपूर्ण आकारातून प्राप्त होतं.

आणि कदाचित व्यक्तिगत कथन पूर्णपणे साध्य करण्यासाठी, आपण स्वत: जगलेल्या काळाचं एक प्रकारचं प्रमाणबद्ध आरेखन करायला हवं. अंतर्गत स्वाभाविक रचनेचं संतुलित चित्र निर्माण व्हायला हवं. भूतकाळानं आपल्यावर प्रभाव टाकू नये, असं आपल्याला वाटत असेल तर किंवा निराशेच्या गर्तेत कायम राहायचं नसेल तर, आपण त्यांच्या अर्थांशी झटलं पाहिजे आणि स्वत:च्या आकलनामध्ये त्यांना दृढ करून घ्यायला पाहिजे. भविष्यकाळानं आपल्या उरात धडकी भरवू नये, असं वाटत असेल, तर जगावर आपला पुरेसा विश्वास असायला हवा. पुरेशी मानसिक

सुरक्षितता वाटायला हवी. म्हणजे जिला 'आशा' म्हणतात, त्या अव्यक्त सामर्थ्याला मोकळेपणा मिळू शकेल. कुठल्याही बाबतीत 'भविष्यकाळावर नजर' ठेवण्याची आंतरिक इच्छा असणं, हेसुद्धा एक मानसिक यश आहे.

कलाकृतीमध्ये असतं, तसं मानवी मनाच्या बाबतीतही असू शकतं. आकार (form) आणि रचना (structure) यामुळे तपशिलाला अर्थ प्राप्त होतो. अंतर्गत काळाच्या सगळ्या परिमाणांना आपण समजू शकू तेव्हा आणि त्यांच्या स्तरांतून आणि विभागातून (striation) आपण आरामात प्रवास करू, तेव्हा गेलेला काळ आपल्याला पुन्हा सापडू शकेल. कदाचित आपण तो पुन्हा मिळवूही शकू आणि मग प्रत्येक बदलता क्षण आपल्याला आवडू शकेल, त्याचं संपूर्ण मूल्य आपल्याला कळू शकेल.

✧✧✧

# काळ आणि संस्कृती

तर मग, मानवी काळ हा महत्त्वपूर्ण दृष्टींनी आत्मनिष्ठ आहे; पण तितकंच महत्त्वाचं म्हणजे तो इतरांशी संबंधित आणि परस्परांशीही आत्मनिष्ठ असतो. भाषेप्रमाणे काळ, हा मानवी वस्तुस्थितीच्या अनेक मूलभूत परिमाणांपैकी एक आहे आणि भाषेप्रमाणेच अंतर्गत अनुभव आणि बाह्य जगाच्या दरम्यान तो मध्यस्थी करतो. जगलेल्या काळाचं भान आपण आपल्या आत जागवतो, पण आपली रचनाही त्याच्याकडून आणि आपण जगत असलेल्या कालिक व्यवस्थेच्या सहभागातून होते. सुरुवातीच्या अवस्थांमध्ये मुलाचं काळाचं भान विकसित होतं. त्याच्या जवळच्या नात्यातल्या इतरांकडून – प्रौढांकडून, त्याच्यामध्ये कालिकतेचे काही प्रकार (patterns) आधीच तयार झालेले असतात. हे प्रकार मग परावर्तित होतात आणि बऱ्याच प्रमाणात संस्कृतीकडून निर्माण होतात – दृश्य परंपरांच्या आणि अदृश्य समजांच्या व्यवस्थेतून (system) अलिखित नियम आणि मनात बाळगलेली मूल्यं, आपल्याला त्यांची जाणीव नसली, तरी आपले दृष्टिकोन आणि जगाबद्दलची मतं, त्यामुळेच तयार होतात. पाश्चिमात्य संस्कृतीमध्ये असा एक अलिखित; पण सर्वज्ञात नियम आहे की, परस्परांनी मान्य केलेल्या वेळेला कशी भेट घ्यावी किंवा सर्वांनी मिळून ठरवलेल्या वेळी कामावर हजर कसं राहावं, हे शिकणं गरजेचं आहे.

पण अशा विशिष्ट नियमांव्यतिरिक्त प्रत्येक संस्कृतीमध्ये तिच्या स्वत:च्या काल-विषयक रचना 'खोलवर रुजलेल्या' आहेत, त्यावरून भूतकाळ, वर्तमानकाळ आणि भविष्यकाळाच्या स्वाभाविक रचना (topographies) स्पष्ट होतात आणि त्या मृत्यू आणि न्याय (death and day of judgement – eschatological endings) या कल्पनांचं उगमस्थान किंवा स्वप्न-दृश्यं, पूर्वजांशी संभाषण (transactions) आणि दैनंदिन कामांचे ताल दिसून येतात.

अशा आकृतींची विविधता मानवी भाषांच्या विविधतेइतकीच महान आहे आणि बाहेरच्या व्यक्तीला या पातळीवरचा फरक अनोळखी भाषेइतकाच गोंधळात टाकणारा आहे. काही दक्षिण अमेरिकन जमातींमध्ये भूतकाळाबद्दल बोलायचं असेल, तेव्हा लोक त्यांच्या समोरच्या दिशेला बोट दाखवतात. भूतकाळ आपल्यामागे आहे, असं समजून आपण जी खूण करतो, त्याच्या उलट इतर

जमातींमध्ये, कॅलेंडरमध्ये, पुन्हा-पुन्हा येणारे दिवस नसतात असं दिसतं. उलट, प्रत्येक ऋतूची सुरुवात ही जमातीच्या साधूंनी वेगवेगळी सांगितलेली असते किंवा काळाची विभागणी दिवसाच्या घटकात केली जाते आणि प्रत्येक दिवसाचं वैशिष्ट्य आणि गुणधर्म त्यात दिसून येतात.

जास्त प्रवास होणाऱ्या जगाच्या भागात, काळाकडे पाहण्याचे दृष्टिकोनही वेगवेगळे आहेत – त्याला किती महत्त्व दिलं जातं, त्या काळात लोक कसे फिरतात, वक्तशीरपणा किती महत्त्वाचा आहे – या सगळ्या गोष्टी प्रवाशांच्या बोलण्यात आणि लेखकांच्या चिंतनात येतात. रिझार्ड कॅप्यूसिन्स्की (Ryszard Kapuscinski) सुप्रसिद्ध पोलिश पत्रकार आणि प्रवासवर्णनकार, त्याच्या The *Shadow of the Sun* या पुस्तकात 'आफ्रिकन काळा'विषयी म्हणतो :

'युरोपियन आणि आफ्रिकन माणसाच्या काळविषयक संकल्पना अगदी वेगळ्या आहेत. युरोपियन जगाच्या दृष्टीनं, काळ हा माणसांच्या बाहेर असतो. वस्तुनिष्ठपणे अस्तित्वात असतो आणि त्याची मोजता येण्यासारखी आणि एकरेषीय वैशिष्ट्यं असतात... आफ्रिकन्स काळाकडे वेगळ्या दृष्टीनं बघतात. त्यांच्यासाठी ती एक संदिग्ध कल्पना आहे. अधिक खुली, लवचिक, व्यक्तिनिष्ठ. माणूस काळावर प्रभाव टाकतो, त्याचा आकार, प्रवाह आणि ताल (माणसाचं कार्य, अर्थातच, देवांच्या आणि पूर्वजांच्या संमतीनं चालतं)... आपल्या कृतींचा परिणाम म्हणून काळ दृश्यमान होतो आणि आपण त्याकडे दुर्लक्ष करतो किंवा त्याला नाकारतो, तेव्हा तो अदृश्य होतो. आपल्या प्रभावाखाली काहीतरी जन्माला येतं, पण त्याला ऊर्जा दिली नाही, तर ते काहीतरी निष्क्रिय (a state of hibernation) होतं किंवा त्याचं अस्तित्व नाहीसं होतं.'[१]

'निर्जीवपणे' वाट पाहण्याच्या 'एक प्रकारच्या गाढ, शरीरविज्ञान-शास्त्रीय झोपेच्या' अवस्थेत जाण्याच्या आफ्रिकन लोकांच्या क्षमतेचं तो वर्णन करतो. हा कालिक ज्ञानाचा परिणाम आहे.

अशा प्रवृत्तीचं कारण आफ्रिकेतलं हवामान आणि सर्वत्र असलेल्या शक्तीचा पराभव करणारा सूर्य आहे, असं कॅप्युसिन्स्की सांगतो. त्यानं केलेलं निदान किंवा केलेली वर्णनं पूर्णपणे अचूक असोत वा नसोत, जगलेल्या काळात प्रत्येक प्रवाशानं फरक अनुभवले आहेत आणि ते एकाच वेळी आपल्या समकालीन जगात ग्रामीण आणि नागरी, आर्थिकदृष्ट्या मागासलेल्या आणि प्रगत जगात सर्वांत ठळकपणे अस्तित्वात असतात. कमी औद्योगिकीकरण झालेल्या जगाच्या भागातला प्रत्येक प्रवासी खोल्यांमध्ये किंवा ऑफिसेसमध्ये जाऊन पाहतो, तर तिथे अर्जदार वाट पाहतात, पण घडत काहीच नाही.

---

१. रिझार्ड कॅप्युसिन्सकी, *'द शॅडो ऑफ द सन'*, अनु. क्लारा ग्लोकझेवस्का (व्हिन्टेज, २००२), पृष्ठ-१७.

फारतर माश्या घोंघावतात किंवा पंखे भिरभिरत असतात. प्रत्येक प्रवाशानं सोशिकपणाचे प्रकार पाहिलेले असतात. वेगवान समाजात असे लोक उतावीळ झालेले असतात.

*A Geography of Time : The Temporal Misadventures of a Social Psychologist*मध्ये समाजमानसशास्त्रज्ञ रॉबर्ट लेव्हिन कधी संताप आणणाऱ्या, तर कधी करमणूक करणाऱ्या, विकसित औद्योगिक जगाबाहेरच्या, वेळेच्या बाबतीत ढिलाई करणाऱ्या लोकांच्या गाठी-भेटींबद्दल बोलतो : मनाला येईल तेवढे उशिरा येणारे ब्राझीलमधल्या विद्यापीठाचे विद्यार्थी, एक-एक दिवस उशिरा पोहोचणाऱ्या भारतातल्या ट्रेन्स आणि एक उदाहरण तर उत्पादनात कमालीची घट दाखवणारं, नेपाळमध्ये दूर अंतरावरच्या फोन कनेक्शनसाठी तीन दिवस वाट पाहावी लागणं. वेगवेगळ्या शहरात आणि देशांमध्ये वेळेच्या उपयोगाच्या संबंधीच्या वृत्ती आणि आयुष्याचा वेग यातील फरकही विशद करण्याचा पद्धतशीर प्रयत्न लेव्हिन करतो; पण असे प्रयत्न करताना, तो त्याची काही चांगली निरीक्षणंही नोंदवतो. तेव्हा त्याला आयुष्याचा वेग आणि त्याच्या गुणवत्तेमधील काही अनपेक्षित संबंधही आढळतात. अनेक युरोपियन आणि आशियाई देशांच्या (जिथे लोक वेगानं हालचाली करतात, कामं अधिक जलदपणे करतात आणि त्यांची घड्याळं अचूकपणे लावलेली असतात.) तुलनेनं काही मानकांनुसार, युनायटेड स्टेट्स वेगाच्या दर्शकात (tempo index) जराशी कमी पडतात. त्याच वेळी बऱ्याचशा युरोपियन देशांचे नागरिक, जलद आणि चपळ असल्यामुळे त्यांना मौजमजेसाठी अधिक वेळ मिळतो, याला लेव्हिन *la dolce vita* असं म्हणतो. यू.एस.च्या बऱ्याच भागातील नागरिकांप्रमाणे, त्यांना फारशी घाई नसते आणि ताण-तणावही नसतात. शहरांमध्येसुद्धा अंतर्गत फरक असतात. अतिशय वेगवान शहरं (त्यांच्या वेगाचे दर्शक काहीही असोत!) नुसता ताण-तणावच निर्माण करत नाहीत, तर त्यांच्याकडे औदार्यही कमीच असतं, ही आश्चर्याची बाब आहे. काळाचा वेग कमी असेल, तर लोक एकमेकांशी प्रेमानं वागतात. रस्त्यावरच्या म्हाताऱ्या बाईला मदत करण्यासाठी थोडासा वेळ देतात किंवा सकाळी घडलेल्या घटनेबद्दल एखादा दुकानदार काही सांगू इच्छित असेल, तर ते ऐकण्याची त्यांची तयारी असते. (मॅले – Malay – पेनिन्सुलाच्या केलान्टीज लोकांमध्ये 'घाई करणं, म्हणजे नीतिमत्तेचा भंग' असं मानलं जातं आणि नातेवाईक, मित्रांना भेटायला जाणं, हा सांस्कृतिक संकेतांचा भाग असतो.)[२] पण वेग आणि सार्वजनिक स्वास्थ्य यांच्यामधली नाती कधीकधी

---

२. रॉबर्ट व्ही. लेव्हिन, *'अ जिऑग्रॅफी ऑफ टाइम : द टेम्परल मिसअॅड्व्हेन्चर्स ऑफ अ सोशल सायकॉलजिस्ट, ऑर हाउ एव्हरी कल्चर कीप्स टाइम जस्ट अ लिट्ल बिट डिफरन्टली'*, (बेसिक बुक्स, १९९८) पृष्ठे १५९-६०.

अधिक आश्चर्यकारक असतात. काही वेगवान देशांचे नागरिक 'वेग नसलेल्या' काही देशांच्या नागरिकांपेक्षा जास्त सुखी असतात आणि कधीकधी आर्थिक विकास हा सर्वसाधारण समाधानाचा चांगला निदर्शक आहे, असं दिसतं.

तौलनिक मानववंशशास्त्रात वेगाच्या आधारावर संस्कृतींचं वर्गीकरण फारसं होत नाही, तर ते अधिक रचनात्मक (structural) कालिक श्रेणीमध्ये होतं. जे समाज आणि ज्या जमाती 'कार्यक्रमाच्या वेळी' कामं करतात – म्हणजे नैसर्गिक चिन्हांद्वारे कालमापन केलं जातं आणि कार्यक्रमांसाठी नक्की किती वेळ लागतो – त्या समाजात आणि जमातींमध्ये एक फरक केला जातो – आणि त्या कार्यक्रमांचं आयोजन घड्याळाच्या वेळेनुसार केलं जातं. (जमातीतल्या वयस्कांचं संमेलन – समूहचर्चेपेक्षा (Corporate) वेगळं – त्यासाठी कितीही वेळ लागू शकतो.) मानववंशशास्त्रज्ञांनी (आणि इतिहासकारांनी) केलेला महत्त्वाचा फरक ढोबळपणे वेगळ्या असलेल्या काळाच्या वेगाच्या दोन संकल्पनांमध्ये आहे. एकरेषीय आणि चक्राकार. 'एकरेषीय' वेग काळाच्या वहनाची दिशा आणि घडणाऱ्या प्रत्येक घटनेचं वैशिष्ट्य (singularity) यावर भर देतो, काळाच्या अखंडत्वामध्ये ती वेळ पुन्हा येत नाही. 'काळाच्या बाणा'ची अशी कल्पना विकासाच्या योजनांना आणि कधीकधी प्रगतीलाही प्रोत्साहन देते. 'चक्राकार' संस्कृती ऋतूंच्या माध्यमातून काळाचं विभाजन आणि त्यांची पुनरावृत्ती करतात किंवा अधिक सुधारलेल्या प्रकारांमध्ये पुनरावृत्त होणाऱ्या काही मानवी प्रवृत्ती आणि घटनांचे प्रकार येतात (नीत्शेच्या 'शाश्वत मूळ स्थिती'च्या कल्पनेनुसार). कालिकतेच्या चक्राकार दृष्टिकोनात घटना या फारशा असामान्य, ऐतिहासिक महत्त्वाच्या, मोठे आदर्श निर्माण करणाऱ्या ऐतिहासिक किंवा दंतकथांच्या स्वरूपाच्या नसतात. उदाहरणार्थ, पारंपरिक ज्यूंच्या इतिहासात पंधराव्या शतकाच्या अखेरीस स्पेनमधून झालेली त्यांची हकालपट्टी, इजिप्तमधून मोठ्या प्रमाणात लोकांचे जे लोंढे बाहेर पडले, तशी वैशिष्ट्यपूर्ण मानली जात होती. एका रेषेत वाहणाऱ्या काळामुळे व्यक्तिगत प्रयत्नांना आणि इच्छेला प्रोत्साहन मिळू शकेल. काळाच्या चक्राकार प्रवासात, भवितव्यतेवर किंवा नशिबाच्या चक्रावर (Wheel of Fortune), तिथल्या वाईट आणि चांगल्या नशिबाच्या चक्रावर (gnomes) विश्वास असतो. असे काही प्रसंग आल्यावर निवृत्तीचा विचार मनात येतो किंवा काळाच्या प्रभावाचा आणि तो आणतो, त्या संभाव्य घटनांचा किंवा अपघातांचा स्वीकार करावा लागतो.

पण अशी ढोबळ वर्गीकरणं प्रत्येक संस्कृतीत जगलेल्या काळाचा सखोल अनुभव आपल्याला देतातच असं नाही. काळाचा प्रवाह खरोखर कसा जाणवतो, त्याचा वेग कसा नियंत्रित होतो, त्याचा वेग किंवा मंदपणा कसा समजतो किंवा

त्यातून काळाचं भव्य दृश्य किंवा तत्त्वज्ञान कसं प्रतिबिंबित होतं? दुसऱ्या एका संस्कृतीच्या कालिक आरेखनाचा अभ्यास करण्याचा चांगला प्रयत्न मानववंशशास्त्रज्ञ क्लिफर्ड गीर्ट्झ यानं Person, Time and Conduct in Bali या उत्कृष्ट प्रबंधामध्ये केला होता. त्या विस्तृत विश्लेषणात, काळाला मुख्यत्त्वेकरून अविचल करण्यासाठी तयार केलेल्या सांस्कृतिक संकेतांचं, धार्मिक विधींचं आणि संकल्पनांचं अतिशय सविस्तर वर्णन गीर्ट्झ करतो. जग शाश्वत वर्तमानात अस्तित्वात असल्याचं चित्रण करण्याचाही प्रयत्न तो करतो. काळाच्या या महत्त्वपूर्ण कल्पना चित्राला माणसांना नावं देण्याच्या पद्धतीचा आधार – त्या काळात अस्तित्वात असलेल्या विशिष्ट व्यक्तीचींच नावं असं नाहीतर त्या कुटुंबातील जन्मक्रमानं (पहिलं मूल, दुसरं मूल, तिसरं मूल) आणि पिढ्यांमधील त्यांचं स्थान (आजोबा, नातू वगैरे.) – दिला जातो. नावं देण्याची ही आणि इतर पद्धती, बालीमधील प्रतीकात्मक व्यवस्था, जवळपास सर्वांचा उल्लेख आठवणीनं करते – 'अगदी, हे जग सोडून गेलेले आणि या जगात अजून न जन्मलेले – असे ठरावीक प्रकारचे समकालीन, काल्पनिक आणि अनामिक देशबांधव.'[३] काल्पनिक ओळखीचा उपयोग, ज्यामध्ये नावांचं वर्गीकरण (आणि अर्थातच व्यक्तींचं) अनेक पिढ्यांमध्ये पुन्हा-पुन्हा होतं, सदैव अस्तित्वात असलेला क्रम टिकवण्यासाठी, निघून गेलेल्या काळाचं महत्त्वही कमी होतं आणि 'काळाच्या संकल्पनेचं कालबाधित्व' (detemporali zing)ही निर्माण होतं. त्याचप्रमाणे बालीमधल्या लोकांच्या कॅलेंडर्समध्ये 'गेलेल्या काळाचं मापनही केलेलं नसतं, जाणाऱ्या क्षणाचं असामान्यत्व आणि गेलेल्या क्षणाचं परत न येणं, याचाही उल्लेख नसतो; पण मानवाच्या अनुभवात येणाऱ्या काळाच्या गुणवत्तापूर्ण पद्धतींची नोंद आणि त्यांचं वर्गीकरण मात्र होतं.[४] बालीमधले लोक चांद्र-सौर कॅलेंडर वापरतात आणि शिवाय 'बदलावर आधारित' (permutational) कॅलेंडरसुद्धा त्यांच्याकडे असतं. यात दहा वेगवेगळी चक्रं असतात. त्यांची लांबी वेगवेगळी असते. वारांची नावंही असतात (पुन्हा-पुन्हा येणारे दहा, नऊ, आठ, आणि एक दिवसाचा टप्पाही.). ही चक्रं एकाच वेळी फिरत असतात आणि महत्त्वाची चक्रं (पाच, सहा, सात) एकत्र येण्यावर सुट्यांसारखे महत्त्वाचे प्रसंग – असे प्रसंग खूप असतात – ठरतात. 'काळ ज्या वेगानं धावतो, तो वेग मोजण्यासाठी या विचित्र गुंतागुंतीचा उपयोग होत नाही,' असं गीर्ट्झ म्हणतो, 'काळाच्या स्वयंघोषित स्वतंत्र कणांमध्ये

---

३. क्लिफर्ड गीर्ट्झ, *'दि इन्टरप्रिटेशन ऑफ कल्चरर्स'*, (बेसिक बुक्स १९९७), पृष्ठ-३८९.

४. क्लिफर्ड गीर्ट्झ, *'दि इन्टरप्रिटेशन ऑफ कल्चरर्स'*, (बेसिक बुक्स १९९७), पृष्ठ ३९१.

(म्हणजे 'दिवस') फरक करण्यासाठी आणि वर्गीकरणासाठी 'त्या गुंतागुंतीशी जुळवून घेतलं जातं.' सायकल्स (चक्रं) आणि सुपर सायकल्स... एकत्र येत नाहीत. ती रचना करत नाहीत आणि ती संपतही नाहीत. किती वाजले, हे ती सांगत नाहीत, तर कोणत्या प्रकारची ही वेळ आहे, हे ती सांगतात.'[५] ते दिवस चांगलेही आहेत आणि वाईटही आहेत. 'कोणत्या दिवशी घर बांधावं, नवा उद्योग केव्हा सुरू करावा... कोंबड्याच्या पायाच्या मागच्या बाजूचा काटा टोकदार कधी करावा... कठपुतळ्यांचा खेळ केव्हा करावा' वगैरेंसाठी. शिवाय, प्रत्येक मंदिराचा – तिकडं मंदिरंही पुष्कळ आहेत – सणाचा दिवस किंवा 'ओडालन' – हा वाढदिवस नसतो, तर 'उदया'चा किंवा 'प्रकटीकरणा'चा दिवस असतो. या दिवशी स्वर्गातून देव खाली येतात आणि त्या मंदिरात वास्तव्य करतात.

हा अत्यंत पुरोगामी असा सांस्कृतिक फरक आहे. कॅलेंडर्स आणि पिढ्यांच्या हिशेबात व्यक्त झालेलं बाली लोकांचं काळाचं भान इतकं गोंधळून टाकणारं आणि आपल्यापेक्षा इतकं वेगळं आहे की, ते कळणं किंवा जगलेल्या काळाचा पोत समजणं आपल्यापैकी बऱ्याच जणांना अवघड जातं; पण प्रत्येक संस्कृतीमध्ये मानवी संकल्पना आणि तिचं विश्वातलं स्थान, याबाबतीत कालिक व्यवस्था मूल्यांच्या प्रशस्त चौकटीत इतकी बंदिस्त असते की, ती अस्तित्वविषयक स्वाभाविक रचने (existential topography) सारखीच असते. बाली लोकांच्या दृष्टीनं, अपरिवर्तनीयतेचं (stasis) भान हे स्पष्टपणे पायाभूत आहे आणि ते जीवनाच्या प्रत्येक क्षेत्रात अशाप्रकारे झिरपतं की, बाहेरच्या माणसाला ते खूपच दुर्बोध वाटतं. याउलट असंही असेल की, आपले काळविषयक काही समज सांस्कृतिक प्रभावातून तयार झालेले आहेत म्हणून असेल कदाचित; ते इतके स्पष्ट असतात की, त्याबद्दल आणखी काही स्पष्टीकरण देण्याची आपल्याला गरज वाटत नाही. 'आयुष्य' मिळण्याची संकल्पना – म्हणजे एखाद्या व्यक्तीचं चरित्र, त्याचा मार्ग आपण अनुसरतो आणि काळजीत पडतो की, तो सार्वत्रिक नसेल आणि तिच्या स्वतंत्र व्यक्तिमत्त्वाचा आधार तिला द्यावा लागेल आणि थोडासा स्वाभिमानही. तरच ती व्यक्ती आपल्या डोळ्यांसमोर उभी राहील. जेरोम ब्रूनर या मानसशास्त्रज्ञाला वेगवेगळ्या प्रकारच्या 'आत्मकथनां'मध्ये रस होता – आपण आपली आयुष्यं कशी समजून घेतो आणि त्याबद्दल काय सांगतो – तो असं सूचित करतो की, काही पारंपरिक संस्कृतींमध्ये, व्यक्तिगत आयुष्यापेक्षा, त्याच्या समूहाच्या इतिहासाला महत्त्व असतं आणि प्रत्येकाच्याच आयुष्यात त्या समूहाच्या जीवनाचं प्रतिबिंब पडलेलं आहे, असं

५. क्लिफर्ड गीर्ट्झ, *'दि इन्टरप्रिटेशन ऑफ कल्चरर्स'*, (बेसिक बुक्स १९९७), पृष्ठ ३९३.

मानलं जातं.[६] अशा एकसंध संस्कृतींमधील लोकांना, त्यांच्या स्वत:च्या आयुष्यातील एखाद्या विचित्र प्रसंगाला महत्त्व देणं वावगं वाटत असेल, मग त्यांच्या व्यक्तिगत भावना किंवा एकमेकांविरुद्धच्या भावना काहीही असोत.

भाषेप्रमाणेच अशा सांस्कृतिक फरकांमुळे नेमका काय फरक पडतो, लोकांच्या वर्तनावर, आवडी-निवडीवर किंवा सामाजिक संबंधांवर, त्यांचा खरंच किती परिणाम होतो, हाही एक चिरंतन प्रश्न आहे. एमिली डर्कहाईमपासून सुरू झालेला एक समाजशास्त्रीय मानववंशशास्त्रातला विचार आहे, त्यानुसार कालिक जाणिवेतील वर-वर दिसणारं वैविध्य, म्हणजे कायम राहणाऱ्या भावनांवरचे केवळ मुखवटे आहेत. हे सगळं मान्य करूनही प्रत्येकाच्या खऱ्या, प्रगतीशील काळाबद्दल तर्कशुद्ध कल्पना आहेत आणि जसे भाषेच्या वाक्यरचनेचे नियम असतात, तसं माणसाचं काळाचं व्याकरणही काही सर्वव्यापी निकषांवर आधारलेलं असतं. मृत्यूच्या आणि अमरत्वाच्या कल्पना, सातत्य आणि एककालीनता (simultaneity) कालमर्यादा आणि नियमकालिकता वगैरे.

असं आकलनाचं मूलभूत व्याकरण नसतं, तर असं सांस्कृतिक विभाजन झालेलं असताना आपणसुद्धा एकमेकांना निश्चितच ओळखू शकलो नसतो आणि तरीसुद्धा, अशा सार्वत्रिक निकषांमधले विशिष्ट बदल आपल्या आंतरिक अनुभवासाठी आणि सामूहिक जीवनासाठीसुद्धा अतिशय महत्त्वाचे वाटतात. भाषेसंबंधी जसं असतं, तसंच विशिष्ट कालिकतेमध्येही वेगवेगळ्या प्रत्येक गोष्टीचा विचार करून, बहुतेक लवकरच म्हणजे मुलाची मानसिक – शारीरिक वाढ होतानाच निष्कर्ष काढले जातात आणि म्हणून ते खोलवर साठवले जातात. मुलाचे पालक किती अचानकपणे किंवा सहजपणे त्याचं शरीर, त्यांच्या बोलण्याची लय आणि वेग हाताळतात. उदाहरणच द्यायचं झालं, तर कोणती अंगाई-गीतं ते गातात, त्यामुळेच मुलाच्या आंतरिक काळाची जाणीव आकार घ्यायला लागते. त्याचं शरीर आणि मन एका लयीत आणि वेगात बांधलं जातं आणि अखेरीस ते त्याच्या व्यक्तिमत्त्वाचं अविभाज्य अंग झाल्यासारखं वाटतं.

मेंदूची रचना, कार्य आणि मज्जासंस्था यांच्याशी संबंधित शास्त्रामध्ये (neuroscience) नुकत्याच लागलेल्या शोधानंतर, सखोल सांस्कृतिक वर्तनाच्या प्रक्षेपणाचा विचार करता येतो, हे सूचित होऊ शकतं. या शोधाचा संबंध Mirror neurons ओळखण्याशी आहे – म्हणजे आपण काही कृती करतो, तेव्हा चेतवल्या

---

६. जेरोम ब्रूनर, 'लाइफ अॅज नॅरेटिव्ह', सोशल रिसर्च, खंड ७१, अंक ३ (फॉल, २००४). हेसुद्धा पाहा : *'अॅक्ट्स ऑफ मीनिंग : फोर लेक्चर्स ऑन माइंड अॅन्ड कल्चर'* (जेरूसलेम-हार्वर्ड लेक्चर्स) (हार्वर्ड युनिव्हर्सिटी प्रेस, १९९२).

जाणाऱ्याच पेशी (मेंदू आणि इतर भागात माहिती पोहोचवणाऱ्या पेशी – neurons) नव्हेत, तर आपल्या आजूबाजूला असणाऱ्यानंही त्याच कृती केल्यावर चेतवल्या जाणाऱ्या पेशीसुद्धा ओळखण्याशी आहे. आपल्याकडे पाहून जर कुणी स्पष्ट स्मित केलं, तर त्याची तशीच प्रतिक्रिया आपल्याही पेशींमध्ये नोंदवली जाते. आपल्या शेजारी असलेला एखादा माणूस जर जोरजोरात श्वास घेत असेल, तर आपणही तसंच करण्याची शक्यता असते किंवा किमान मनातल्या मनात ती लय प्रतिबिंबित होते. एका अर्थानं आपण अनुकरणानं शिकतो, ही जुनीच कल्पना पुन्हा नव्यानं जागी होते. अर्थात हे अनुकरण इतकं सखोल आणि नैसर्गिक असतं की, त्याला मज्जातंतूनी व्यक्त केलेली सहसंवेदना (empathy) म्हणता येतं. काही प्रथितयश मनोविकारतज्ज्ञांच्या मते भाषा शिकण्याच्या प्रक्रियेत mirror neurons सहभागी असतात आणि प्रक्षेपणाची ही पद्धत काळाची रचना होण्यापर्यंतही चालू असते. शारीरिक ताल – विशेषत: अभिव्यक्तीचे ताल – आपण अगदी सहजपणे पकडतो आणि त्यामध्ये आपण इतरांशी समन्वयही अगदी सहजपणे साधतो. उदाहरणार्थ, एकत्र नृत्य करताना किंवा गाताना आपल्यामध्ये उपजत क्षमता आहे, असं दिसतं आणि लयबद्ध अभिव्यक्तीचे प्रकार – संगीत किंवा नृत्यात आणि कविता वाचन आणि अभिनयात – यांमधून उत्कृष्ट प्रकारची कालिकता स्पष्ट होते. काळाच्या विशिष्ट सांस्कृतिक संयोगांमध्ये (valences) ही लयबद्धता थेटपणे आणि स्पष्टपणे व्यक्त होते.

आत्मनिष्ठेच्या मर्यादेत जर काळाला व्यक्तिश: आकार देता येत असेल, तर त्याच्या सांस्कृतिक रचना कालिक अभिमानाचे आदर्श (ego -ideals) – निकषात्मक संकल्पना, चौकटी आणि तालबद्धता ज्यामुळे आपले दृष्टिकोन किंवा आपल्या आकांक्षा निर्माण करू शकेल, असं म्हणता येईल; पण अर्थात, संस्कृती – विशेषत: वेगानं बदलणाऱ्या आपल्या युगात – बदलतात. बदल – त्याचा वेग, पद्धती आणि विविध समाजांवर त्याचा परिणाम गेल्या काही दशकांत हाच मानववंशशास्त्रीय संशोधनाचा महत्त्वाचा विषय होऊन बसला आहे. बदलत्या सांस्कृतिक कालिकतेचा एक सूचक वृत्तान्त पिएर बॉर्दियू (Pierre Bourdieu) याच्या १९६०च्या दशकात लिहिलेल्या The Attitude of The Algerian Peasant Toward Time या महत्त्वाच्या निबंधात आला आहे. त्याच्या बऱ्याचशा अभ्यासामध्ये निसर्गाच्या तालबद्धतेशी सुंदर मिलाफ साधणाऱ्या, काळाच्या प्रवाहाचा आत्मसंयमानं स्वीकार करणाऱ्या आणि अनुभवाच्या प्रवाहाला शरण जाण्याची क्षमता असलेल्या शेतमजुरांच्या संस्कृतीचं बॉर्दियू वर्णन करतो :

'ज्या निसर्गाचा लहरीपणा आणि हवामान त्याला असह्य वाटतं;
त्याच्यावरच अवलंबून असल्याच्या आणि त्याच्यावरच्या निष्ठेच्या

भावनांनी... कॅबिलच्या शेतमजुरांमध्ये शरणागत होण्याची वृत्ती
निर्माण होते. आणि काळाच्या वहनाबद्दल निर्विकार उदासीनता,
त्यावर प्रभुत्त्व गाजवण्याचं किंवा त्यापासून संरक्षणाचं स्वप्न
कुणालाच पडत नाही, त्याची सवयच झालीय....
आयुष्यातली सगळी कामं, अगदी झोप, उपजीविका वेळापत्रकाच्या
बंधनापासून मुक्त, उत्पादनक्षमतेचा आणि पिकांचा ध्यासही सोडून
दिला. घाई-गडबड करणं, म्हणजे सभ्यतेचा अभाव, शिवाय राक्षसी
महत्त्वाकांक्षा... वेळ घालवण्याची किंवा दुसऱ्यांचा वेळ खाण्याची
परिपूर्ण कला इथे विकसित झाली आहे.'[७]

पण, वर-वर दिसणाऱ्या या ग्रामीण जीवनपद्धतीचा संबंध कॅबिल शेतमजुरांच्या स्थिर सामाजिक परिस्थितीशी आणि तिच्यावर नसलेल्या त्यांच्या नियंत्रणाशी बॉर्दियू या निबंधामध्ये पुढे जोडतो. एकदा ती परिस्थिती बदलली की, सगळंच बदलेल – कॅबिल संस्कृतीतील फॅक्टरी कामगारांना आतापर्यंत सर्वांत कमी पगार असताना नाट्यपूर्ण रीतीनं पगारवाढ देण्याच्या प्रयोगाचं उदाहरण बॉर्दियू देतो. 'जणू काही उंबरठाच फुटला होता.' तो लिहितो, 'कामगारांनी काम करण्याची, आणखी पैसे कमावण्याची, ओव्हरटाइम काम करण्याची, भविष्यासाठी काटकसर करण्याची इच्छा दाखवली.'[८]

प्रसंगाच्या वेळेपासून ते घड्याळातल्या वेळेपर्यंत. दैववादी संस्कृतीपासून नियंत्रणाच्या संस्कृतीपर्यंत होणाऱ्या बदलांचं अतिशय सूक्ष्म पातळीवर बॉर्दियू इथे वर्णन करतो आणि त्याच्या मार्क्सवादी किंवा भौतिकतावादी स्पष्टीकरणात, काळाला आकार देण्यात ज्या शक्ती महत्त्वाच्या असतात – तशा सर्वत्रच असतात – त्या आर्थिक आणि सत्तेशी संबंधित असतात. कॅबिल शेतमजुरांमध्ये भविष्याची जाणीव, आधीच नियोजन करण्याची आणि काळाचा फायदेशीरपणे उपयोग करण्याची क्षमता, त्यांच्या आर्थिक परिस्थितीमध्ये होणाऱ्या बदलांतून जन्माला येते, त्यातून सुधारणेची शक्यता निर्माण होते आणि म्हणून त्यांनी एकमेकांशी विचारविनिमय करून प्रयत्न करणं उपयुक्त ठरतं; पण कदाचित असा प्रयत्न पूर्णपणे घडवूनच आणावा लागतो.

---

७. पिअेर बॉर्दियू, *'दि ॲटिट्यूड ऑफ दि अल्जीरिअन पेझंट टुअर्ड टाइम'*, इन ज्युलिअन पिट-रिव्हर्स, संपादित; मेडिटरेनिअन कन्ट्रीमेन (माउटन, १९६३), पृष्ठे ५२-७७; ५७-५८ या पृष्ठांवर

८. पिअेर बॉर्दियू, *'दि ॲटिट्यूड ऑफ दि अल्जीरिअन पेझंट टुअर्ड टाइम'*, इन ज्युलिअन पिट-रिव्हर्स, संपादित; मेडिटरेनिअन कन्ट्रीमेन (माउटन, १९६३), पृष्ठ ७१.

प्रगत, गुंतागुंतीच्या आणि सतत बदलणाऱ्या समाजांमध्ये, आर्थिक रचना आणि विकास यामुळे माणसाचं वर्तन आणि व्यक्तिगत आत्मनिष्ठेला आकार देणाऱ्या पूर्वीच्या संस्कृती आणि प्रथा जराशा मागे पडल्या आहेत, असं कदाचित म्हणता येईल. यामुळे तडजोडी आणि प्रतिक्रियांबद्दलचे आत्मनिष्ठेचे स्वतःचे गंड (complexes) जन्माला येत आहेत. बॉर्दियूच्या लिखाणात दैववादापासून भविष्यवादाकडे झालेला प्रवास अतिशय विधायक (positive) असल्याचं म्हटलं आहे. स्थानिक फॅक्टरीमध्ये कामाला असलेल्या कॅबिल शेतमजुरांना, नवीन फायदे मिळत असले, तरी शेवटी आपण काहीतरी गमावलं असल्याची त्यांची भावना झाली असेल का, असा प्रश्न पडतो. मिळालेल्या माहितीवरून असं स्पष्ट दिसतं की, परंपरागत शासनाकडून क्रोनोसच्या पुरोगामी शासनाकडे झालेला अचानक बदल एकात्मता भंग करणारा आणि अन्याय्य वाटू शकतो.

मला विमानात भेटलेला एक भारतीय उद्योजक मी सहजासहजी विसरू शकणार नाही. तो नेहमीप्रमाणे मुंबईहून न्यू यॉर्कला चालला होता. त्याच्या पत्नीला न्यू यॉर्कमध्ये खूप चांगली नोकरी होती. त्यानं मुंबईमध्ये एक यशस्वी उद्योग उभा केला होता; पण तो स्वतःशी जरासा निराशपणेच विचार करत होता की, त्याची शक्ती खर्च करणाऱ्या या समृद्धीला खरोखरच काही अर्थ आहे का – वैवाहिक सुख आणि स्थैर्याच्या बदल्यात? यापेक्षा कमी आकर्षक परिस्थितीमध्ये भारतातल्या कॉल सेंटर्समध्ये नुकतंच कामाला लागलेल्या कर्मचाऱ्यांना निष्ठुर कालिक कायदे पाळावे लागतात – नेहमीच रात्रीच्या वेळी काम करावं लागतं आणि तेही टॉक-टाइमसाठी केलेल्या कडक कायद्यांचं पालन करत – हे गोंधळात टाकणारं आणि थकवा आणणारंही आहे.

हे दैववादाचं उदात्तीकरण नाही किंवा ज्यांनी पारंपरिकतेकडून आधुनिक किंवा आधुनिकोत्तरकडे जाण्याचा कठीण निर्णय घेतला, त्यांनी पुन्हा पूर्वीची जीवनशैली स्वीकारावी, असंही इथे म्हणायचं नाहीय. तसं कुणी फारसं करणारही नाही. मुंबईच्या उद्योजकानं सर्व सुखांनी ओतप्रोत भरलेलं आयुष्य सोडून द्यायचा विचार बोलून दाखवला, पण तसं करण्याची हिंमत तोही दाखवणार नाही. भारतीय कॉल सेंटर्सच्या कर्मचाऱ्यांनी ताण-तणाव आणि थकव्याची तक्रार केली, पण त्या सगळ्यांचंच जवळपास एकमत आहे की, त्यांच्या नोकऱ्यांनी त्यांना दिलेली संधी, ते घालवून देऊ इच्छित नाहीत.

आधुनिकतेचं जसं जबरदस्त आकर्षण आहे, तशी त्याची जबरदस्त किंमतही मोजावी लागते. अतिशय कार्यक्षमतेनं काळाच्या संघटित प्रकारात पाऊल टाकणं उत्तेजित करू शकतं आणि आर्थिक दृष्टीनं हवं-हवंसंही वाटू शकतं. तरी संस्कृतीचा प्रभाव मानवी मनात अतिशय खोलवर रुजलेला असतो आणि कदाचित काळाच्या

प्रभावासारखा कुठलाच प्रभाव नसतो. एखाद्याला त्याच्या आंतरिक इच्छेपासून आणि अभिमान-आदर्शांपासून बळजबरीनं परावृत्त करणं घातक ठरू शकतं. (उदाहरणार्थ, ब्रिटनमधल्या आफ्रो-कॅरिबिअन स्थलांतरितांमधल्या वाढत्या मनोविकारांचा धोका लक्षात घ्या किंवा नेदरलँडसमधल्या सुरीनामी आणि डच अँटिलिअन स्थलांतरितांकडे बघा.) विविध सांस्कृतिक कालिकतांमधील वादविवाद घातक ताण-तणाव निर्माण करू शकतात; पण त्याच्या तीव्र आणि अनपेक्षित प्रकारांमुळे त्यातून अधिक हिंसक प्रतिक्रिया आणि विरोधी वातावरण तयार होऊ शकतं.

✧✧✧

# काळ आणि आपला काळ

मग प्रश्न असा पडतो की, आपण सध्या कोणत्या प्रकारच्या सामाजिक किंवा सांस्कृतिक काळात राहतो आहोत आणि व्यक्तिगत अनुभवाच्या आकारावर तो काय परिणाम करतो? आपल्या या काळात काळ नेमका कसा आहे?

आधुनिक काळाला त्याचा स्वत:चा इतिहास आहे आणि व्यवस्थित रेखलेले विकासाचे टप्पे आहेत. चौदाव्या शतकापासून प्रचंड बदल झाले; पण सतराव्या शतकापर्यंत बहुतेक ते पुरेसे दृढ झालेले नव्हते. नैसर्गिक खुणा किंवा घटनांच्या साहाय्यानं वेळ सांगण्यापासून ते घड्याळाच्या साहाय्यानं वेळ मोजण्यापर्यंत. मानवाची कार्यक्षमता नियमित करण्यात, विशेषत: काम नियंत्रित करण्यात, अर्थातच याचे खूप मोठ्या प्रमाणात परिणाम झाले. अगदी सुरुवातीला, फारशी अचूक वेळ सांगू न शकणाऱ्या यांत्रिक घड्याळांपासून ते ग्रीनिच मीन टाइमपर्यंत, वेळ सांगण्यात वाढता नेमकेपणा आणि प्रमाणीकरण (standardization) हे त्याचं वैशिष्ट्य राहिलेलं आहे आणि प्रत्येक टप्प्यावर, आश्चर्यकारक आणि सुंदर यांत्रिक रचना असलेल्या घड्याळांचं खूप आकर्षण निर्माण झालं, तर खऱ्या नैसर्गिक तालबद्धतेला बाधा येते, म्हणून घड्याळांच्या अचूकपणाला विरोध होऊ लागला. ज्या लोकांनी आपल्या कामांच्या वेळा सूर्योदय आणि सूर्यास्तादरम्यान ठरवल्या, त्यांना घड्याळांची कडक शिस्त फारच जाचक वाटू लागली. काळाच्या प्रदेशांचा परिचय, म्हणजे गावातली घड्याळं रेखावृत्तापासून एक तास दूर असलेली तीच वेळ दाखवत, त्या ठिकाणची 'खरी' वेळ दाखवत नसत, त्यामुळे काही ठिकाणी त्यांना जोरदार विरोध झाला. वक्तशीरपणाचा हट्ट आणि जीवनाच्या प्रत्येक क्षेत्रात घड्याळाच्या वेळेचं आक्रमण, यांमुळे लोक त्रस्त झाले होते. घटनेच्या वेळेवर घड्याळाची (grid) वेळ लादल्यामुळे लोकांची पिळवणूक आणि अडवणूक होत होती. त्यांचे स्वत:चे ताल आणि तोल ते हरवून बसले होते. त्यांच्यामागे विनाकारण घाई लावून देऊन त्यांचा छळवाद मांडण्यात येत होता.

पण असं प्रमाणीकरण (standardization) अर्थात, आपण ज्याला आधुनिकतेचा भाग म्हणतो, त्या सगळ्या विकासाला कारणीभूत ठरलेलं आहे. तसं नसतं, तर रेल्वेची वेळापत्रकं तयार करणं अशक्य झालं असतं. औद्योगिक क्रांतीसाठी मालाची

ने-आण आणि ठरलेल्या वेळेची कामं झालीच नसती. या उलट, औद्योगिक तंत्रज्ञान आणि त्यासाठी नेमक्या वेळेचा उपयोग, याचे दोन प्रचंड परिणाम झाले होते. मानवाच्या कार्यात वेगाच्या नव्या पातळ्या आणि शक्यता आणि वैयक्तिक वेळेचा वेगानं होणारा ऱ्हास, या गोष्टीही आल्या. औद्योगिक क्रांती भरात असताना महाकाय कारखान्यांमध्ये मजूर दररोज सोळा-सोळा तास काम करत, तेही अत्यंत भयंकर परिस्थितीमध्ये आणि कारखान्यांच्या व्यवस्थापकांच्या आणि पर्यवेक्षकांच्या सततच्या जाचक नजरेखाली. माणसांच्या जगण्याच्या वेळेवर नियंत्रण, म्हणजे खरीखुरी गुलामगिरी होती. खरं तर, आपल्या वेळेचा आपल्यासाठी उपयोग करणं, हा स्वातंत्र्याचा एक सर्वांत मूलभूत मुद्दा असल्याचं आपल्या लक्षात येतं.

विसाव्या शतकाच्या आरंभी, कार्यक्षमतेशी आणि उत्पादकतेशी निष्ठा ठेवल्यानं एक प्रकारच्या मापनाचं (measurement) वेड लागलं आणि त्यावर अवलंबूनही राहावं लागलं, असं दिसतं. 'शास्त्रोक्त पद्धतीच्या व्यवस्थापनाचा पिता' मानला गेलेल्या फ्रेडरिक टेलरनं काळ आणि वेगाचा अभ्यास केला आणि त्यात वेगवेगळी कामं करताना होणाऱ्या शारीरिक हालचाली (एखादी वस्तू उचलणं, ती हातात धरणं वगैरे) एका सेकंदाच्या लहान-लहान भागात मोजल्या. त्या हिशेबावरून कारखान्याच्या व्यवस्थापकांनी, हातात असलेलं काम पूर्ण करण्यासाठी 'स्टँडर्ड टाइम' किती लागतो, हे ठरवलं. त्यातून कामगारांच्या 'वाया' जाणाऱ्या हालचाली (उदाहरणार्थ, शिंकणं किंवा डोकं खाजवणं.) आणि ते काम करण्यासाठी गरजेच्या असलेल्या हालचाली बाजूला काढल्या. असेंब्लीलाइन आणि त्यात अदलाबदलीनं होणाऱ्या भागांची वेळशीर निर्मिती आणि सारख्याच कामांमधला आणि शारीरिक हालचालींमधला समन्वय, या काळात हेन्री फोर्डच्या कार बनवणाऱ्या फॅक्टरीमध्ये पहिल्यांदा झाला. त्याबरोबरच उत्पादनाची वेळापत्रकं, त्यासाठी यंत्रामध्ये दातेरी चक्र बसवावं (नेहमी वापरली जाणारी उपमा द्यायची असल्यास) तसं एकूणच योजनेमध्ये 'फिट' बसणारी माणसं निवडावी लागली. व्यवस्थापनाचा अर्थ, सर्वांत महत्त्वाचं म्हणजे वेळेचं व्यवस्थापन असा होऊ लागला. कामांचं विभाजन आणि नेहमीचा शिरस्ता (routinization) यामुळे मोठ्या प्रमाणात उत्पादन सुरू झालं. मग कामगारांच्या जगण्याच्या वेळेवर नियंत्रण ठेवण्याची नाहीतर त्यांच्या शारीरिक तालबद्धतेवर आणि वेगावर नियंत्रण ठेवण्याची गरज निर्माण झाली.

ट्रेन्स, कार्स, टेलिफोन्स आणि टेलिग्राम्स यांसारख्या वेगवान तंत्रज्ञानाच्या प्रसारानं जे मानवी शरीरापेक्षाही जास्त वेग ठेवू शकतात, जगण्याच्या काळाचं प्रमाणीकरण आणि त्याचा वाढता दबाव, या सर्वांमुळे काळाच्या अनुभवामध्ये खूपच फरक पडला आहे. आधुनिकतेमुळे झालेला हा कदाचित पहिलाच कालिक बदल असावा आणि यातून दोन नव्या सांस्कृतिक राक्षसांनी आपल्या मनावर ताबा

मिळवला. वेग आणि ताण-तणाव. यंत्रांच्या वेगानं कधीकधी अक्षरशः भय निर्माण केलं, कारण सुरुवातीला ट्रेन्समुळे काही लोक बेशुद्ध पडले, तर काहींना हृदयविकाराचे झटके आले; पण वेगाचे काही प्रशंसक जसे होते, तसेच विरोधकही होते – उदाहरणार्थ, 'द फ्यूचरिस्ट्स' या इटालियन कलावंतांच्या ग्रुपला यंत्रांच्या सामर्थ्यामुळे आणि त्यांच्या वेगांमुळे आकर्षक अशा, विशेषतः आधुनिक प्रकारच्या शक्तीमुळे आनंद झाला. अर्थातच ताण-तणाव हे, त्याचं निःसंशय नकारात्मक वैशिष्ट्य म्हणावं लागेल आणि त्यातून 'आधुनिक अस्वस्थते'वर लिहिलेल्या पुस्तकांचा महापूर आला. त्यामध्ये वेळेचं दडपण, घाई यांचे दुष्परिणाम आणि दैनंदिन आयुष्यात त्यांच्याशी सामना, याची वर्णनं येत राहिली.

ही दडपणं अजूनही आपल्यावर आहेतच; पण त्याच्या विरोधात इतके उपाय वाढले की, आणखी एक वैशिष्ट्यपूर्ण बदल अस्तित्वात आला. घाई आणि ताण-तणावांच्या पातळीतच नव्हेतर जगण्याच्या काळाच्या स्वरूपात आणि भौतिकतेमध्येसुद्धा एक गुणात्मक परिवर्तन घडून आले.

या परिवर्तनाची कारणं काही प्रमाणात आर्थिक आणि समाजशास्त्रीय आहेत. एक तर, आपल्या २४/७ समाजांमध्ये निदान सार्वजनिक अवकाशात तरी आता रिकामा वेळच नाही. १९९०च्या आरंभी मी पहिल्यांदा लंडनमध्ये आले, तेव्हा दर रविवारी शहर पूर्णपणे बंद असायचं आणि ख्रिस्मसच्या सुटीमध्ये शहरामध्ये गूढ शांतता पसरत असे. आता तसं नाही. आता न्यू यॉर्क आणि जगातल्या इतर महानगरांप्रमाणे लंडनमध्येही मध्यरात्रीपर्यंत आणि वर्षातल्या प्रत्येक दिवशी, काही ना काही चालूच असतं, सतत वर्दळ आणि दिवसभर कार्यक्रम असण्याची शक्यता असतेच. लंडनमध्ये मार्केटच्या परिसरात माणसांची ये-जा आणि वाहनांमुळे अगदी रविवारीसुद्धा वाहतूक ठप्प असते. न्यू यॉर्कमध्ये व्यायामशाळांच्या काचेच्या खिडक्यांमधून, मजबूत शरीरांची माणसं, बाहेरचे रस्ते अंधारले, तरी ट्रेड-मिल्सवर चालताना दिसतात.

थकवा येईपर्यंत आपण शॉपिंग करू शकतो आणि सकाळ होईपर्यंत आपण आपलं मनोरंजन करून घेऊ शकतो; पण काळाच्या वाढत्या दडपणाचं आणखी एक कारण आहे, तेही आश्चर्यकारक : बऱ्याचशा प्रगत आणि प्रगतीशील देशांमध्ये विसाव्या शतकातल्या काळापेक्षा बऱ्याच जास्त काळ लोक खूप मेहनत करतात किंवा निदान जास्त वेळ काम करतात. हे खरं वाटणार नाही (कारण ते अपेक्षित नाही.); पण पटण्यासारखं संख्याशास्त्र तेच सांगतं. कारण सामान्य अमेरिकन आणि ब्रिटिश यांच्या दृष्टीनं, गेल्या शतकात त्यांचे रिकामपणाचे तास खरोखरच कमी झाले आहेत. उदाहरणार्थ, ब्रिटनमध्ये विसाव्या शतकात १९८०पर्यंत कामाचे तास कमी होत गेले आणि नंतर ते पुन्हा वाढायला लागले. याचं एक कारण म्हणजे,

स्त्रिया बऱ्याच मोठ्या प्रमाणात कर्मचारी म्हणून आल्या. याचा अर्थ असा की, संख्याशास्त्रीय दृष्टीनं विभागलेला, रिकामपणा (leisure) देण्यासाठी एकूण वेळ कमी झाला; पण घरकामासाठी, मुलांच्या संगोपनासाठी आणि नाती-संबंध टिकवण्यासाठी – ज्याला 'खासगी आयुष्य' म्हटलं जात होतं. – देणं आवश्यक असलेला एकूण वेळही कमी झाला. खरं तर, कुटुंबाला आधार देण्याचं काम अजूनही स्त्रियांनाच करावं लागतं, म्हणजे स्त्रियांना दररोज दोन कामं परिणामत: करावी लागतात. एकच व्यक्ती घरात असलेल्यांच्या बाबतीतही हे खरं आहे आणि अशांची संख्या गेल्या काही दशकांमध्ये खूपच वाढली आहे. अशा घरांमध्येही जबाबदाऱ्यांचं ओझं स्त्रियांवरच. विशेषत: छोटी मुलं असलेल्या स्त्रियांवरच जास्त पडतं; पण पुरुष घरकामात आणि मुलांच्या संगोपनात मदत करायला लागल्यापासून, त्यांनासुद्धा श्रम-विभागणी होण्यापूर्वी मिळत असलेले फायदे आता मिळत नाहीत. दिवसभर काम करून घरी परतलेल्या पुरुषाला आरामखुर्चीत बसल्यावर बायको ताजं वर्तमानपत्र आणि कॉकटेल देतेय, हे दृश्य आताशा दुर्मीळ झालंय.

काहीही असलं तरी आजच्या व्यावसायिक आई-वडिलांसाठी ऑफिसातला तो मोठा दिवस आणखीच मोठा होण्याची शक्यता आहे. याचं एक कारण, पांढरपेशी व्यावसायिक काम पूर्वीपेक्षा अधिक स्पर्धात्मक झालंय. त्यात साधा हिशेब असतो : जे जास्त श्रम करत नाहीत (किंवा कमी तास काम करतात.) ते मागे पडतात. शिवाय, एक प्रकारच्या अडचणीत आणणारी विचित्र गोष्ट, म्हणजे तुम्ही जितके यशस्वी व्हाल, तितके जास्त तास काम तुम्हाला करावं लागेल. याचं कारण तुम्हाला त्या तथाकथित 'यशस्वीपणा'ची किंमत द्यावी लागेल, म्हणजे तुम्ही जितकं कमी काम कराल, तितकं तुमचं जास्त आर्थिक नुकसान होईल. यू.के. किंवा अमेरिकेतला किमान वेतन असलेला माणूस बेरोजगारीच्या प्रत्येक तासात कमी पाउंड्स किंवा डॉलर्स गमावील, पण यशस्वी वकील मात्र शेकडो पाउंड्स किंवा डॉलर्स 'उधळून' देऊ शकेल.

याचा अर्थ जे रात्री उशिरापर्यंत ऑफिसमध्ये थांबतात, ते जास्त काम करतात, असा होतोच, असं नाही. तौलनिक संख्याशास्त्र असं दाखवतं की, काही युरोपियन देशांमध्ये दर-ताशी उत्पादकता अमेरिकेतल्यापेक्षा जास्त आहे, पण तरी जास्तीच्या सुट्या आणि कामाचे कमी दिवस असल्यानं, त्या देशातली एकूण उत्पादकता त्या प्रमाणात कमीच आहे; पण आधुनिकोत्तर कार्यालयांमध्ये काही अंशी कोण जास्तीत जास्त वेळ कार्यालयात घालवतं, हे पाहण्यासाठी असलेली स्पर्धा ही निश्चितपणे कालिक आहे. असं असलं, तरी भरगच्च वेळापत्रक असणं, म्हणजे तुम्हाला जास्त मागणी असणं, खूप आवश्यक आणि महत्त्वाची कामं तुमच्याकडे आहेत, असं यावरून दिसतं. उत्तम शिक्षण झालेले आणि यशस्वी व्यावसायिक जास्त वेळ काम

करतात. असं करणं, हेच त्यांच्या यशाचं गमक आहे.

सामाजिक निकष एकदा निश्चित झाले की, त्यांचा प्रचंड प्रभाव व्यक्तिगत वर्तनावर पडतो आणि व्यावसायिक कार्यालयाच्या अस्मितेवरही दडपण उत्साहवर्धक (sexy) झालं आहे. ते शक्ती, प्रगती आणि मूल्य वाढल्याचं लक्षण आहे. नाश्त्याच्या वेळेस होणाऱ्या बैठका (power breakfasts) या बिनमहत्त्वाच्या, दुर्बल लोकांसाठी नसतात आणि आठवड्याच्या शेवटच्या दिवसांचे (weekend) कामाचे तासही त्यांच्यासाठी नसतात.

मध्यमवर्गाचे कामाचे तास वाढण्याचं आणखी एक कारण आश्चर्यकारक आहे. निदान यू.एस.मध्ये तरी असं दिसतं की, अमेरिकन लोकांना काम करायला आवडतं. खरं तर इतर काही गोष्टी करण्यापेक्षा ते काम करण्यालाच प्राधान्य देतात. खूप ताण पडतो, असं बरेच लोक म्हणतात. 'काम कमी करा,' असं त्यांना सुचवलं जातं, तेव्हा तेवढ्याच हिरिरीने लोक ते नाकारतात. यावरून कदाचित हेच सिद्ध होतं की, त्यांना जन्मत: काम करण्याचं व्यसन आहे; पण त्यांना बढती आणि जास्त पगाराचं 'मधाचं बोट' दाखवण्याव्यतिरिक्त त्यांच्या अशा निर्णयावर प्रभाव टाकणारं आणखी एक कारण आहे आणि ते म्हणजे त्यांच्या ऑफिसच्या बाहेरचं आयुष्य – घरी असो की करमणुकीच्या ठिकाणी – काम आणि काम यासाठीच असतं.

यांपैकी काही निष्कर्ष पहिल्या प्रथम अमेरिकन समाजशास्त्रज्ञ आर्ली रसेल हॉक्सचाइल्डच्या *The Time Bind* या बहुचर्चित पुस्तकामध्ये स्पष्टपणे मांडलेले आहेत आणि तेव्हापासून त्याचे पडसाद ब्रिटनमधल्या निष्कर्षातही दिसून आले आहेत. १९९०च्या शेवटी-शेवटी हॉक्सचॉइल्डनं 'ॲमरको' या एका मोठ्या अमेरिकन कॉर्पोरेशनमध्ये सखोल अभ्यास केला – ॲमरको ही एक बुद्धिमान लोकांची कंपनी आहे आणि ती 'काम आणि आयुष्य यांचा समतोल (work-life – balance) यांच्याशी वचनबद्ध राहण्याचं तत्त्व अंगीकारते आणि तिथल्या कर्मचाऱ्यांना 'आठवड्यात वा महिन्यात केव्हाही काम सुरू करणं आणि केव्हाही संपवणं (flexi time),' अर्ध वेळ काम, काम इतरांमध्ये वाटून घेणं (job-sharing) आणि कमी काम करणं, असे पर्याय देते. बऱ्याचशा कर्मचाऱ्यांनी हे पर्याय नाकारल्याचं लेखिकेला दिसून आलं. उलट, कित्येक कर्मचाऱ्यांना जास्त वेळ काम करण्याची इच्छा होती.[१] हीच आकडेवारी आणखी मोठ्या प्रमाणावरही दिसून आली. १९९०च्याच शेवटी-शेवटी ८८ टक्के Fortune 500 उत्पादक कंपन्यांनी अर्ध वेळ कामाचा पर्याय त्यांच्या कर्मचाऱ्यांसमोर ठेवला. फक्त ३ ते ५

---

१. आर्ली रसेल हॉक्सचाइल्ड, *'द टाइम बाइंड : व्हेन वर्क बिकम्स होम ॲन्ड होम बिकम्स वर्क'* (हॉल्ट पेपरबॅक्स, २००१).

टक्क्यांनी तो स्वीकारला.

अशा अनपेक्षित पर्यायांची जी कारणं दिली जातात, ती काही अंशी अगदीच स्पर्धात्मक असतात – सहकारी कर्मचाऱ्यांच्या रागाची भीती, मागे पडण्याची आणि कंपनीच्या वातावरणातून बाहेर फेकलं जाण्याची भीती; पण हॉक्सचाइल्ड अ‍ॅमरकोच्या कर्मचाऱ्यांशी बोलली आणि त्यांच्या जीवनशैलीचं निरीक्षण केलं, तेव्हा तिला असं दिसलं की, त्यांच्यासाठी घर म्हणजे विश्रांतीचं ठिकाण किंवा आरामाची संधी राहिली नव्हती. उलट, पुरुषांना कामाची एक प्रकारची 'तिसरी पाळी' असं वाटत होतं. इतर दोन पाळ्यांइतकंच कामाचं ओझं, वेगवेगळ्या प्रकारची कामं पूर्ण करणं, मुलांची वेळापत्रकं काळजीपूर्वक समन्वयानं आखणं (पियानोचे धडे, व्यायाम, मानसोपचार तज्ज्ञाच्या भेटी.) आणि रात्री उशिरापर्यंत ई-मेल्सना उत्तरं देणं. तिला असं आढळलं की, घर हे पारंपरिक निवाऱ्यांचं ठिकाण न राहता, त्याला 'Taylorized feel' येत चाललाय. 'कुटुंबात घालवण्याचा वेळ... पूर्वीच्या काळी कामाच्या ठिकाणाशी संबंधित असलेल्या निष्ठेमध्ये बदलत चाललाय.'[२] 'काम संपल्यावर घरी येऊन विशेषत: मुलांसाठी वेळ खर्च करणं (quality time) हे हॉक्सचाइल्डच्या मते एक वेगळ्या प्रकारचं कामच झालंय. वेळापत्रकात त्याचा समावेश करून अतिशय हुषारीनं ते पुढे पाठवून द्यायचं. 'कौटुंबिक आयुष्य' नावाच्या धार्मिक विधी (rubric)मध्ये गुंतवणूक करण्याचा तो एक प्रकार आहे किंवा 'जवळीक' आणि एक प्रकारची वस्तू, मग ती कितीही दुर्मिळ झाली असली तरी.

काळाच्या क्रांतीच्या संदर्भात अमेरिका नि:संशयपणे आघाडीवर आहे; पण हॉक्सचाइल्डनं काढलेले निष्कर्ष जगाच्या अनेक प्रगत आणि प्रगतीशील भागांनासुद्धा लागू पडतात. जपानमध्ये (कोरियाप्रमाणेच) कामाचे तास पाश्चिमात्य देशांपेक्षा जास्त आहेत; पण रॉबर्ट लेव्हिनसारखे इतर संस्कृतीमधले निरीक्षक असा इशारा देतात की, याच्या प्रत्यक्ष अनुभवावरून पाश्चिमात्यांना जाणवणाऱ्या दडपण आणि ताणाबद्दल अनुमान काढू नये. जपानमध्ये कामाकडे पाहण्याचा अधिक सामूहिक, पण कमी स्पर्धात्मक दृष्टिकोन आणि तिथल्या कॉर्पोरेशन्समधलं सर्वसमावेशक वातावरण, हे कौटुंबिक निभर्यतेची आणि सुरक्षिततेची जाणीव निर्माण करतं. उलट, जपानी भाषेत एक शब्द आहे, *करोशी* म्हणजे 'अती कामामुळे मृत्यू' यातून (किमान दूरच्या निरीक्षकाला) असं सूचित होतं की, ज्या फर्म्सनी लोकांना नोकऱ्या दिल्या, त्यांच्यावरच्या निष्ठेनंच त्यांना शांतपणे मरण येतं.

अधिक ओळखीच्या भागात The 24 Hour Society या १९९९मध्ये ब्रिटनमध्ये

---

२. आर्ली रसेल हॉक्सचाइल्ड, *'द टाइम बाइंड : व्हेन वर्क बिकम्स होम अ‍ॅन्ड होम बिकम्स वर्क'* (हॉल्ट पेपरबॅक्स, २००१), पृष्ठ-४६.

प्रकाशित झालेल्या पुस्तकात, लिऑन क्रिट्झमन ब्रिटनमधल्या वेळेच्या उपयोजनाबद्दल काही निरीक्षणं नोंदवतो. त्याचा असा निष्कर्ष आहे की, 'ब्रिटिश लोकसंख्येच्या बऱ्याच मोठ्या प्रमाणातील लोकांना असं वाटतं की, त्यांना जास्तीचं काम करावं लागतं आणि त्यांचं आयुष्य हाताबाहेर गेलंय;[३] पण अर्थातच, फार कमी लोक काम कमी करतात किंवा कमी काम करणं त्यांना चालतं. उलट, ब्रिटिश टेलिकॉमचा माजी संशोधन प्रमुख पीटर कॉक्रेन मार्मिकपणे म्हणतो की, कामाच्या समकालीन परिस्थितीमुळे समाजात एक नवीन वर्ग निर्माण झालाय. 'जे पैसे वाचवण्याचा प्रयत्न करतात, ते भरपूर वेळ खर्च करतात' आणि 'जे वेळ वाचवण्याचा प्रयत्न करतात, ते भरपूर पैसे खर्च करतात.'[४]

सध्या वेळ मौल्यवान की पैसा, हा प्रश्न *Discretionary Time : A New Measure of Freedom*मध्ये विचारला आहे. युनायटेड स्टेट्स, ऑस्ट्रेलिया, फ्रान्स, जर्मनी स्वीडन आणि फिनलँड या सहा प्रगत देशांतल्या अनेक संशोधकांनी वेळेच्या उपयोगाचा केलेला अभ्यास या पुस्तकात आहे.[५] आपल्या वेळेचा जास्तीत जास्त चांगला उपयोग करणं आपल्याच हातात असणं, हे व्यक्तिगत स्वातंत्र्याचं मूलभूत परिमाण आहे आणि म्हणून ते मूलभूत हिताचं आहे. आणि 'कालिक स्वायत्तता' ही आपल्या इच्छेप्रमाणे वेळ मिळवण्यात आहे – म्हणजे कामाच्या शिवाय खर्च केलेले तासच नव्हेत, तर आवश्यक आणि बंधनकारक कामांच्या वेळी न दिलेलं मध्यंतरसुद्धा! याच कसोट्या लावल्यास प्रगत देशांतील बहुसंख्य नागरिकांना आपल्या हातात असलेला आणि आपल्या मर्जीप्रमाणे वापरता येईल, असा खऱ्या अर्थानं रिकामा वेळ मिळतच नाही. आपण आता 'पगाराचे गुलाम' नसलो, तरी अस्तित्वासाठी आपण आपला सगळा वेळ मालकांना विकत नसलो, तरी दिवसातला आपला बराचसा वेळ अनावश्यक गोष्टींत तरी खर्च होतो किंवा जीवनाचा सन्माननीय दर्जा टिकवण्यासाठी आवश्यक अशा गोष्टींत तरी खर्च होतो. (या लेखकांनी दिलेल्या यादीमध्ये झोप, वैयक्तिक टापटीप, कामावर जाण्या-येण्यासाठी वाहन, घराची आणि कुटुंबाची देखभाल यांचा समावेश आहे.)

---

३. लिऑन क्रेट्झमन, *'द ट्वेन्टी-फोर अवर सोसायटी'* (प्रोफाइल, १९९९), पृष्ठ-२५.

४. लिऑन क्रेट्झमन, *'द ट्वेन्टी-फोर अवर सोसायटी'* (प्रोफाइल, १९९९), पृष्ठ-८.

५. रॉबर्ट ई. गूडिन, जेम्स महमूद राइस, अॅन्टी पारपो आणि लिना एरिकसन, *'डिसक्रिशनरी टाइम : अ न्यू मेझर ऑफ फ्रीडम'* (केंब्रिज युनिव्हर्सिटी प्रेस, २००८).

ही परिस्थिती सुधारण्यासाठी – उदाहरणार्थ, मुलांचं चांगलं संगोपन किंवा वेळेच्या लवचिकपणाबद्दल शिक्षा न होता, पगार कमी न होता कुठल्या वेळेत काम करावं, हे लोकांना ठरवता यावं. – हे संशोधन, धोरणं आणि कार्यक्रम पत्रिका कशी तयार करायची, हे स्पष्ट करतं. समानतेच्या वातावरणामुळे (cultures of equality) अतिशय जास्त आणि अतिशय कमी पगारातील फरक कमी करून, सदस्यांना त्यांच्या इच्छेप्रमाणे वेळ देणं आणि अशा प्रकारे स्पर्धा कमी करण्याची आणि वरच्या पगारासाठी घाई करण्याची गरजही कमी करता येईल; पण हे लेखक असंही म्हणतात की, आपण ज्या कालिक नियंत्रणाखाली जगतो, ती नियत्रणं बरीचशी आपणच निर्माण केली आहेत. कामं कमी करण्याचं आपण ठरवू शकतो किंवा कमी काम करणं पुरेसं आहे, असं आपण म्हणू शकतो किंवा आपल्याकडे एवढं नैपुण्य असण्याची गरज नाही, असंही आपण म्हणू शकतो. बरेच लोक असा पर्याय निवडू शकत नाहीत किंवा त्यांना तशी इच्छा नसते. निदान, ज्या लोकांनी मध्यमवर्गीय सुबत्ता आणि बढतीसाठी करारावर सह्या केल्या आहेत, ते तरी काही निवड करू शकत नाहीत. शिवाय, वेगवेगळ्या समाजात कामाचे तास आणि ताण-तणाव यात फरक असला, तरी त्या लेखकांनी अभ्यासिलेल्या सर्वच देशांमध्ये हीच मूलभूत प्रवृत्ती दिसते – उच्च प्रकारच्या भांडवलशाहीचा फारसा पुरस्कार न करणाऱ्या, पण आयुष्यातल्या छोट्या-मोठ्या सुखांची इच्छा बाळगणाऱ्यांमध्येसुद्धा हाच कल दिसून येतो. जागतिक स्पर्धेमुळे फ्रेंचांना जास्त तास काम करण्याची आणि काही सुट्या सोडून देण्याची सक्ती होऊ शकते. स्पॅनिश लोकांची वामकुक्षीसुद्धा आता बंद झालीय आणि तशी परंपरागत सवय असलेले लोक गोंधळलेले आणि निराश झालेले आहेत, अशा अनधिकृत बातम्या आहेत.

काम आणि निवांतपणा (leisure) (किंवा फार तर, काम आणि आयुष्य) यामधला फरकच आता नाहीसा होतोय आणि जास्त काम करणारे आपल्या अगोदरचे आधुनिक लोक चकित झाले असते आणि धास्तावले असते, असं दडपण आणि घाई स्वीकारायला आपण तयार आहोत, हे आपल्या काळाचं एक वैशिष्ट्य झालंय. औद्योगिकोत्तर समाजांमध्ये कालिक वैशिष्ट्यं (temporal modalities) मजुरांना मिळणाऱ्या वेतनाशी संबंधित असत – कार्यक्षमता, प्रयत्न, घड्याळाच्या वेळेशी बांधीलकी – ती सर्व क्षेत्रातल्या अशा कामगारांपर्यंत पोहोचली आहेत. आधुनिकोत्तर व्यावसायिकांना काम थांबवताही येत नाही आणि थोडीशीही विश्रांती घेता येत नाही, अशी परिस्थिती दिसतेय.

पण कामाच्या नैतिकतेच्या पूर्वीच्या प्रकारांच्या तुलनेत, आपल्या कृतींना हेतू आणि दिशा देणाऱ्या कुठल्याही मूल्यांशी याचा संबंध नाही. औद्योगिक विकासाला चालना देणारी प्रॉटेस्टंट अस्मिता प्रगतीच्या विचारप्रणालीमध्ये आणि काळाच्या

एकरेषीय संकल्पनेमध्ये जमीनदोस्त झाली. मुळात ती ज्या धार्मिक श्रद्धेशी जोडलेली होती, तिचे अवशेष कायमच राहिले. मृत्यू आणि न्यायाशी संबंधित काळाच्या ज्या कल्पनेत (eschatologcial vision) ऐहिक कालिकता अपरिहार्यपणे भविष्याकडे जाते, तिथे आपल्या सर्व प्रयत्नांना न्याय मिळेल. कामातील अत्युच्च प्रकारची नैतिकता निर्माण होण्यासाठी माणसाच्या व्यक्तिमत्त्वामध्ये तेवढीच शिस्तप्रियता असावी लागते आणि भविष्यातील उद्दिष्टं पूर्ण करण्यासाठी वर्तमानातल्या सुखांचा त्याग करावा लागतो. प्रयत्न आणि सद्‌गुण दिसण्यासाठी भांडवल जमा व्हावं लागतं आणि त्यासाठी पैसा वाचवण्याचीही शिस्तबद्ध सवय असावी लागते. भांडवलशाही संस्कृती भविष्यासाठी अत्युत्कृष्ट संस्कृती होती. तिच्या पुरस्कर्त्यांना दूरदृष्टी ठेवून काळाबरोबर चालण्यासाठी प्रोत्साहन मिळत होतं – किंवा उलटं विधान करायचं असेल, तर त्यांचं ध्येय गाठण्यात अपयश आलंच, तर अपराधाची किंवा अगदी पापाचीही तीव्र भावना मनात जागवावी लागत असे.

आपल्या या पूर्णपणे भ्रमनिरास झालेल्या युगात असं होत नाही. विस्तार आणि बिघाडांच्या दशकांनंतर मानवी परिपूर्णतेच्या किंवा साध्या प्रगतीच्या टिकाऊ कल्पनाही आता आपल्याकडे नाहीत. उलट, कुणीतरी आपल्याला ढकलतंय, म्हणून आपण ढकलले जातोय, असं आपल्याला वाटतंय. ही कामातली नैतिकता नसून, स्पष्टपणे जाणवणाऱ्या अतिश्रमातून निर्माण झालेली अस्मिता आहे आणि तिच्या प्रभावाखाली कालिक बंधनांना आपण स्वत: होऊन शरण जातो, इतर बऱ्याच ठिकाणच्या आणि काळांच्या तुलनेत. एरवी ही बंधनं कडक किंवा अगदी जाचक वाटली असती.

आजच्या समाजातील जगण्याच्या काळातील दडपणं, ही काही अंशी आपल्या समाजरचनेमुळे आणि आपल्या सांस्कृतिक महत्त्वाकांक्षांमुळे निर्माण झाली आहेत; पण त्यात आणखी एक अधिक नैसर्गिक शक्ती आहे, ती म्हणजे तंत्रज्ञानाची सर्जनशील आणि संहारक शक्ती. ती काळाच्या रचनेत झिरपते आणि त्याचं स्वरूपही बदलते आहे.

आपल्या सगळ्यांनाच हे माहीत आहे : मोबाईल फोन, व्हिडिओ, कम्प्युटर्स, डी.व्ही.डी., वर्ल्ड वाइड वेब. दोन दशकांच्या आतच वैयक्तिक संदेशवहनाच्या या साधनांच्या परिमाणांमध्ये आणि क्षमतेमध्ये झालेल्या सुरुवातीच्या वाढीमुळे एक नवीन पर्यावरणीय भोवताल निर्माण झाला आहे. एक सर्वस्थित असा पृथ्वीवरील प्रदेश किंवा हवेचा थर (stratosphere) निर्माण झाला आहे. तो आपल्या भौतिक पर्यावरणावर चिकटवलेला किंवा मध्येच घुसलेला डिजिटल पल्सेस आणि सिग्नल्सचा प्रदेश तयार झाला आहे. दिवस आणि रात्रीच्या प्रत्येक क्षणी माहिती, मनोरंजन आणि दळणवळणासाठी कितीतरी साधनांचा आपण उपयोग करू शकतो. आपण टी.व्ही. सुरू केला नाहीतर आपण व्हिडिओ किंवा डीव्हीडी पाहू शकतो. आपण

प्रवास करत असलो, तरी मोबाईल फोनवरून कितीतरी लोकांशी बोलू शकतो किंवा टेक्स्ट मेसेज पाठवू शकतो. आपल्या आय-पॉडवर संगीत ऐकू शकतो किंवा ब्लॅकबेरीवरून ई-मेल्स पाठवू शकतो. शिवाय, प्रत्येक क्षणी कितीतरी माहिती गोळा करून, डिजिटल तंत्रज्ञानाच्या साहाय्यानं कालिक घटकांचे भाग पाडून (आपण सर्वत्र लक्ष देऊ शकतो.) एकाच वेळी वेगवेगळ्या प्रकारचा डेटा (data) आपण त्यात भरू शकतो. बातम्यांच्या कार्यक्रमात, स्क्रीनच्या भागात आणि ध्वनी-फितींवर लिहिलेला मजकूर आपलं लक्ष वेधून घेतो. मध्यंतरीच्या काळात टेलिव्हिजन आणि रेडिओमधून येणारे बोललेले शब्द वेगानं आपल्यापर्यंत पोहोचतात आणि छोटे-छोटे शब्दप्रयोग आपल्या लक्षात राहतात.

गर्दीनं खचाखच भरलेला प्रत्येक क्षण आपल्या कामकाजाशीच संबंधित असतो असं नाही, तर सर्व वेळ आणि कुठल्याही वेळी आपल्याला उपलब्ध असलेल्या कार्यक्रमाशी तो संबंधित असतो. प्रत्येक कालिक बिंदूवर आपलं लक्ष वेधण्यासाठी असंख्य शक्यता असतात आणि योग्य त्या की-पॅडवरची संबंधित 'की' (button) दाबल्यावर आपल्याला त्या उपलब्ध असतात किंवा आपण त्या नाकारू शकतो.

प्रत्येक क्षणासाठी आपल्याकडे भरपूर पर्याय आहेत. एवढंच नाहीतर यांपैकी कुठलाच पर्याय आपण गमवायचं कारण नाही. एखादा सिनेमा चुकला, तर आपण त्याची डीव्हीडी भाड्यानं आणू शकतो, टीव्हीवरचा एखादा कार्यक्रम आपण पाहू शकलो नाही, तर आपण यू-ट्यूबवर पाहू शकतो, एखाद्या वर्तमानपत्रातला राजकीय लेख आपल्याला वाचायला मिळाला नाही, तर तो वेबवर सापडू शकतो. माहितीचा खजिना एकाच वेळी नुसता उपलब्ध नसतो, तर तो वाढत्या प्रमाणात सतत मिळत असतो.

अशा अमर्याद पर्यायांची जाणीव वाढवायची, तर एकाच वेळी अनेक प्रकारची माहिती नेहमीच आपल्या आवाक्यात असते असं नाही, मात्र ती एकाच वेळी जगात कुठेही उपलब्ध असते. कुठल्याही मिनिटाला काळाची सर्व क्षेत्रं त्याच्या स्वत:च्या वर्तमानात उपलब्ध असतात. कितीही माध्यमांशी काळाच्या कुठल्याही खंडात आपण संपर्क साधू शकतो. न्यू यॉर्कच्या मध्यरात्री आणि हाँगकाँगच्या दुपारी स्टॉक-मार्केटचे व्यवहार जाणून घेऊ शकतो. हिंसक राज्यक्रांतीची किवा भूकंपाची जगातली कुठलीही बातमी ताबडतोब आपल्याला मिळू शकते. पृथ्वीवरच्या कुठल्याही मिनिटापासून आपण कधीच दुरावलेले असण्याचं कारण नाही. मी माझ्या एका पत्रकार मैत्रिणीशी मोबाईल फोनवरून बोलले, तेव्हा मला याचा प्रत्यक्ष अनुभव आला. मला वाटलं मी तिच्याशी बोलत असताना लंडनपासून खूप दूर असलेल्या हॅमरस्मिथमध्ये ती असेल; पण तिनं फोन उचलला, तेव्हा पार्श्वभूमीवर ओरडणाऱ्या गर्दीचे प्रचंड मोठे आवाज मला ऐकू आले. खरं तर ती तेव्हा पाकिस्तानातल्या पेशावरमध्ये होती आणि त्या क्षणी तिच्या जवळपास कुठेतरी हिंसक राजकीय दंगली चालू होत्या.

दुसऱ्याच कुणाच्या तरी आयुष्यातला अगदी थोडासा भाग मला ऐकायला मिळाला आणि तेवढ्यात – माझ्या दृष्टीनं – तो किंचित छोटा भाग सायबर-स्पेसमध्ये (cyber-space) विलीन झाला.

आता काळाची सर्व भूप्रदेशांपासून मुक्तता झाली आहे. आपल्या शरीरातील काळाच्या प्रदेशातून आपण प्रवास करत असताना निसर्गाच्या दैनंदिन आणि मौसमी चक्रांतून काळ आता कुणी लुबाडून घेणार नाही, इतकंच नाहीतर ज्या भौगोलिक प्रदेशात आणि काळात आपली शरीरं आहेत, त्यापासूनही काळ पूर्णपणे वेगळा करता येईल. कमी प्रगत देशातील काही ग्रामीण परिसरांचा अपवाद वगळता, एकाच वेळी अनेक काळ-प्रदेशात आपण सगळे अस्तित्वात आहोत आणि कुठल्याही प्रदेशाच्या खऱ्या काळात आपण नाही आहोत.

त्या अर्थानं काळाच्या कमतरतेचं आकलन अगदी खरं आहे. वैश्विक किंवा अगदी स्थानिक काळ आपल्याला जे देऊ पाहतो, ते सगळं आपण ग्रहण करू शकत नाही किंवा आपल्या आवाक्यातील प्रत्येक मनोरंजक शक्यतेला प्रतिसाद देऊ शकत नाही किंवा वृत्तपत्र सौंदर्याभिरुची आणि अगदी वैयक्तिक माहितीचा आपल्यावर भडिमार करणाऱ्या वेगवेगळ्या माध्यमांना 'असंच चालू ठेवा' आणि 'त्यांना गाठा' असं आपण म्हणू शकत नाही, हे आपल्याला माहीत आहे. पोलिश कवी आणि नोबेल पुरस्कार विजेता झेस्लॉ मिलोझ (Czeslaw Milosz) याला वाटलं की, 'आकड्याचा चमत्कार' (phenomenon of number) म्हणजे त्याच्या दृष्टीनं समकालीन जीवनाची 'परिमाण' (quantity) हीच एक खऱ्या अर्थानं नवीन आणि गंभीर समस्या आहे. आपण खरोखर ज्या कामात गुंतलेले आहोत, त्याच वेळी आपला प्रत्येक क्षण व्यापणाऱ्या खऱ्या कामांची जाणीव होण्यामुळे ते क्षण फारच गर्दी करणारे, फार अपुरे आणि फार लवकर संपणारे वाटतात.

आणि आता कम्प्युटर्स आपल्या आयुष्यात आले आहेत, मध्यमवर्गीय नागरिक त्यांच्यासमोर बसून दिवसाचे तासन्‌तास खर्च करतात. पी.सी येण्यापूर्वीच्या आयुष्याची कल्पना करणंही तरुणांना अवघड होऊन बसलंय. या जादूगार यंत्राशिवाय जगणं आपल्यापैकी कुणालाच शक्य नाही किंवा तशी इच्छाही नाही. मेंदूच्या कार्यप्रणालीचे नवे-नवे प्रकार पर्सनल कम्प्युटर्सनी आपल्यासमोर आणले आहेत आणि वेगाच्या नव्या पातळ्यासुद्धा. त्यांनी आपलं अंतर्गत जग आणि बाह्य जगही इतकं बदलून टाकलंय की, ते आपल्या लक्षातही आलं नाही आणि पुरतेपणी समजलं नाही.

कम्प्युटर्स त्यांच्या आतील भागांच्या (binary innards) साहाय्यानं ज्या वेगानं माहिती देण्याची प्रक्रिया करतात, त्याचं मापन नॅनो-सेकंदांमध्ये होतं आणि अर्थातच कुठल्याही माणसाच्या मनाला ते शक्य नाही. हे सध्या तरी, फक्त माहिती पुरवण्यापुरतंच खरं आहे आणि तिच्या अमूर्त घटकांमधील परस्पर संबंध दाखवले जाऊ शकतात,

पण संवेदनावाहक स्वरूपात मात्र अजून नाही. उंच खुर्चीवरून खाली पडणाऱ्या मुलाला माणूस ज्या तत्परतेनं वाचवण्याचा प्रयत्न करतो, तशी प्रतिक्रिया कम्प्युटर व्यक्त करू शकत नाही – पण सांगता येत नाही, केव्हातरी ती क्षमतासुद्धा कम्प्युटरमध्ये कदाचित विकसित केली जाईल.

डिजिटल प्रोसेसिंगचा वेग अमूर्त असतो. आपल्यासाठी तो अदृश्य असतो; पण तिचा आपल्याशी जो संवाद (interaction) चालतो – किंवा आपला तिच्याशी चालतो – त्यासाठी कम्प्युटरनं त्याच्या कार्यप्रणालीचा खरा वेग दिलेला असतो, त्याची इतर कशाशी तुलना करणं अशक्य आहे. मुळात आपल्याला कम्प्युटरकडून लेखनासाठी, माहिती मिळवण्यासाठी, दळणवळणासाठी आणि मनोरंजनाच्या कार्यक्रमासाठी ताबडतोब प्रतिसाद हवा असतो. आपल्याला काही माहिती हवी असली, तरी ती चटकन आपल्याला मिळावी, अशी अपेक्षा असते. आपल्याला संगीत ऐकायचं असलं, तर उठून रेकॉर्ड, टेप किंवा सीडी शोधण्याची गरज नसते, कम्प्युटर की-बोर्डवरची किंवा मोबाईल फोनवरची एक 'की' दाबली की, काही सेकंदांच्या आत आपल्याला ते ऐकता येतं. आपण लिहिलेल्या मजकुरात काही बदल करायचा असेल, तर ते अगदी सहजपणे आणि वेगानं करता येतं, जे यापूर्वीच्या लिहिण्याच्या किंवा छपाईच्या कुठल्याही तंत्रज्ञानामुळे शक्य नव्हतं.

त्याच वेळी, ताबडतोब मिळणाऱ्या माहितीचं विश्व इंटरनेटनं अगदी अमर्यादपणे विस्तारलं आहे. बोर्जेसच्या कल्पनेतलं सर्वव्यापी ग्रंथालय – सर्व प्रकारच्या कल्पनांचे संच, जे आतापर्यंत कधी लिहिले गेले नाहीत किंवा सुचलेही नाहीत आणि मग त्यात असलेला तो संचसुद्धा – हे आता चमत्कारपूर्ण सत्य होऊ पाहतंय. दुसरं असं की, हे सगळं मिळवण्यासाठी आपल्याला कुठे प्रवास करण्याची गरज नाही. ते सगळं आपल्याकडेच आहे, आपल्या घरातच आहे. त्याच वेळी ते प्रत्येक ठिकाणी आहे आणि कुठेच नाही.

आणि अर्थात आपल्याला इंटरनेटवर शॉपिंग करायचं असेल, तर मग आपल्याला मिळणाऱ्या संधींना तोटाच नाही. अर्थात या मार्गानं होणारे व्यापारी व्यवहार पूर्ण होण्यासाठी केवळ काही सेकंद नाहीतर कधीकधी काही मिनिटांचा अवधी लागतो; पण खरेदी आणि खरेदी केलेल्या वस्तू मिळण्यासाठी आपल्याला कुठे प्रवास करण्याची गरज नसते. की-पॅडवरून त्या वस्तूंची माहिती दिली की, झालं. शिवाय, आपलं शहरच काय, पृथ्वीही खरेदी करण्याची संधी आपल्याला मिळते.

आपल्या सोशिकपणाचा आणि अवधानाचाही कालावधी कम्प्युटर कमी करू लागलाय. प्रतिक्रिया आणि प्रतिसादांच्या वेगांची तो आपल्याला सवय लावतोय. हे वेग तास किंवा मिनिटांत मोजले जात नाहीत, तर काही सेकंदांमध्ये मोजले जातात. आपल्याला हव्या असलेल्या माहितीसाठी आपल्याला किती वेळ वाट

पाहावी लागेल, पुढे जाण्याआधी एखादा विचार करण्यासाठी आपण किती वेळ द्यायला तयार आहोत, काहीतरी 'इंटरेस्टिंग' घडणार आहे, असं वाटण्यासाठी किती वेग (pace) आणि उत्तेजना किती प्रमाणात आपल्याला हवी आहे : या सर्व अपेक्षांवर जलद तंत्रज्ञानांच्या वेगाचा (tempo) आणि कार्यप्रणालींचा निर्णायक असा परिणाम होत असतो. (कम्प्युटरशी असलेल्या माझ्या आधीच्या सहवासात माझ्या 'कमांड'ला प्रतिसाद देण्यासाठी त्याला पंधरा सेकंद जरी लागले, तरी मी अधीरपणे आणि नकळत बोटांनी चुटक्या वाजवत असे. तेव्हा मला कळलं की, मानवी काळ बदलला होता.) काही सेकंदांपेक्षा जास्त वेळ थांबायला आपल्याला आवडत नाही – आणि आपल्या पीसी किंवा आय-पॉड किंवा ब्लॅकबेरीला त्याचं काम करायला दिवसेंदिवस कमी-कमी वेळ लागतोय. कम्प्युटर्स सुरू होण्यासाठी लागणारा 'खूप मोठा वेळ' कमी करण्यासाठी नव-नवीन सॉफ्टवेअर विकसित करण्यात येत आहेत. दररोज सकाळी कम्प्युटर सुरू होण्यासाठी लोक तीन मिनिटं वाया घालवू शकतात, हे स्पष्ट दिसतंच – पण हे कुणालाच नको आहे. आपल्याला लगेच समाधान मिळायला हवंय.

त्याच वेळी, उपलब्ध असलेल्या कार्यक्रमांची वाढती संख्या आपल्या जाणिवा सर्वदूर पोहोचवण्यासाठी उत्साहवर्धक आहे. अवधान देण्याचा थोडासा हेतू असेल तर, मनातल्या किंवा प्रत्यक्ष दिसणाऱ्या वस्तूवर हेतुपुर:सर एकाग्रचित्त होण्याचं ठरवलं तर – मनात वाढणाऱ्या विचारांच्या गर्दीमुळे मूळ हेतू साध्य करणं अवघड होतं. वेळेच्या प्रत्येक घटकामध्ये 'आपलं लक्ष वेधण्यासाठी धडपडणाऱ्या' शक्य त्या अनेक आकर्षणांमुळे कुठल्या तरी एका गोष्टीवर पूर्णपणे एकाग्र होणं किंवा बऱ्याच वेळानंतर कुठलीही एक मानसिक क्रिया करणं अवघड जातं. काही निरीक्षकांना असं वाटतं की, डिजिटल वेळेच्या सान्निध्यात राहण्याच्या सवयीमुळे आपल्या मनाच्या सवयीच बदलतात असं नाही, तर आपल्या मेंदूची रचनाच बदलून जाते. 'नवा मेंदू' अतिशय जलद आणि अनेक कामं करण्यासाठी अधिक सक्षम असतो, पण त्यानं केलेला माहितीचा संग्रह अधिक वर-वरचा असू शकतो आणि आपण मेहनतीनं आणि उत्क्रांतीच्या मार्गानं विकसित केलेल्या मेंदूप्रमाणे हा नवा मेंदू तो संग्रह अधिक काळ जतन करू शकणार नाही, असं काही निरीक्षकांना वाटतं.

तंत्रज्ञानाचा प्रभाव, विशेषत: मुलांवर, नि:संशयपणे जास्त पडतो. त्यांचे मेंदू आणि ती स्वत:ही बाह्य प्रभावाला अधिक अनुकूल असतात. डिजिटल साधनं आल्यानंतर वाढणाऱ्या पिढ्यांसाठी, समकालीन तंत्रज्ञानाच्या वातावरणामुळे तो त्यांचा दुसरा स्वभावच बनला आहे. माशासाठी जसं पाणी, तसं मुलांसाठी कम्प्युटर्स, त्यांच्या समस्या सोडवण्यासाठी, मैत्री वाढवण्यासाठी आणि सर्वांत महत्त्वाचं म्हणजे वेगवेगळे गेम्स – तेही खूप वेग असलेले – खेळण्यासाठी त्यांना उपयोगी

पडतात आणि म्हणून कम्प्युटर्सना शैक्षणिक दृष्टीनं खूपच महत्त्व आहे, असं दिसतं. त्यामुळे तरुणांना पूर्वी कधी न मिळालेली विविध प्रकारची माहिती मिळू शकते आणि त्यांची बौद्धिक कौशल्यंही विकसित करण्याची संधी मिळते; पण अशा उपक्रमांतून मिळवलेला लवचिकपणा आणि चापल्य, इतर प्रकारच्या बौद्धिक उपक्रमांच्या, जशी विवेकशीलता, कल्पनाशक्ती, अर्थपूर्ण ज्ञानग्रहण यांच्याऐवजी तर मिळवलेलं नाही ना, असा प्रश्न पडतो. कम्प्युटरची काम करण्याची पद्धत माहिती क्षेत्राच्या पृष्ठभागावर 'सर्फिंग' करण्यास प्रोत्साहन देते. एखाद्या खेळकर मुलाला 'माउस' आणि की-पॅड वापरण्याची कितीही गंमत वाटली, तरी मुलं फारशी अडचणीत येत नाहीत. डच शिक्षणतज्ज्ञ विम व्हीन नव्या पिढीतल्या तंत्रज्ञान-वेड्या मुलांना 'होमो झॅपिअन्स (Homo Zappiens)' म्हणतो आणि हे विशेषण नेहमी कौतुकानंच वापरलं जातं; पण झॅपिअन्सचा संबंध 'सेपिअन्स' (sapiens)शी कसा काय जोडता येतो, हे अजून तरी स्पष्ट झालेलं नाही.[६]

समकालीन तंत्रज्ञानांशी झालेल्या आपल्या चर्चेतून निर्माण झालेल्या कालिकतेच्या रचनेमुळे जॉन टॉमलिन्सन नावाच्या सांस्कृतिक भाष्यकाराला एक नवी संकल्पना सुचली : सत्वरतेची स्थिती (The condition of immeiacy). The Culture of Speedमध्ये टॉमलिन्सन 'सत्वरता' आणि पूर्वीच्या काळातला यांत्रिक वेग (mechanical velocity) यामध्ये फरक करून म्हणतो की, यांत्रिक वेगाच्या निकषांमध्ये 'इथे आणि तिथे, आता आणि नंतर, आपली इच्छा आणि आपल्याला काय मिळेल, याचा अंदाज, यामधील अंतर, हे प्रयत्नाच्या आवश्यकतेवर, इच्छेच्या उपयोजकतेवर (application) आणि... नियोजन आणि शिस्त यांचा दूरदृष्टीनं उपयोग करण्यावर अवलंबून होतं.' सध्याच्या तंत्रज्ञानाच्या राज्यात '*हे अंतर केव्हाच नाहीसं झालंय.*'[७]

त्या-त्या काळातल्या सामान्य (normal) प्रकृतीच्या कल्पनांमध्ये असलेले दोष दाखवून देण्याचं काम रोगनिदानाच्या पद्धती (patterns of pathology) करतात असं दिसतं. आपल्या कालिक रचना (temporal structures) आणि परिसराचं स्वरूप पाहता, मानसिक अस्वस्थतेच्या अनेक ज्ञात कारणांमध्ये, बराच काळ किंवा सतत वाटणाऱ्या असहिष्णुतेची, विशेषतः, भर पडते हेही कारण पटण्यासारखंच आहे. अवधानाच्या अभावामुळे येणाऱ्या अस्वस्थतेची (attention

---

६. विम व्हीन आणि बेन व्हरॅकिंग, *'होमो झॅपिअन्स : ग्रोइंग अप इन अ डिजिटल एज',* (कन्टिन्युअम, २००६).

७. जॉन टॉमलिन्सन, *'द कल्चर ऑफ स्पीड : द कमिंग ऑफ इमिडिअसी'* (सेज, २००७), पृष्ठ-९१.

deficit disorder – ADD) (जिला अवधानाच्या अभावामुळे येणाऱ्या अतिरेकी क्षमतेतून निर्माण होणारी अस्वस्थता – attention deficit hyperactive disorder-ADHD असंही बऱ्याच प्रमाणात म्हटलं जातं.) – थोडीशी लक्षणं १९व्या शतकाच्या उत्तरार्धातील मनोरुग्णांच्या इतिहासात दिसतात; पण तिची खरी नोंद घ्यायला सुरुवात होऊन तीन दशकंही झालेली नाहीत – आधी मुलं आणि तरुणांमध्ये आणि त्यानंतर हळूहळू वाढत्या प्रमाणात प्रौढांमध्येही तसं निदान होऊ लागलं; पण मग, ADDची साथ सुरू झाल्यापासून, तिची लागण झालेल्या पिढ्यांना परिपक्वता येण्याची संधी असते. या लक्षणांपैकी (syndrome) बरीचशी लक्षणं आपल्या परिचयातीलच असतात. अस्वस्थता, अस्थिरतेचं वर्तन, भावनावशता, आपल्या इच्छा लपवून ठेवण्याची असमर्थता आणि सतत नव्या उत्तेजनांचा-संवेदनांचा शोध घेण्याची धडपड.

सोशिकपणाची अतिशय कमतरता आणि अतिशय विचलित होणारं अवधान, यामुळे अशी अनेक लक्षणं निर्माण होतात. या अद्ययावत रोगानं पछाडलेले लोक पूर्णपणे बिघडलेल्या कालिकतेत जगतात, स्वत:ची एकाग्रता ते टिकवू शकत नाहीत किंवा एखाद्या गोष्टीकडे किंवा कामात क्षणभरापेक्षा जास्त लक्ष वळवू शकत नाहीत. 'कशासाठी किंवा कुणाला उशीर होत असेल, तर आपलं वर्तन किंवा विचार टिकवण्यात येणारी अडचण-अधीरता,' असं या लक्षणाचं वर्णन केलं जातं.[८] अशा लोकांच्या मेंदूचं छायांकन (imaging) केल्यावर असं दिसलं की, ADHD असलेल्यांच्या मेंदूच्या उजव्या बाजूचे बाह्य-पटल (Cortex regions) इतरांपेक्षा लहान असतात, त्यांचा संबंध अवधान आणि भावना लपवण्याशी असतो.

ADDची वैशिष्ट्यपूर्ण लक्षणं असतील, तर पहिला अनुभव आणि दुसरा अनुभव यांच्या बाबतीत त्यांचं भावनिक सातत्य राहण्याचा संदर्भ शिल्लक नसतो, जसा सीमान्त व्यक्तिमत्त्वाच्या अस्वस्थतेमध्ये (borderline personality disorder – BPD) असतो. उलट त्यावरून काळ आणि अवधान यांचे अधिकच तुकडे पडतात असं सूचित होतं, त्यामध्ये अगदी वेगवेगळ्या समजुतींचं संक्रमण अनुभवांमध्ये कधी होत नाही. ADHDच्या कारणांचं वर्णन शरीर-विज्ञानाच्या किंवा जनुकीय विज्ञानाच्या (genetic) भाषेतं केलं जातं. ADHD अनुवंशिक असते, असं अभ्यासातून सिद्ध झालं आहे. या रोगाच्या रासायनिक कार्यपद्धतीच्या तपासणीत डोपॅमिनची अपुरी निर्मिती, हे कारण दिसून आलं – डोपॅमिन हे महत्त्वाचं न्यूरोट्रान्समीटर (मेंदूमधलं संदेशवाहक रसायन) – ते आत्मनिष्ठ हितासाठी, आपल्या हालचाली

---

८. लॅरी आर. स्क्वायर आणि इतर संपादक, *'फंडामेन्टल न्यूरोसायन्स'* (एल्सेव्हिअर सायन्स, २००२).

आणि सावधपणाच्या अंतर्गत संघटनासाठी आवश्यक असतं.

पण ADHDच्या खूप आणि अचानक वाढणाऱ्या प्रसाराचं हे स्पष्टीकरण होत नाही – ही संख्याशास्त्रीय झेप आहे आणि ती केवळ जनुकं किंवा जीवशास्त्र स्पष्ट करू शकत नाही. १९८०च्या आधी ही सिन्ड्रोम असलेली इतकी कमी मुलं कशी काय होती? अमेरिकेसारख्या वेगानं प्रगती केलेल्या देशात इतक्या मोठ्या प्रमाणात हा रोग कसा पसरला?

हे अर्थातच शक्य आहे की, ADHD हे छोट्या मुलांमध्ये नवं नाव आहे आणि त्याचं स्पष्टीकरणही. कारण त्यांच्या वर्तनाचे प्रकार आपल्याला आधी नेहमीच माहीत होते. असं निदान झालेली मुलं पूर्वी तपासायला अवघड किंवा अस्वस्थ वाटली असती किंवा नेहमीपेक्षा जास्त खेळकर किंवा एकप्रकारे बेचैन वाटली असती. हेही शक्य आहे की, आई-वडिलांच्या आणि शिक्षकांच्या पुरेशा सोशिकपणामुळे – आजकाल तो कमी असतो – अशी मुलं 'वळणावर आली' असती आणि रोजच्या आयुष्यात अधिक शिस्तीनं वागली असती.

पण अशा मुलांच्या संख्येत संख्याशास्त्रीयदृष्ट्या झालेली वाढ आपण मान्य केली तरी आणि मिळालेल्या माहितीवरून असं दिसतं की, ती वाढ आपण मान्य करायला हवी – या आजाराच्या अनुवंशिकतेच्या स्पष्टीकरणाशी याचा संबंध नाही, असं दाखवणारे अनेक पुरावे आहेत. त्यावरून असं गृहीत धरता येतं की, ADHD असलेल्या तरुण लोकांमध्ये सापडणारं रासायनिक आणि शरीरशास्त्रीय विचलन किंवा अपवर्तन (deviation) हे पूर्वीच्या अवस्था आणि मानसिक स्थितीसाठी कारणीभूत नसतं, तर त्यांचंच निदर्शक असतं. एक मात्र खरं की, प्रदीर्घ काळ टिकणारी चिंताग्रस्तता जनुकीय अभिव्यक्तीमध्ये बदलू शकते, हे 'मनाच्या जीवशास्त्रा'मध्ये स्वीकारलेलं वास्तव आहे – दुसऱ्या शब्दांत सांगायचं, तर मानसिक अवस्थांचा परिणाम मुळाशी असलेल्या शारीरिक आरोग्यावर होऊ शकतो.[९] मुलीमध्ये दिसणाऱ्या ADHDच्या लक्षणांवर रिटॅलिन (methylphenidate)सारख्या औषधांचा उपचार नियमितपणे केला जातो, त्यामुळे डोपॅमिनचा स्राव सुरू होण्यास मदत होते; पण मेंदूमधील डोपॅमिनची विपुलता बदलांना बळी पडण्याची बरीच दाट शक्यता असते. केवळ रासायनिक परिणामामुळेच नाहीतर अधिक स्वतंत्र प्रभावामुळेही. उदाहरणार्थ, प्राण्यांच्या आणि माणसाच्या अभ्यासामध्येसुद्धा मेंदूतील संदेशवाहक रसायनाच्या पातळ्या वाढतात, एखाद्या व्यक्तीला काही पारितोषिकं दिली जातात, तेव्हा आणि दोघांच्या बाबतीत, एखादं काम यशस्वीपणे पूर्ण केल्यानंतर जेव्हा पारितोषिकं दिली

---

९. पाहा, एरिक कॅन्डेल, *'सायकॉलजी सायकोअनॅलिसिस ॲन्ड द न्यू बायॉलजी ऑफ माइंड'* (अमेरिकन सायकियॅट्रिक पब्लिशिंग, २००५).

जातात, तेव्हा आणखी एखाद्या पारितोषिकाच्या अपेक्षेनं त्या प्राण्यात किंवा व्यक्तीमध्ये डोपॅमिन अधिक प्रमाणात स्त्रवायला लागतं. शेवटी जी माणसं आपल्या आवडीच्या क्षेत्रात चांगलं काम करत राहतात, त्यांना नंतर बक्षिसं मिळाली नाहीत, तरी आणखी-आणखी डोपॅमिन त्यांच्यामध्ये स्त्रवू लागतं; आपण काहीतरी चांगलं काम करतो, याचं समाधान हेच (जुन्या काळातला निष्कर्ष) त्यांच्या कामाचं पारितोषिक त्यांना वाटतं. याउलट ADHD असलेल्या मुलांमध्ये डोपॅमिन कमी प्रमाणात स्त्रवणं शक्य आहे, *कारण* त्यांना अस्वस्थता जाणवते आणि आतून विस्कळित झाल्यासारखं वाटत असतं, उत्साह वाटण्याऐवजी. अवधान टिकविण्यासाठी शांत राहण्याचा पुरेसा प्रयत्न त्यांनी केला आणि वेगवेगळ्या कामात लक्ष गुंतवलं, तर रासायनिक द्रव्यांच्या उपचाराशिवायही त्यांची अस्वस्थता नाहीशी होईल.

एक अतिशय विचित्र, पण अर्थपूर्ण गोष्ट काही मज्जा-जीवशास्त्रीय (neurobiological) संशोधनात स्पष्ट झालीय ती अशी की, धार्मिक वातावरणात वाढलेल्या तरुण लोकांचं वर्तन तितकंसं भावनाविवशतेचं नसतं.[१०] अशा उदाहरणांचा फारसा खोलवर विचार झाला नसला, तरी अशा परस्परसंबंधी कारणांचा आपण अंदाज बांधू शकतो. अगदी प्राथमिक पातळीवर आपला 'स्व' आणि आतला काळ (inner time) यांच्या रचनेसाठी धर्म एक भक्कम चौकट घालून देतो. त्याला असलेलं वरपासून खालपर्यंतचं महत्त्व (hierarchy of significance) यामुळे प्रचंड गर्दी असलेल्या आपल्या सांस्कृतिक अवकाशात असंख्य उत्तेजनांच्या अमर्याद भडिमारातून मुलं आणि तरुण कशाची तरी निवड करू शकतात आणि त्यातून जीवनमूल्यं, प्रतीकं आणि धार्मिक विधींच्या रचनेची अस्पष्ट का होईना, पण कल्पना त्यांना येते. ती त्यांना आत्मसात करता येतात आणि बाहेरून मिळणाऱ्या उत्तेजनांची गरज कमीकमी होत जाते. या सर्व प्रकारे नियंत्रित अर्थाची व्यवस्था असलेला नमुना (template) म्हणून धर्माचा उपयोग होऊ शकतो; पण अर्थात यामध्ये इतरही शक्यता आहेत. आपण अशीही कल्पना करू शकतो की अर्थाच्या किंवा मूल्यांच्या किंवा अगदी सततच्या कामांच्या चौकटीही रचना आणि अंतर्गत संघटनांच्या पद्धती सुचवू शकतात. ADHD असलेल्यांनी सुरुवातीच्या काळात वाद्य-संगीत शिकलं असेल किंवा एखादा छंद जोपासला असेल किंवा अगदी पद्धतशीरपणे अभ्यास किंवा साधं वाचन केलं असेल, तरी त्यांच्यावर झालेल्या त्या परिणामांचं संशोधन

---

१०. मार्विन झुकरमन, *'द न्यूरोबायॉलजी ऑफ इम्पलसिव्ह सेन्सेशन सीकिंग : जेनेटिक्स, ब्रेन फिजिऑलजी, बायोकेमिस्ट्री अॅन्ड न्यूरोबायॉलजी'*, इन कॉन स्टोग, संपादित; न्यूरोबायॉलाजी ऑफ एक्सेप्शनॅलिटी (क्लुवेर अॅकडमी/प्लेनम पब्लिशर्स, २००५).

करणंही रंजक ठरेल. पण अर्थाच्या संकल्पना कशाही तयार झाल्या असल्या, तरी त्या रचनांचे छोट्या-छोट्या प्रेरणांमध्ये (इच्छांमध्ये) तुकडे होऊ द्यायचे नसतील तर किंवा उत्तेजना आणि संवेदना नुसत्या ग्रहण करायच्या नसतील, तर तरुण, 'स्व'नं त्या रचनांवर नियंत्रण ठेवणं गरजेचं आहे. काळाशी लढा देण्याचे आणि अंतर्मनात त्याला आकार देण्याचे मार्ग शोधणं गरजेचं आहे.

मायकेल पॉस्नर या मानसशास्त्रज्ञानं ओरेगॉनमध्ये केलेल्या परिणामकारक, पण साध्या प्रयोगातून सिद्ध केलंय की, फार वेळ एकाग्रता टिकत नसलेल्या मुलांना सराव करण्यासारख्या पद्धतीनं एकाग्रता वाढवायला शिकवता येऊ शकेल. या प्रयोगामध्ये चांगलं खेळण्यासाठी आणि अवधानाच्या विशिष्ट प्रकारांवर लक्ष ठेवण्यासाठी, मुलांना व्हिडिओ गेम्स देण्यात आले होते. तेच ते गेम्स पाच दिवस खेळले गेले, मुलांवर लक्ष ठेवलं गेलं आणि त्यांचं अवधान टिकविण्यासाठी त्यांना प्रोत्साहन दिलं गेलं. एकाग्रता वाढविण्यासाठी व्हिडिओ गेम्स, हे एक गमतीदार साधन वाटू शकतं आणि ते याच हेतूनं बनवलेले होते, हे स्पष्टच होतं आणि म्हणून मुलांच्या आणि तेही सुरुवातीला ज्यांची एकाग्रता अगदी कमी आणि डोपॅमिनच्या पातळ्याही अगदी खालीच असलेली, अवधानाच्या पातळ्या सुधारायला आरंभ झाला आणि – होय – त्याचबरोबर अतिशय महत्त्वाचं म्हणजे मेंदूमधलं संदेशवाहक रसायनही अधिक प्रमाणात स्रवू लागलं.[११]

या साध्या प्रयोगाबद्दल एक गोष्ट कदाचित इथे नोंदवता येईल; ती अशी की, या प्रयोगात सहभागी झालेल्या मुलांना त्यांचं अवधान केंद्रित करण्यासाठी आणि ते अधिक वेळ टिकवण्यासाठी केवळ प्रोत्साहन मिळालं असं नाही, तर त्यांच्याकडे लक्षही *दिलं* गेलं, अतिशय काळजीपूर्वक आणि बराच वेळपर्यंत; पण अशा प्रकारचा 'बहुमूल्य वेळ (quality time) मध्यमवर्गीय आई-वडील आपल्या मुलांसाठी नियमितपणे देऊ शकत नाहीत. कारण त्यांना कामं खूप असतात आणि त्यांची आयुष्यं अनेक प्रकारे विभागलेली असतात. मुलांची स्वतःची आयुष्यंही विभागलेली असतात, कारण एकतर वेगवेगळ्या उपक्रमांमध्ये ती भाग घेतात किंवा टेलिव्हिजन वा कम्प्युटर स्क्रीनसमोर त्यांच्या आपसात गमती-जमती चालू असतात. या दरम्यानच्या काळात, ज्या स्क्रीनसमोर आणि तंत्रज्ञानाच्या वातावरणात मुलं लहानाची मोठी होतात, त्या स्क्रीनवर आक्रमक आणि हल्लेखोरीची दृश्यं थोडा-थोडा वेळ

---

११. मायकेल पॉस्नर आणि इतर, *'ट्रेनिंग, मॅच्युरेशन अॅन्ड जेनेटिक इन्फ्ल्यूएन्सेस ऑन द डिव्हलपमेंट ऑफ एक्झिक्युटिव्ह अटेन्शन,'* प्रोसीडिंग्ज ऑफ द नॅशनल अॅकडमी ऑफ सायन्सेस, खंड १०२, अंक ४१ (२००५), पृष्ठे १४९३१-६.

दिसतात : रिमोट कंट्रोलच्या साहाय्यानं, मुळातच गतिमान असलेल्या प्रतिमा अधिकच गतिमान होतात, त्यांचे प्रचंड ध्वनी आणि बदलत जाणारं संगीत, व्हिडिओ गेम्सचं अतिशय वेगवान आणि स्वाभाविकपणेच हिंसक गतिशास्त्र. ज्यांचे मेंदू परिपक्व झालेले नाहीत, अशा तरुणांच्या जडणघडणीवर या सगळ्याचा परिणाम झाल्याशिवाय राहत नाही.

ADDची लक्षणं समकालीन डिजिटल वेळेची नक्कल किती बारकाईनं करतात, हे अर्थातच लक्षणीय आहे. सत्वरतेच्या स्थितीमध्ये मागणी आणि प्रतिसाद यांमधलं अंतर नाहीसं करणं अभिप्रेत असेल, तर अशा कालिक नियमांच्या दडपणाखाली वाढणारी मुलं अंतर्गत उशीर सहन करायला किंवा समाधानाचा क्षण पुढे ढकलायला शिकण्याची फारशी शक्यता नाही आणि या आजाराशी संबंधित लक्षणं समकालीन आयुष्याच्या लक्षणांशी खूपच मिळती-जुळती आहेत, इकडेही दुर्लक्ष करणं अवघड आहे : असंख्य उत्तेजनांमध्ये आपलं लक्ष विखुरलेलं असणं, एकाच वेळी अनेक कामं करणं आणि त्यांपैकी एकाही कामाकडे पुरेसं लक्ष देऊ न शकणं, तंत्रज्ञानाच्या साधनांकडून त्वरित प्रतिसादाची अपेक्षा करणं – ही ADHDची रोगनिदानात्मक कल्पित स्पष्टीकरणं आपले समकालीन मध्यमवर्गीय परस्परविरोधी दृष्टिकोन त्यांच्या रोजच्या स्वरूपात अचूकपणे व्यक्त करतात.

त्या अर्थानं ADDमधली 'अवधान कमतरता' ही मुलांमध्ये नसते, तर ती त्यांच्या आई-वडिलांमध्ये असते. *The Tyranny of the Moment* या पुस्तकामध्ये, वेळेच्या समस्येचा विचार करणारा, नॉर्वेजिअन सामाजिक मानववंशशास्त्रज्ञ थॉमस हायलॅन्ड एरिकसन म्हणतो की, 'माहिती मिळवणाऱ्या समाजात (Information Society) अर्थपुरवठा करणाऱ्या लोकांच्या दृष्टीनं सगळ्यात कमी स्रोत हा अशुद्ध धातू असलेला खडक किंवा धान्याची पोती नसतो, तर 'इतरांचं अवधान' हा असतो.[१२] 'अर्थपुरवठा करणारे लोक' हे एरिकसनच्या मते आपलं लक्ष वेधण्यासाठी गलबला करणारी विविध माध्यमं आहेत आणि त्यांनी दिलेल्या माहितीमध्ये आपण निश्चिंतपणे डुंबत असतो.

पण व्यक्तिगत नात्यांमध्येसुद्धा इतरांचं अवधान फारच कमी होत चाललंय आणि त्यापासून जे वंचित राहण्याची जास्त शक्यता असते, ती म्हणजे लहान मुलं. काही असलं, तरी अर्थाच्या मुख्य चौकटीमध्ये आणि मुलांच्या भावनिक समाधानाचा स्रोत जीवनमूल्यं किंवा कल्पना यांच्यामधून येत नाही, तर त्यांचे आई-वडील आणि जवळच्या नातेवाइकांकडून येत असतो. आपल्या संस्कृतीमधल्या प्रौढांना सतत

---

१२. थॉमस हायलॅन्ड एरिकसन, *'द टिरनी ऑफ द मोमेन्ट : फास्ट ॲन्ड स्लो टाइम इन दि इन्फर्मेशन एज',* (प्लूटो, २००१), पृष्ठ-२१.

वाढणारे ताण आणि वेळेचा जाच सहन करावा लागत असल्यामुळे, मुलांवर त्याचा निश्चितच परिणाम होतो आणि तो त्यांच्यावर दिसतोही. त्यांच्या वागण्यातच नाही, तर भावनिक आणि शरीरशास्त्रीय पातळीवरसुद्धा तो दिसून येतो.

आणखी असं की, मुलं फक्त दैनंदिन आयुष्यातल्याच गोष्टींचं अनुकरण करतात असं नाही, तर काळाच्या आंतरिक रचनाही अनुसरतात आणि त्या त्यांच्या हालचालींचा वेग, त्यांचं औदासीन्य किंवा निवांतपणाच्या प्रकारात, त्यांच्या आकलनाच्याच नव्हे, तर भावनिक प्रतिसादामधूनही दिसून येतात. आई-वडीलच टीव्हीचे चॅनल्स एकानंतर एक लावून पाहत असतील किंवा ई-मेल्सपासून कम्प्युटर गेम्सपर्यंत गुंतलेले असतील, तर मुलंही नक्कीच तशा सवयी लावून घेतील. एवढंच नाही, तर अशा हालचालींमधील लयबद्धताही उचलतील. त्यांच्याभोवती असलेल्या प्रौढांच्या हालचालींमध्ये वेग आणि ताण असेल, तर या सहजपणे न दिसणाऱ्या अवस्था मुलांच्या व्यक्तिमत्त्वात प्रतिबिंबित होतील.

चिंताग्रस्त असण्याची सवयच असलेल्या आई-वडिलांकडून ती सवय मुलांमध्येही प्रक्षेपित होण्याची शक्यता असते. चेतापेशी (mirror neurons) जर कुठेही परिणामकारक ठरत असतील, तर त्या मुलांच्या वैयक्तिक वर्तनपद्धतीत नक्कीच परावर्तित होतात आणि अशा वर्तनपद्धती बाह्य आणि आंतरिक अशा दोन्ही काळांना आकार देतात. प्रौढांची बाह्य कालिकता हा मुलांचा आंतरिक काळ होऊ शकतो. प्रौढांच्या आंतरिक काळातील सुप्त व्यत्यय त्यांच्या मुलाच्या बाह्य लक्षणांमध्ये उमटू शकतात.

अशा सर्व प्रकारे ADD पिढ्या या डिजिटल युगातील कायदेशीर आणि प्रातिनिधिक मुलांच्या पिढ्या आहेत. रिचर्ड रिस्टॅक, चेतामानसोपचारतज्ज्ञ (neuropsychiatrist)सारख्या अनेक भाष्यकारांनी हे मान्य केलं आहे. *The New Brain* या पुस्तकात 'आपल्या काळातील वैशिष्ट्यपूर्ण आजार' असं अवधान कमतरतेचं वर्णन तो करतो. तो खरोखरच इतका वैशिष्ट्यपूर्ण आहे की, रिस्टॅकच्या मते, या क्षेत्रातील अनेक तज्ज्ञ ADDला व्यत्यय न समजता, ती आकलनाची एक शैली आहे किंवा 'मेंदूच्या रचनेचा तो विशेष प्रकार आहे,' आपल्या जगाच्या कालिक अवस्थांशी जुळवून घेतलेला, असं मानतात.[१३]

कदाचित तसंच असेल; पण काळाचं विभाजन आणि गतीची वाढ इतर कुणाही पेक्षा मुलांच्या बाबतीत, आपली किंमत वसूल करते. परंपरागत अनुभवानुसार बालपणाची अवस्था कमी वेग असलेली, जिज्ञासा वाढवणाऱ्या खेळांची आणि

---

१३. रिचर्ड रिस्टॅक, *'द न्यू ब्रेन : हाउ द मॉडर्न एज इझ रीवायरिंग युअर माइंड',* (रोडेल इंटरनॅशनल, २००४), पृष्ठे ४७-४६.

भरकटणाऱ्या कुतूहलाची, ज्ञानेंद्रियांना सुखावणारी आणि आनंददायी कंटाळवाणेपणाचीसुद्धा असते. या काळात दुसरं काहीच घडत नसल्यामुळे मुलं सगळं जगच त्यांच्याभोवती ओढून घ्यायला पाहतात. समोर न दिसणाऱ्या गोष्टींची कल्पना करू पाहतात. एखादी वस्तू कशी तयार करतात, हे समजून घेण्यासाठी तिचं निरीक्षण करतात किंवा काहीतरी निर्माण करण्यासाठी कुठल्यातरी वस्तू जमवतात. आणि अशाच वेळी मुलं नवे खेळ शोधून काढतात, एकमेकांसोबत खेळण्यासाठी – कुठलंही लक्ष्य समोर नसताना, वेळापत्रक नसताना – मुलं नाती शोधतात आणि इतरांसोबत राहण्याचा विचार करतात. बालपणातल्या काळाचं एक अतिशय मनोरम वर्णन नोबोकोव्हच्या *Speak, Memory*मध्ये आढळतं. त्याच्या स्वतःच्या झपाटलेल्या बालपणाच्या आठवणी आणि त्याच्या लहानग्या मुलाची कोवळ्या वयातली निरीक्षणं, खळखळत्या पाण्याकडे अखंडपणे एकटक पाहत बसलेल्या मुलाला निरखणारा तो किंवा पुन्हा-पुन्हा वळून पळणारी खेळण्यातली कार.[१४] 'लवकर, लवकर आटप रे मुला –' असं मुलांना कधी म्हणू नका, या नोबोकोव्हच्या सल्ल्याकडे आणि इशाऱ्याकडे आपण लक्ष दिलं नाही, तर आपल्या आणि मुलांच्या नात्यात अंतर येऊ शकेल.

★

गतिमान काळ आणि गतिमान तंत्रज्ञानाला प्रतिसाद म्हणून, आपण 'गतिमान' रोगनिदानशास्त्र विकसित करत आहोत. काळाच्या डिजिटल प्रकारांनी आणि दृष्टिकोनामुळे निर्माण झालेली अस्वस्थता – गती आणि उत्तेजनेचा दृष्टिकोन – BPD किंवा ADDसारख्या समूह लक्षणांमध्ये अतिशय स्पष्टपणे किंवा अतिशय भावविवशतेनं व्यक्त झालेला दिसून येतो, पण कमी तीव्रतेनं किंवा कदाचित थोड्याशा अस्पष्ट स्वरूपात, अशा आजारात मानसिक स्थितीचं आणि व्यत्ययांचं जे निदान होतं, ते अनेकांच्या अनुभवाला येतं. बेचैनी, एका कामाकडून दुसऱ्या कामाकडे होणारी धावपळ किंवा ती सगळी कामं एकाच वेळी करण्याचा प्रयत्न, दुसऱ्याच्या पुढे जाणं आणि तिथे कधीच न पोहोचणं, हीसुद्धा एक सर्वत्र आढळणारी गोष्ट आहे. पुन्हा यावर, अशा सवयींची लागण झाल्यामुळे होणारी दगदग आणि त्यांच्या स्वतःच्या प्रतिक्रिया आणि टीकाही त्यातून व्यक्त होतात.

गेल्या काही वर्षांत समकालीन काळाच्या समस्येवरील साहित्य बऱ्याच प्रमाणात लिहिलं जात आहे : जेम्स ग्लेकची *'फास्टर'* पुस्तकं, कार्ल ऑनरचं *In Praise of Slow*, जेरेमी रिफ्किनचं *Time Wars*, स्टीफन क्लेनचं *Time : A*

---

१४. व्लदिमिर नोबोकोव्ह, *'स्पीक, मेमरी : ॲन ऑटोबायॉग्रफी रीव्हिझिटेड'*, (पेंग्विन मॉडर्न क्लासिक्स, २०००).

*User's Guide* अशी काही उदाहरणं. आपण सगळेच एकत्रितपणे वेळेच्या ज्या गंभीर चिंतेमुळे ग्रस्त आहोत, तिची दखल अशी पुस्तकं घेतात आणि कधीकधी उपाय सुचवतात किंवा किमान पर्याय तरी सुचवतात. एका पातळीवर समाजशास्त्रीय विश्लेषणं आहेत, तिथे वेळेच्या समस्येचं निदान बऱ्याच प्रमाणात केलेलं आहे. कालिक राजकारण आणि धोरणांमुळे निर्माण होणाऱ्या प्रश्नांचा ऊहापोह त्यात केलेला आहे. 'घाई-गर्दीमुळे येणारा आजार' आणि 'वेळेचं दुर्भिक्ष्य' या संकल्पना समाजशास्त्रीय भाषेत सामान्यपणे मांडल्या जातात. ॲलन लाईटमनच्या *The Diagnosis* या कादंबरीच्या नायकाला वेड लागतं, कारण तो डिजिटल वेळेच्या शिस्तबद्ध साच्यामध्ये स्वत:चं आयुष्य कोंबण्याचा प्रयत्न करतो.[१५]

अशा समीक्षात्मक लेखनाला त्यांचा स्वत:चाच एक इतिहास आहे. In Praise of Idleness या १९३०मध्ये लिहिलेल्या लेखात बर्ट्रांड रसेल म्हणतात की, 'आधुनिक जगात कौशल्यपूर्ण कामामुळे आणि संघटितपणे काम करण्याचे प्रमाण कमी करण्यामुळे सुखसमृद्धी मिळते, असा विश्वास वाटत असल्यामुळे फार मोठी हानी होते आहे, असं मी गंभीरपणे म्हणून इच्छितो.'[१६]

श्रीमंतीचा गर्व आपल्याला आहे, म्हणून आपण हे म्हणत नसल्याचं आणि हे विधान सर्वांनाच सारखं लागू आहे, असं रसेल ठामपणे म्हणतात. त्यांना असं वाटलं की, एकूणच समाजाला रोज चार तासांचं काम अगदी समर्थनीय आहे आणि उरलेला वेळ वाचन आणि चिंतन, खेळ आणि स्वत:चा विकास करण्यासाठी मिळेल आणि याच निवांतपणातून अतिशय बुद्धिमत्तापूर्ण आणि सर्जनशील शोध लागतील, याची त्यांना खात्री होती.

हे अर्थातच होणार नव्हतं, कारण प्रत्येक जण अनुकूल परिस्थितीमध्ये, आपला रिकामा वेळ संयमितपणे आणि तत्त्वज्ञानाच्या अभ्यासात घालवेल, ही रसेल यांची अपेक्षा जराशी अतिशयोक्त होती; पण १९६०च्या दशकातल्या

---

१५. जेम्स ग्लीक, *'फास्टर : दि ॲक्सिलरेशन ऑफ जस्ट अबाउट एव्हरिथिंग'*, (व्हिन्टेज, २०००) आणि *'फास्टर : अवर रेस अगेन्स्ट टाइम'*, (अबॅकस, २००५), कार्ल ऑनर, इन प्रेझ ऑफ स्लो : हाउ अ वर्ल्ड वाइड मुव्हमेंट इझ चॅलेजिंग द कल्ट ऑफ स्पीड (ओरायन, २००५), जेरेमी रिफकिन, *'टाइम वॉर्स : द प्रायमरी कॉनफ्लिक्ट इन ह्यूमन हिस्टरी'*, (हेन्री हॉल्ट, १९८७), स्टिफन क्लेन, *'टाइम : अ यूझर्स गाइड'* (पेंग्विन, २००८), ॲलन लाइटमन, *'द डायग्नोसिस : अ नॉव्हेल'*, (व्हिन्टेज, २००२).

१६. बर्ट्रांड रसेल, *'इन प्रेझ ऑफ आयड्लिनेस : ॲन्ड अदर एसेझ'* (रूटलेज क्लासिक्स, २००४), पृष्ठ-३.

'प्रतिसंस्कृतीनं' (counter culture) हा निष्क्रियतेचा मुद्दा बऱ्याच मोठ्या प्रमाणात हाताळला – ती दिशाहीन सामाजिक चळवळ आणि नंतरच्या पिढीतली प्रचंड संख्येनं वयात आलेली मुलं कामासाठी तयार झाली, तो काळ अभूतपूर्व आर्थिक विस्ताराचा ठरला. 'प्रतिसंस्कृती' म्हणजे अनेक डोकी असलेला प्राणी होता; पण तेव्हा घडणाऱ्या बऱ्याच घटना मुख्य प्रवाहाच्या संस्कृतीत प्रचलित असलेल्या नियंत्रित काळाच्या पद्धतींपासून दूर जाण्याचा प्रयत्न म्हणूनच पाहिल्या जाऊ शकतात. कशात 'सहभागी न होण्याची' संकल्पना हेच १९६०च्या दशकाचं वैशिष्ट्य होतं. नियमित काम, स्पर्धात्मकता आणि यश यासाठी जे-जे अत्यावश्यक होतं, त्याला विरोध हीच त्या 'प्रतिसंस्कृतीची' घोषणा होती – आणि यामधून निर्माण झालेल्या चिंताग्रस्ततेच्या विरोधात ती निःसंशयपणे होती.

'सुरू करा! कान देऊन ऐका! सोडून द्या! (Turn on, tune in, drop it)' हे बोधवाक्य टिमोथी लिअरी या 'प्रतिसंस्कृती'च्या एका प्रेषित आणि गुरूनं तयार केलं होतं आणि काही काळ त्यामुळे काही अनुयायी आकर्षित झालेही होते, पण त्या घोषवाक्यातला 'सोडून द्या!' हा भाग फार काळ टिकू शकला नाही. त्याचं एक कारण असं की, 'मुख्य प्रवाहा'तल्या संस्कृतीच्या बंधनांविरुद्ध ज्या सर्वंकष बंडखोरीची जी शक्यता होती – ती त्या संस्कृतीच्या समृद्धीनं स्वीकारली होती; दुसरं कारण असं की, तिच्यामधून बाहेर पडणं म्हणजे तिच्यापासून मिळणारे कितीतरी फायदे गमावून बसणं. एका गतिमान संस्कृतीत 'सहभागी न होणं' हे संथ संस्कृतीमध्ये संथपणे जगण्यापेक्षा वेगळं असतं. आपण आपल्यापुरती खासगी भाषा बनवू शकत नाही, तसं एकटं राहून आपण कुणाच्या वेळेचं नियोजन स्वीकारू शकत नाही. आपल्या भाषेच्या रचना बऱ्याच प्रमाणात सर्वांसाठी असतात आणि एखाद्या संस्कृतीमध्ये सहभागी व्हायचं असेल, तर आपल्याला तिचे काही नियम आणि प्रथा पाळाव्याच लागतात.

शिवाय लिअरीच्या या आकर्षक घोषवाक्यातून कालिकतेच्या सर्वसामर्थ्यशाली गोष्टीला बऱ्याच प्रमाणात चेष्टेचं स्वरूप आलं. या गुरूनं स्वतःच त्याच्या स्वप्नाळू श्रोत्यांना वयाची तीस वर्षं ओलांडलेल्या कुणावरही विश्वास ठेवू नका, असं आवर्जून सांगितलं. उलट, त्या काळातल्या त्याच्या निष्ठावंत अनुयायांकडेही दुर्लक्ष करा, असा सल्ला त्यानं दिला; पण तरुणांची एकूण संस्कृतीच बऱ्याच मोठ्या प्रमाणात तारुण्याच्या तत्त्वप्रणालीवर आणि तरुण राहणं नेहमीसाठी शक्य होतं, या भ्रामकतेवर आधारलेली होती. 'काळ माझ्याच बाजूनं आहे, होय, माझ्याच बाजूनं,' असं 'रोलिंग स्टोन्स'चं एक प्रसिद्ध गाणं होतं; पण ते, अर्थातच, फार काळ टिकणारं सत्य कधीच नव्हतं.

'सोडून देण्या'तील नैतिकता आणि वृत्ती, कितीही काळ टिकली, तरी १९६०च्या दशकातली पिढी परिपूर्ण प्रौढत्वात आल्यावर, ती नाहीशी झाली.

दुसऱ्या महायुद्धानंतर जन्माला आलेल्या पिढीचा लवकरच नवा मध्यमवर्ग तयार झाला. त्यांच्या आई-वडिलांइतकेच कष्ट ते करू लागले किंवा काही बाबतीत त्यांच्याहूनही जास्त कष्ट ते करू लागले; पण 'मुख्य प्रवाहा'च्या जाचातून सुटका करून घेण्याची तीव्र इच्छा, इतर मार्गांनी, कमी प्रमाणात का होईना, व्यक्त होतच राहिली. त्या काळात निर्माण झालेली ड्रग्ज वगैरेची अफाट संस्कृती, हे असंच एक उदाहरण आहे. वेगवेगळ्या कारणांसाठी आणि वेगवेगळ्या प्रकारचे परिणाम अनुभवण्यासाठी लोक ड्रग्जचं सेवन करतात; पण या 'प्रतिसंस्कृती'च्या पुरस्कर्त्यांना मुख्य आकर्षण आहे, ते काळाचं आकलन आणि संवेदना बदलण्याची क्षमता त्या रासायनिक पदार्थात आहे म्हणून. त्या काळातील वैशिष्ट्यपूर्ण (किमान प्रायोगिकदृष्ट्या सर्वांत साहसी) ड्रग्ज होते, मेस्कॅलिन आणि LSD. आंतरिक काळाचा वेग कमी करणं, हा त्यांचा खास परिणाम होता. याला शरीरशास्त्रीय आणि रासायनिक आधार आहे; पण १९६०च्या दशकात हे ड्रग्ज वापरणाऱ्यांच्या मते, काळाचं अस्तित्वच काही काळ नाहीसं करणं आणि 'आकलनाची द्वारं' उघडत असल्याचा आभास निर्माण होणं, हे या ड्रग्जचं महत्त्वपूर्ण वैशिष्ट्य होतं. त्या काळात 'अतिशय उत्तेजित मनस्थिती' (high) किंवा 'काल्पनिक प्रवास' (trip) असं या ड्रग्जचं प्रशंसात्मक वर्णन प्रत्येक वेळी औपचारिक आणि अनौपचारिकपणे होत असे आणि तो क्षण प्रचंडपणे फुगवल्यासारखा वाटून काळाची गती कमी करण्याचं किंवा त्याला थांबवण्याचं किंवा त्याला पूर्णपणे अदृश्यच करण्याचं सामर्थ्य त्या ड्रग्जमध्ये आहे, असं त्यांना वाटत असे.

ड्रग्जची ही 'उपसंस्कृती' (subculture) आपल्या काळातही सांस्कृतिक किनारपट्टीवर अस्तित्वात आहे; पण सध्या हे तरुण 'एक्स्टसी' आणि कॉक्टेल गोळ्यांकडे वळतात, वरच्या वर्गातील श्रीमंत कोकेनला पसंती देतात आणि आर्थिक क्षेत्रात गतिमानता हवी असलेले व्यावसायिक कालातीततेचा गूढ अनुभव घेतात, तसं कार्यक्षमता वाढवण्यासाठी कोकेनचा उपयोग करतात. गतिमान आयुष्य जगणारे आणि सुख हेच अंतिम साध्य मानणारे (hedonistic) लोक 'क्रिस्टल मेथ' हे सहजपणे उपलब्ध असणारं ड्रग पसंत करतात. 'सुखाची जलद आणि स्वस्तात अनुभूती मिळवून देणारं' (rush अतिशय वेगानं) असं त्याचं वर्णन केलं जातं – त्यामुळे डोपॅमिन आणि इतर सुखदायक रसायनं मेंदूमध्ये स्रवतात. 'क्रिस्टल मेथ'मुळे तत्काळ होणारे परिणाम, म्हणजे वाढत जाणारा सावधपणा, उत्तेजना आणि बोलण्याचा वेग. त्याचे दीर्घकाळ होणारे परिणाम विनाशकारी असू शकतात.

सध्या या संस्कृतीच्या लक्षणांच्या विरोधी उपाययोजना करण्याऐवजी ड्रग्ज त्या लक्षणांचंच अनुकरण करत आहेत, तर 'काळाच्या मुख्य प्रवाहा'च्या दडपणांच्या विरोधी प्रतिक्रियांच्या इतर प्रकारांनी मूळ धरलं आहे. विविध आध्यात्मिक आणि

चिंतनात्मक चळवळींची लोकप्रियता, गुरूंची वाढती संख्या, आध्यात्मिक आरोग्यासाठी उत्तम खप असलेली मार्गदर्शक पुस्तकं आणि शनिवार-रविवारी राहण्यासाठी शांत, एकांत स्थळं – या सगळ्या गोष्टी प्रगत देशांमधल्या सांस्कृतिक केंद्रांचा महत्त्वाचा भाग म्हणून सर्वमान्य झाल्या आहेत. डिजिटल वेळेपासून मुक्ती मिळवण्यासाठी, उत्साही लोकांची फारशी गर्दी नसलेल्या ठिकाणी किंवा फार कामं नसलेल्या ठिकाणी राहण्याची लोकांना किती आवश्यकता आहे, हेच यावरून दिसतं. चिंतनासाठी असलेल्या केंद्रांमध्ये आता फक्त हिप्पी किंवा तत्सम लोक जातात असं नाही, तर मन:शांती आणि गेलेली शक्ती पुन्हा मिळविण्यासाठी व्यावसायिक लोकसुद्धा जातात.

लोक कुठल्याही परंपरेतून आलेले असले तरी, ध्यानधारणेची सवय केल्यास श्वासोच्छ्वास नियमित करण्यासाठी पद्धतशीर तंत्राच्या उपयोगानं आंतरिक काळाच्या समस्या दूर करता येतात आणि प्रयत्नपूर्वक कृती केल्यास मन आणि शरीर या दोन्ही मार्गांनी आपलं ध्यान आत वळवता येतं; म्हणजे आंतरिक गती कमी करण्यात ध्यानधारणेचं सामर्थ्य असतं, हे ग्लिकसननं नुकत्याच केलेल्या संशोधनाच्या दुसऱ्या प्रकरणाच्या अभ्यासातून स्पष्ट केलं आहे. त्यात असं म्हटलं आहे की, आपण घड्याळाकडे किंवा तातडीच्या कामांकडे लक्ष दिलं नाही आणि त्याऐवजी ते आत वळवलं तर, मज्जासंस्थेशी संबंधित किंवा आत्मनिष्ठ 'चौकटीं'मध्ये वेळेची टिकऽऽटिकऽऽ होते, त्या चौकटी प्रसरण पावतात.[१७] वेळेची टिकऽऽटिकऽऽ संथ होते. आकलनात्मक दृष्टीनं विचार करणारे मनोवैज्ञानिक असा तर्क करतात की, ध्यानधारणेच्या काही विशेष तीव्र अवस्थांमध्ये, व्यक्तीचं लक्ष इतकं पूर्णपणे आतल्या बाजूला वळलेलं असतं की, वेळेची जाणीव जवळपास नाहीशीच होते. बोधनात्मक कालातीतता साध्य करण्याची शक्यता असते, याची ही कदाचित वैज्ञानिक पुष्टी असेल (अर्थात हे किती वेळ शक्य होतं किंवा व्हावं हे स्पष्ट झालं नाही.); पण अशी ध्यानधारणा करणं, हे आपण सध्या जसं जीवन जगतो, त्याच्या अगदी उलट आहे, याचीही नोंद घ्यायला हवी. 'जिथे नवं ज्ञान आणि अंतरंगाला आतून जाग येते, जेव्हा जाणिवा एखाद्या वस्तूवर किंवा विशिष्ट विचारधारेवर एकाग्र होतात, अशी एक शांत, प्रभावीपणे केंद्रीभूत अवस्था' असं हिंदू धर्मातल्या ध्यानधारणेचं वर्णन केलं जातं.[१८] परकीय (exotic) कल्पना, मोजक्याच लोकांना

---

१७. जोसेफ ग्लिकसॉन, *'टेम्परल कॉग्निशन ॲन्ड द फिनॉमिनॉलजी ऑफ टाइम : अ मल्टिप्लिकेटिव्ह फंक्शन फॉर अपरॅन्ट ड्यूरेशन,'* कॉन्शसनेस ॲन्ड कॉग्निशन, खंड १०(२००१), पृष्ठे १-२५.

१८. हवाई येथील हिंदू समाजाने – 'द हिमालयन अकॅडमी'ने केलेल्या व्याख्येनुसार.

कळू शकेल, असा (esoteric) धर्म किंवा मंत्रयोग याचं जे काय आकर्षण असेल, त्यापेक्षा वेगळं काहीतरी, अशा एकाग्रतेची आवड डिजिटल वेळेच्या पुरस्कर्त्यांना असते, हे आपल्याला समजू शकतं.

आपल्या निधर्मी युगाच्या आध्यात्मिकतेसाठी ध्यानधारणा हा उत्कृष्ट प्रकार आहे – हा असा प्रकार आहे की, त्यासाठी कुठल्याच विशिष्ट धर्मावर श्रद्धा असण्याची गरज नाही; पण तरी जुनी शिस्त पाळून 'रिकामा वेळ' घालवता येतो. सर्वच धर्मांमध्ये वेळेची समस्या इतिहास-काळापासून आहेच. काळाची भीती आणि गूढ याबद्दलची उत्तरं शोधणं, हा धर्माचरणाच्या पद्धतींचा एक हेतू आहे, असं म्हणता येईल. बरेच पारंपरिक धर्म काळाचं विभाजन मानवी काळ आणि ईश्वरी काळ या दोन स्वतंत्र क्षेत्रात करून हे साध्य करतात. मानवी काळ हा बदल, ऱ्हास आणि मृत्यू मानतो; ईश्वरी काळ हा अचल, अपरिवर्तनीय आणि अनंत असतो. उदाहरणार्थ, यहुदी, ख्रिश्चन आणि इस्लाम धर्मीयांसाठी आश्वासन आणि सांत्वन असं की, आपलं पृथ्वीवरचं अस्तित्व संपल्यावर आपण मुक्त होऊन अपरिवर्तनीय आणि अमरत्वाच्या क्षेत्रात जाऊ किंवा निदान असं की, एक असं क्षेत्र अस्तित्वात आहे, जे आपल्या क्षणभंगुर आयुष्याला भव्य अर्थ आणि पापक्षालनाचं आश्वासन देतं.

ध्यानधारणेचं विधान (Premise) आणि वचन (Promise) हे वेगवेगळं असतं. मरणोत्तर अवस्थेची स्वप्नं ध्यानधारणा आपल्याला दाखवत नाही किंवा बाह्य जगातील शाश्वततेचीही नाहीतर काल्पनिक का होईना कालातीततेची जाणीव संपादन करण्याची शक्यता आणि तेही इथेच आणि आत्ताच! शाश्वत मोक्षाच्या स्वप्नरंजनाऐवजी, दडपून गेलेल्या व्यावसायिकाला याचाच ध्यास असतो. १९६०च्या दशकात 'उपचार संस्कृती'ची (Therapy Culture) प्रचंड वाढ झाली आणि तेव्हापासूनच तिचं स्थिर अस्तित्व, काही अंशी तशाच गरजांपासून निर्माण झालं असेल, असा तर्क करण्याचा मोह होतो. आधुनिक कालिकतेच्या रोगांवर कधीकधी उपचार होऊ शकतो; पण तिच्या मागणीमध्ये तात्पुरता खंडसुद्धा पडतो. त्या उपचारांच्या तासात दुसरं काहीतरी होत असेल, तो तास एकाग्र चिंतनासाठी राखून ठेवलेला असतो. त्या वेळी घाई करून किंवा अडथळा आणून चालत नाही. (तत्त्वत:) तो तास पूर्ण होतो, अचूक नियमितपणे आणि (तत्त्वत:) दुसऱ्या व्यक्तीच्या नियमित आणि सततच्या निरीक्षणाची हमीही दिली जाते – नात्यामधल्या अशा अदलाबदलीच्या प्रकाराची उणीव समकालीनांच्या आयुष्यांमध्ये मोठ्या प्रमाणात जाणवते. उपचार-पद्धतीच्या बऱ्याच मोठ्या परिणामांना असे कालिक घटक जबाबदार असणं नक्कीच शक्य आहे (आणि अनेक मानसोपचारतज्ज्ञही तसं निश्चितच मान्य करतील.).

१९६०च्या दशकानंतरच्या या ठळक वैशिष्ट्यांबरोबरच पश्चिम युरोपमध्ये

मर्यादित स्वरूपात समस्यांच्या लक्षणांवर आधारित गट तयार झाले. हे गट गतिमान काळामुळे निर्माण झालेल्या प्रश्नांवर विचार करण्यासाठी तयार झाले. त्यांनी पर्यायी सांस्कृतिक अवकाश निर्माण केले नाहीत; पण नेहमीच्या कामांचा वेग कमी करण्याच्या सूचना केल्या. या अनौपचारिक संघटनांनी सुरू केलेली, Slow Food ही एक चळवळ बरीच प्रसिद्ध आहे आणि तिला सांस्कृतिक म्हणावी, अशी प्रतिष्ठा मिळालीय. तिचे आंतरराष्ट्रीय अनुयायी आहेत, इतर संस्थांचा आधार तिला आहे आणि तिच्या परिषदाही भरतात. 'संथ तेच सुंदर' हे तत्त्वज्ञान मांडणारे इतरही कार्यक्रम आहेत, त्यांना अजून बराच वेग वाढवावा लागणार आहे – 'प्रतिसंस्कृती' म्हणून नाहीतर आंतरसांस्कृतिक फॅशन म्हणून. *In Praise of Small* या पुस्तकात फ्रेंच पत्रकार कार्ल ऑनरनं युरोपच्या भोवताली प्रवास करून, माहिती गोळा करून, अनेक उदाहरणं दिली आहेत; संथ शहरं, संथ संभोग, संथ बालपण आणि असेच स्पष्टपणे मरणोन्मुख, पण मजेशीर असणाऱ्या बव्हेरिआच्या 'काळाचा वेग कमी करणाऱ्या संघटनेची (Society for the Deceleration of Time) दुय्यम महत्त्वाची, पण वैशिष्ट्यपूर्ण उदाहरणं दिली आहेत.

अशा वैशिष्ट्यांमधून ऑनर 'एका जगभर पसरलेल्या चळवळीच्या आरंभाचं वेगळेपण सांगतो. ती 'वेगाच्या प्रवृत्तीला आव्हान देणारी' आहे; पण या सौम्य सांस्कृतिक प्रवाहामुळे जागतिक पातळीवर कुठे वादळ उठलं असेल, तर त्यानं त्याचा स्पष्ट उल्लेख केलेला नाही. या 'संथ' चळवळी त्यांच्या सौम्य व बऱ्याचशा सभ्यपणाच्या गतिमान आणि संथ कालिकतेच्या चर्चांमधून बऱ्याच प्रमाणात प्रगत समाज निर्माण झाले आहेत – म्हणजे असे समाज, ज्यांच्यामध्ये काळाची गती आतून निर्माण झाली आहे आणि तीही अनेक दशकांपासून. जगाच्या इतर भागांत, अचानक आणि कधीकधी बाहेरून लादलेल्या, आधुनिकता आणणाऱ्या बदलांमुळे अधिक मूलगामी आणि अधिक प्रतिक्रियात्मक (खऱ्या अर्थानं) प्रतिसाद मिळू शकतात. आधुनिकतेच्या विरोधात विविध सनातन्यांनी व्यक्त केलेल्या नापसंतीमधून आयुष्याला सतत केलेल्या गतिमानतेविरुद्ध बंड पुकारलं असल्याचं जाणवू शकतं आणि काळाचा पूर्णपणे उपयुक्ततावादी दृष्टिकोन, ज्यामुळे जगलेली कालिकता पूर्णपणे व्यर्थ आणि बिनमहत्त्वाची ठरते. धार्मिक मूलतत्त्ववादाकडे पुन्हा जाणं, जगाच्या वेगवेगळ्या भागात जे स्पष्ट दिसतं, (अगदी मूलभूत पातळीवर) त्याचा अर्थ काळाला त्याची परिमाणं आणि महत्त्व पुन्हा परत देण्याचा प्रयत्न, असा होतो. दिवसातून पाच वेळा प्रार्थना करण्याची इस्लाम धर्माची आज्ञा, यहुदी लोकांनी दर शनिवारी ईश्वरचिंतन (Sabbath) करावं असा कायदा, काही दिवस किंवा काही काळ पवित्र मानण्याचा आदेश – हे सगळे विस्कळित झालेल्या काळाला व्यवस्थित करण्याचे मार्ग आहेत. अशा प्रथांची कार्यं आणि आवाहनं समजून घेणं सोपं आहे.

गतिमान काळाच्या अतिरेकी दडपण आणि साचेबंदपणाच्या विरोधात मूलतत्त्ववादी इस्लामच्या रक्षणासाठी अल्जिरिअन शेतमजुरांना वापरलं, असं वर्णन बॉर्दियू किंवा यांच्या वंशजांनी का केलं असेल, याची कल्पना करणं शक्य आहे. कसंही असलं, तरी काळाचे धार्मिक संस्कार आणि स्तोम माजवणं, हा धर्माचा महत्त्वाचा पैलू नेहमीच होता, त्याला प्रतीकात्मक चिन्हं आणि अर्थ मिळाले आणि त्यात सतत बदल होत राहिले.

पण समकालीन संदर्भांमुळे धार्मिक कालिकतेचा अर्थ आता पूर्णपणे बदलला आहे. आधुनिकोत्तर धार्मिक कट्टरपणा केवळ 'प्रतिकाळ (Counter time)' निर्माण करतो असं नाही, तर संपूर्ण पर्यायी कालिकता – धर्मानं मान्य केलेल्या 'आत्मिक अलिप्तते'मध्ये समकालीन बाह्य काळसुद्धा दुर्लक्षिला जातो किंवा नाकारलाही जातो. अशा विचारप्रणालीचं आकर्षण स्पष्ट आहे; पण मानसिक पलायनवादाचे धोकेही त्यात आहेत आणि त्याचं राजकीय जुळं भावंडं – जहालपणाही आहेच. आधुनिक कालिकतेचं दडपण टाळलं किंवा नाकारलं जातं, तेव्हा शेवटी त्याचं आव्हान किंवा धोका स्वीकारणं, म्हणजे त्याला नाहीसं करण्याचा प्रयत्न करणं असतं. 'आज, उलट, गती कमी करण्याच्या प्रखर प्रयत्नांना राष्ट्रीय आणि धार्मिक मूलतत्त्ववादाचं स्वरूप येतंय. ते माध्यमांचा आधार घेतात आणि परकीयांना हद्दपार (ethnic cleansing) करण्यासाठी लष्करी मोहिमा सुरू करतात, म्हणजे पुन्हा संथ, केंद्रीभूत आयुष्य जगता येईल,' असं विल्यम ई. कॉनॉली *Neuropolitics : Thinking Culture, speed*मध्ये लिहितो. 'वेगवेगळ्या संस्कृतीचे लोक एकत्र येण्यासाठी आणि संस्कृतीचं स्वरूप मूलतत्त्ववादी करण्यासाठी होणारे प्रयत्न म्हणून, दोन प्रतिस्पर्धी प्रतिसाद आधुनिकोत्तर (late-modern) गतिमानतेसाठी प्रयत्न आवश्यक आहेत.[१९]

'खूप संथ' असं काही नसणाऱ्या संस्कृती अस्तित्वात असणं शक्य आहे. मातीवर लिहिलेल्या गाण्यांचा, सूर्य आणि सावल्यांच्या हालचालींचा शोध घेणाऱ्या ऑस्ट्रेलियाच्या प्राचीन लोकांना घाई करण्याची किंवा कुठेही पुढे घुसण्याची कधी गरज नसावी. त्यांचा उपजत वेग त्यांच्यासाठी पुरेसा असण्याची शक्यता आहे, पण आधुनिकतेच्या संदर्भात आणि काळाच्या अधिक कार्यक्षम रचनांवर अवलंबून असणाऱ्या समाजांमध्ये, संथपणा सहजपणेच बाजूला फेकला जातो, आळशीपणा म्हणजे जवळपास निरुपयोगीपणाच ठरतो. इव्हान गोंचारोव्हच्या अभिजात कादंबरीचा नशिबावर जगणारा आणि सतत लोळत राहणारा *'ऑब्लोमॉव्ह'*चा नायक किंवा

---

१९. विल्यम ई. कॉनॉली, *'न्यूरोपॉलिटिक्स : थिंकिंग, कल्चर, स्पीड'*, (युनिव्हर्सिटी ऑफ मिनेसोटा प्रेस, २००२), पृष्ठ १८०.

चेकॉव्हच्या *'अंकल व्हान्या'* मधील आरामशीर रिकामपणाचं आयुष्य जगणारे अतिश्रीमंत लोक आणि ध्येयहीनतेच्या जाणिवेसोबत येणारी त्यांची अवस्था आठवते. 'अनावश्यक माणसा'ची रशियन संकल्पना अशा उच्चभ्रू स्वरूपाच्या निष्क्रियतेतून आली. मध्यमवर्गीय स्त्रियांसाठी ज्यांना काही काम करायची लाज वाटली असती, त्यांचे दिवसांमागून दिवस लक्षात येण्याइतक्या निष्क्रियतेत गेले. फ्लॉबेच्या एमा बोव्हारीसारखी घुसमट अनुभवणाऱ्या नायिका एका पातळीवर, लादलेला आळशीपणा आणि त्याबरोबरच बेचैनीचं आणि तिच्याबरोबर येणाऱ्या कंटाळवाणेपणाचं प्रतीक आहेत – सगळी अस्वस्थता किंवा बेफिकीरी किंवा नाटकीपणाची हौस, हे सगळं वर-वर दिसणाऱ्या निरस अवस्थेतून येतं.

समकालीन गतिमानतेच्या संदर्भात, कालिकतेच्या पूर्वीच्या स्वरूपाकडे परत जाण्याचा विचार करणं, एक प्रकारच्या सामूहिक मानसिक परागतीला निमंत्रण देणं किंवा भूतकाळाच्या आठवणीत रमणं, हे अधिकच असमर्थनीय आहे. शिवाय उत्पादनक्षमता आणि आर्थिक स्पर्धात्मकतेमध्ये प्रतिक्रियात्मक संथपणाची खूपच मोठी किंमत द्यावी लागते. कॉनॉली म्हणतो त्याप्रमाणे, आजच्या जगात मोठ्यानं लहानाला खाण्याचं प्रमाण कमी आहे आणि गतिमानतेनं संथपणावर प्रभाव टाकण्याचं प्रमाण जास्त आहे.[२०] गतीची प्रमाणबद्धता (asymmetries of pace) नसलेल्या जगात गतिमान काळ प्रत्येक वेळी संथ काळाला फसवत असतो.

★

संथपणा नेहमीच सुंदर नसेल, पण गतिमानता मोहक असते आणि तिच्यात आनंदही असतो. एकंदरीत पाहिलं, तर गती स्पर्धात्मक असते. वैयक्तिक पातळीवर विचार केला, तर तिच्यामध्ये ताकद, जोम, शरीराचा आणि मनाचा सावधपणा असतो. पुढे झुकून पळणाऱ्याच्या कार्यक्षम हालचाली, प्रतिक्षिप्त क्रिया आणि प्रतिसाद यांचा जलदपणा, मानसिक क्रियांचं अदृश्य चापल्य, यांचं आपण कौतुक करतो.

गतिमान तंत्रज्ञानानं जग जिंकलं आहे, कारण काही अंशी ते आकर्षक आहे. अनेक क्रियांमधला सोपेपणा, उत्तेजनांची विविधता, जागतिक दळणवळणाचा विस्तार असे त्याचे फायदे आपल्यापैकी कुणीच स्वेच्छेनं सोडून देणार नाही. गती कधीकधी उत्स्फूर्ततेसारखी असते. डिजिटल क्रियांच्या तत्कालपणातून एक प्रकारची ताकद आणि विचारशैली दिसून येते आणि त्यात त्यांचे स्वत:चे मोहक आणि रंजक गुणही दिसतात. ई-मेलमुळे व्याकरणाच्या चुकांना किंवा धोकादायक भावनावशतेला प्रोत्साहन मिळत असेल, पण त्यामुळे अभिव्यक्तीमध्ये जिवंतपणा, एक प्रकारचा

---

२०. विल्यम ई. कॉनॉली, *'न्यूरोपॉलिटिक्स : थिंकिंग, कल्चर, स्पीड'*, (युनिव्हर्सिटी ऑफ मिनेसोटा प्रेस, २००२), पृष्ठ-१४३.

आकर्षक ताजेपणा, टेलिग्राममध्ये होता; तसा नेमकेपणा आणि संदेशवहनातील सत्वरता, यामुळे पूर्वीच्या काळी मोठ्या शहरात प्रियकर-प्रेयसी आणि शत्रू यांच्या दरम्यान ज्या प्रकारे वेगवान, वारंवार निरोप आणि प्रेमपत्रं दिवसातून अनेक वेळा पाठवली जात, त्याची आठवण होते.

विविध प्रकारचे माहितीचे स्रोत लगेच उपलब्ध असल्यामुळे आपल्या आकलनाचा साठाही वाढणं शक्य असतं, ही माहिती अंतर्गत जोडलेल्या आपल्या जगाशी संबंधित असते, ती एकमेकींत मिसळलेली असते आणि त्यामुळे वेगवेगळे दृष्टिकोनही तयार होतात. जगातल्या सर्व भागांतून एकाच वेळी आपल्याला बातम्या समजतात, वेगवेगळे व्यवहार आपण करतो किंवा जगातील वेगवेगळ्या संस्कृतीतल्या, कालप्रदेशातल्या (time zones) लोकांशी आपण संवाद साधतो, तेव्हा आपणच फक्त महत्त्वाचे आहोत किंवा सर्वांचं लक्ष आपल्यावरच आहे, अशी कल्पना करणं आपल्याला जास्त कठीण जातं. आपल्याला हे स्पष्टच माहीत असतं की, कामांची असंख्य क्षेत्रं आणि दृष्टिकोन असतात. ते आपल्याला विचारात घ्यायला हवेत.

आणि तरी सामाजिक क्षेत्रात असो की व्यक्तिगत जीवनात असो, गतिमान काळाचे अनपेक्षित आणि कमीत कमी फायदेशीर असे अनेक परिणाम आहेत. असंख्य असे अनपेक्षित परिणाम मोठ्या प्रमाणात वाढवल्या जाणाऱ्या प्रचंड गतीचा हाच एक संभाव्य परिणाम आहे. आपल्या तंत्रज्ञानाशी संबंधित क्रियांच्या एक नॅनो-सेकंद कालिकतेमध्ये आपण औद्योगिक वेळेची गतीही पार केली आहे आणि अनेक दिशांनी, एकाच वेळी अनेक परिमाणांच्या आणि अर्ध्या-कच्च्या संदिग्ध (unprocessed significations) माहितीचे प्रवाह येत असतात आणि त्यांचे अनपेक्षित आणि अनियंत्रित परिणाम संभवतात. टक्कर, संदेशवहनातील अडथळे (gridlock) किंवा येत असलेल्या प्रचंड माहितीचं विश्लेषण कुणीच न करू शकणं, अशी परिस्थिती उद्भवते. पॅरिसमधल्या स्टॉक एक्सचेंजसारख्या ठिकाणी बोर्स स्क्रीनसमोर उभे राहणारे व्यापारी, स्टॉक्सच्या किमती कुणीही हस्तक्षेप न करता घसरू किंवा गडगडू लागल्या की, कपाळाला हात लावतात, हे आपल्या काळातील प्रतीकात्मक दृश्य आहे. हे पुस्तक लिहीत असताना जागतिक बाजारपेठेत दिसणारा सायबर-स्पेसच्या वेगाचा हा परिणाम आहे. इंटरनेटवर येणाऱ्या, एकमेकींना छेद देणाऱ्या माहितीमुळे निर्माण झालेला आर्थिक गोंधळ इतका अखंड, तत्काळ आणि आपोआप वाढणारा असतो की, त्यावर कुणाचंच नियंत्रण राहत नाही किंवा त्याचं योग्य विश्लेषणही कुणी करू शकत नाही. न्यू यॉर्क टाइम्स Web of risk (जोखमीचं जाळं) आणि virally connected (ई-मेलनं जोडलेले.) आर्थिक व्यवहार असा शब्दप्रयोग करतो. ते आर्थिक व्यवहार कुणाच्याही नियंत्रणात राहिलेले नाहीत. इतर भाष्यकार डिजिटल वेळेमुळे येणाऱ्या, दीर्घकाळ टिकणाऱ्या नुकसानीबद्दल सावध करतात.

पॉल व्हिरिलिओ या फ्रेंच सांस्कृतिक सिद्धान्तवाद्यानं लष्करी तंत्रज्ञानाच्या वाढत्या वेगातील मूळ धोक्याबद्दल लिहिलं आहे. त्याच्या गर्भित भावविवशतेबद्दल, रिमोट-कंट्रोल कृती (चुकीच्या दिशेनं येणारी शत्रूची विमानं दिसली की, तेवढं बटन फक्त दाबा!) त्या कल्पित असतील; पण त्यांचे परिणाम घातक ठरू शकतात. डॉ. स्ट्रेंजलव्हचा कथाभाग हे युद्धाचंच वर्णन वाटतं.[२१] समाजशास्त्रज्ञ आणि राजकीय विश्लेषकांना काळजी वाटते की, आपल्या सांस्कृतिक आणि तंत्रज्ञानाचा विकास हा अमेरिकन राज्यशास्त्रज्ञ शेल्डन वॉलिननं सांगितलेल्या 'चर्चात्मक लोकशाही' (deliberative democracy)शी विसंगत आहे – ती अशी शासनपद्धती आहे की, तिला तिचा स्वत:चा बोलणी करण्याचा, लोकांशी चर्चा करण्याचा आणि निर्णय घेण्याचा खूप संथ असा वेग आहे.[२२]

आणखी एक फ्रेंच सिद्धान्तवादी, जीन बॉड्रिलार्ड, हाच विचार आणखी पुढे नेऊन असं सुचवतो की, कानांवर आदळणारं एखाद्या राजकीय नेत्याच्या भाषणातील एखादं वाक्य, कुजबुज आणि लगेच विस्मृतीत गेलेली माहिती, यामुळे आपण ऐतिहासिक वेळ किंवा 'घटना' यांच्यामागील मूळ हेतूच गमावून बसतो.[२३] राजकीय अवकाशातल्या वेगवेगळ्या घटनांना एकत्र करून त्यांची एकच 'घटना' करण्यासाठी, त्यांच्यामधले दुवे जोडणं, त्यांच्या अर्थांवर मनन करणं आणि त्यांचा आकार समजावून घेणं गरजेचं असतं. त्याऐवजी वाट्टेल तशा बातम्यांचा भडिमार चारही बाजूंनी आपल्यावर होत असतो. लोकांमध्ये तशाच घटना घडत असतात : काहीतरी घडतं आणि मग ते नाहीसं होतं. पत्रकार आणि ब्लॉगर्स मोजक्या वेळात माहिती तयार करतात. आपल्याला ती तुकड्या-तुकड्यांमध्ये, पण सतत मिळते. या सतत निर्माण होणाऱ्या आणि सतत अदृश्य होणाऱ्या वर्तमानात, आठवणी काढायला, प्रसंगांमधील संबंध लक्षात घ्यायला किंवा इतिहासाच्या प्रदीर्घ आणि गूढ काळाला जोडायलाही वेळ मिळत नाही.

अशा सामाजिक-सांस्कृतिक विधानांच्या निराशावादाला आव्हान देता येतं आणि दिलंही गेलं आहे. अशी परस्परविरोधी विधानं दर्शवतात की, इंटरनेट लोकांसमोर राजकीय सहभागासाठी आणि अभिव्यक्तीसाठी नव्या शक्यता निर्माण

---

२१. पॉल व्हिरिलिओ, *'दि इन्फर्मेशन बॉम्ब'*, अनुवाद ख्रिस टर्नर (व्हर्सो, २०००).

२२. विल्यम ई. कॉनॉली, *'न्यूरोपॉलिटिक्स : थिंकिंग, कल्चर, स्पीड'*, (युनिव्हर्सिटी ऑफ मिनेसोटा प्रेस, २००२), पृष्ठे ३५-३६ आणि प्रकरण-६ : *'डिमॉक्रसी अ‍ॅन्ड टाइम,'* पृष्ठे १४०-१७३.

२३. बॉड्रिलार्ड, जीन, *'दि इल्यूजन ऑफ दि एन्ड'*, अनुवाद ख्रिस टर्नर (पॉलिटी प्रेस, १९९४).

करतात, असे लोक ज्यांना एरवी जाहीर सभा घेता येत नसतात. सारखेच प्रश्न असलेले छोटे आणि बाजूला पडलेले समूह इतर समविचारी लोकांशी चर्चा करू शकतात. दडपशाहीखाली असलेले लोक जगाच्या इतर भागातल्या लोकांकडून माहिती मिळवू शकतात; पण ती त्यांच्या स्वतःच्या देशातल्या कायद्यानुसार मिळू शकत नाही. यामुळेच, वेगवेगळ्या हुकूमशाही देशांतली सरकारं इंटरनेटवर बंदी किंवा बंधनं घालतात.

मोठ्या प्रमाणातल्या वेगाचे सामाजिक-राजकीय प्रभाव गुंतागुंतीचे असतात; पण व्यक्तिगत आयुष्यात गतिमान काळाचे दूरगामी परिणाम लगेच आणि खूप खोलवर जाणवतात. आपल्यासारख्या सामान्य लोकांच्या आयुष्यात, एका अर्थानं, ते फार महत्त्वाचे असतात. काळाला नॅनो-सेकंदात रूपांतरित केलं जातं आणि अनुभवानुसार लगेच आणि सत्वरतेच्या अवस्थेत नेलं जातं. त्या सांस्कृतिक-तंत्रज्ञानाच्या पर्यावरणात आपण सवयीप्रमाणे काम करतो, तेव्हा आपल्या मनाचं आणि भाव-भावनांचं काय होतं? आपल्या समकालीन काळाच्या रचनांचे परिणाम आपण जगलेल्या अनुभवांवर आणि आपल्या आंतरिक आयुष्यांवर काय होतात?

हा जो वैशिष्ट्यपूर्ण बदल होतोय, तो समजून घेण्याचा प्रयत्न करणं, म्हणजे जिथे देवदूत जायला घाबरतात तिथे आपण भटकण्यासारखं कदाचित होईल; पण असा एक प्रयत्न करण्याचा धोका पत्करलाच, तर मला असं वाटतं की, आत्मनिष्ठेच्या परिमाणाची किंवा अंतर्मुखतेचीच ती कसोटी ठरेल. हे स्थान आपल्या स्वतःशी जितकं निगडित आहे, तितकंच माणूस या कल्पनेपासून अविभाज्य आहे; पण त्याची खरखरीत (textured) परिमाणं डिजिटल वेळेमुळे विस्कळित होण्याची शक्यता आहे. एका पातळीवर आपल्या बौद्धिक क्रिया आपण अधिकाधिक प्रमाणात वेगवेगळ्या तंत्रज्ञानावर, डिजिटल साधनांवर सोपवत आहोत आणि ती साधनं आपल्या कौशल्यातल्या उणिवा भरून काढत आहेत. आपलं अवकाश-ज्ञान आपण उपग्रह-वाहतूक पद्धतीवर सोपवतो. आपले गणितीय हिशेब आपण योग्य त्या साधनांद्वारे करतो. विचार करण्याचं आपलं कामही आता कम्प्युटरनंच करावं, असं आपल्याला वाटतं. इंटरनेटवरून घेतलेल्या माहितीचे तुकडे एकत्र करून त्यांचं एक सुसंगत 'कोलाज' तयार होईल किंवा अगदी वेगळंच छान असं चित्र तयार होईल, अशी आशा करतो. कम्प्युटरच्या 'मेमरी'मध्ये सगळं काही साठवता येत असल्यानं, आपल्याला सगळंच लक्षात ठेवण्याची गरज उरलेली नाही. मौखिक संस्कृतीच्या काळातल्या स्मरणशक्तीची कौशल्यं, रशियात शासकीय मनाई असताना सोव्हिएट कवी आणि लेखकांनी वाङ्मय मुखोद्गत केलं होतं, हे आपल्या इतिहासात (zeitgeist) फारसं विश्वसनीय वाटत नाही. नादेझदा मांदेलस्तामनं तिच्या नवऱ्याचं संपूर्ण काव्य पाठ केलं होतं, कारण ते लिहून काढणं महाकर्मकठीण

होतं. सोल्झेनित्सिननं गुलागमध्ये कैदेत असताना लिहिलेलं पानन्पान स्मरणात साठवलं होतं आणि मग सगळं लिखाण नष्ट केलं. आपल्यापैकी बऱ्याच जणांना अशी स्मरणशक्ती असू शकते, हे खरंच वाटणार नाही, पण आपल्याला उपलब्ध असलेल्या अनेक ठिकाणी आपण ती साठवू शकतो आणि ती आणखीही वाढवू शकतो आणि हवं तेव्हा सहजपणे तिचा उपयोग करू शकतो.

आपण विचार आणि स्मृती यांच्या जागांची अदलाबदल तंत्रज्ञानात करून आपल्या बौद्धिक क्रिया बाहेरून दाखवतो आहोत; पण आपलं मन आणि भावना-विचार यांना अंतस्थ ठेवणंच गरजेचं असतं. एखाद्या समस्येवर चिंतन करायचं असेल तर किंवा एखादं विधान करायचं असलं, तर आपलं ध्यान आपल्याला आतच वळवावं लागतं. एखाद्या कल्पनेवर विचार करायचा असेल, तर मनाला मुक्त विहार करू देणं गरजेचं असतं. क्षुल्लक गोष्टींतून महत्त्वाची गोष्ट निवडायची असते. विचारांच्या प्रवाहाच्या मागे जाऊन त्यातलं विसंगत काय-सुसंगत काय पाहावं लागतं. एकच विचार जर पुन्हा-पुन्हा डोक्यात येऊ लागला, तर कल्पनांचा विकास किंवा निर्मितीच्या प्रबळ इच्छेचा तपशील किंवा आत्मपरीक्षण, हे सगळं पुढच्या काळात घडतं आणि त्यासाठी अधिक एकाग्रतेची गरज असते. मनाच्या क्रिया, निदान अधूनमधून तरी मुक्तपणे (unplugged) होणं, आपल्यासाठी आवश्यक असतं. ('फक्त संबंध तोडा' – disconnect – काही काळ असं म्हणावंसं मला वाटलं होतं; पण नंतर माझ्या लक्षात आलं, तो सल्ला निराशाजनक वाटला असता.)

आणि आपल्यावर परिणाम करणाऱ्या अनुभवाचा अर्थ समजून घ्यायचा असेल, तर आपण आणखी आत खोलवर जाणं आणि आपल्या आत्मनिष्ठेद्वारे प्रवास करणं आवश्यक आहे. आपल्या भावनांचा आशय 'समजून' घ्यायला हवा आणि स्वतःच्या सर्व स्तरांतून त्या झिरपू द्यायला हव्यात. आपल्या आयुष्यातील वेगवेगळ्या सर्व घटना एकत्र विणायला हव्यात आणि त्यांचे अर्थ पुन्हापुन्हा लावायला हवेत. आपल्या 'बोधनात्मक स्मरणशक्ती' (cognitive memory)ची जी कुठली पातळी किंवा क्षमता असेल माहिती जतन करण्याची, दीर्घकालीन स्मृतीची नोंद आणि संकेतन (encoding) करण्याची, त्याला बराच वेळ लागतो. अल्पकालीन स्मृतीचं दीर्घकालीन स्मृतीमध्ये रूपांतर करण्यासाठी किमान चोवीस तास आवश्यक असतात; पण सुट्या-सुट्या आठवणीचं व्यक्तिगत आठवणीत पूर्णपणे रूपांतर, त्यांच्या ध्वनी आणि प्रतिध्वनीसहित करण्यासाठी, जास्त वेळ नव्हे, तर *दुसऱ्याच प्रकारचा* वेळ आवश्यक असतो. आपल्या आठवणींचा अर्थ लावण्यासाठी (आणि ज्या अनुभवातून त्या प्रवाहित होतात.) त्यांच्याकडे आपण प्रेमळपणे लक्ष देणं गरजेचं असतं. आपल्या आत्मनिष्ठेच्या घट्ट कपड्यातून त्या

आठवणी गाळून घेणं आणि आठवणींच्या जाळ्यातून त्या शोषून घेणं; स्वत:मधून त्या शोषून घेतलेल्या तर असतातच. 'शोक करण्या'बद्दल फ्रॉईड बोललेलाच आहे; पण त्याबरोबरच आठवणींचं आणि परिणामकारक चिंतनाचंही काम असतं. त्यासाठी आपल्याला आपल्या आंतरिक अवकाशात आणि आंतरिक सखोलते (inner depth)मध्ये उतरणं किंवा आत डोकावून पाहणं, आवश्यक असतं.

घंटा ऐकल्यावर प्राऊस्टला त्याच्या आयुष्याचं विहंगम दृश्य आठवतं, तेव्हा त्याच्या सुप्रसिद्ध ग्रंथात तो लिहितो, 'घंटानादाच्या आणखी जवळ जाण्यासाठी, तो स्पष्ट ऐकण्यासाठी माझ्या स्वत:च्या अंतरंगात मला पुन्हा उतरावं लागलं आणि हे शक्य झालं, ते केवळ तो निनाद तिथे सतत होता. माझ्या आत आणि केवळ हाच आवाज नाहीतर तो दूरचा क्षण आणि हा आताचा (क्षण), यांच्या दरम्यान, त्याच्या प्रचंड अंतरामध्ये तो संपूर्ण भूतकाळ उलगडला. त्याला सोबत घेऊनच मी जगतोय, याची मला कल्पना नव्हती.[२४]

चिंतनाच्या आणि आत्मनिष्ठतेच्या प्रक्रियांना वेळ लागतो – ती विशिष्ट अ-गणितीय कालिकता जी रमत-गमत पुढे सरकते आणि तिच्यासोबत वळसे घेत जाणारे तिचे ताल. अंतर्मुखता ही कार्यक्षमतेच्या हिशेबीपणाला किंवा सत्वरतेच्या अधिकाराला जुमानत नसते. अनुभव काही तत्काळ येत नसतो. तसंच कुठल्याही प्रकारची नाती, पण त्यांना काहीतरी निमित्त हवं असतं.

नात्यांचं वर्तुळ – मैत्रीचे आणि घनिष्ठतेचे प्रकार, इतरांना भेटण्याच्या आणि त्यांना जाणण्याच्या पद्धती – हे समकालीन तंत्रज्ञानामुळे सर्वाधिक प्रकर्षानं बदललेल्या आयुष्यातल्या अनेक क्षेत्रांपैकी एक क्षेत्र आहे. कम्प्युटरच्या सहवासात वाढलेल्या पिढ्यांमध्ये, सामाजिक संबंध इंटरनेटद्वारे मोठ्या प्रमाणात सुरू झाले आहेत. त्यांच्या असंख्य शक्यता किमान भौमितिकदृष्ट्या त्या साधनाच्या गुणोत्तर (multiplicative powers) सामर्थ्यानं वाढलेल्या आहेत. फेसबुकवर येणारी बुलेटिन्स अखंडपणे आणि सहजपणे शेकडो लोकांना एकाच वेळी पाठवता येतात. अशा प्रकारच्या संदेशवहनाच्या सोप्या आणि प्रचंड आवाका असलेल्या पद्धतींमुळे रंजक आणि अनेक प्रकारच्या संधी आणि गाठीभेटी होऊ शकतात, हे निश्चित पण प्रश्न असा पडतो की, या आणि अशाच इतर क्षेत्रातील गुणोत्तर श्रेणीवर आणि एकाच वेळी होण्याच्या वैशिष्ट्याला महत्त्व, त्याची अतर्क्य खोली आणि घट्टपणामुळे आपण काय गमावून बसलोय, हे सांगता येणार नाही. नुकताच फेसबुकचा नाद लागलेली (*न्यू यॉर्क टाइम्स*मध्ये आलेल्या एका बातमीवरून...) एक महिला असा

---

२४. मार्सेल प्राउस्ट, *'रिमेंब्रन्स ऑफ थिंग्ज पास्ट'*, अनुवाद सी.के. स्कॉट मॉनक्रीफ आणि टेरेन्स किल्मार्टिन (व्हिन्टेज, १९८२), खंड ३, पृष्ठ-११०५.

निष्कर्ष काढते की, आयुष्य जगत असताना इतर बऱ्याच जणांना सतत बुलेटिन्स पाठवल्यामुळे – 'मी ट्रॅफिक जॅममध्ये अडकले आहे.' 'माझं डोकं दुखायला सुरुवात झालीय', 'इतक्यातच मी एक खूप चांगला ड्रेस घेतलाय' बऱ्याच लोकांशी आपल्या ओळखी झाल्यायत, एवढंच तिला वाटतं असं नाही, पण आपल्यालाही बरेच लोक ओळखतात, असंही तिला वाटतं; पण ही कुठल्या प्रकारची ओळख, असा प्रश्न पडतो. व्यक्तिनिरपेक्ष, खऱ्या अर्थानं सच्ची ओळख, विखुरलेले सहभागी लोक तात्पुरत्या स्वरूपात तुमच्याबद्दल तुकड्या-तुकड्यांनी नोंद करत असले, तरी तुम्ही काय म्हणताय, हे दुसऱ्या एखाद्या व्यक्तीनं कान देऊन तुमचं कथन ऐकत राहण्यासारखं नक्कीच नसतं. तुमचं आयुष्य जवळून पाहिलेल्या माणसासारखी ती दृष्टी नसतेच.

इंटरनेटवरून संपादन केलेल्या ज्ञानाला कधीकधी 'ढिगारे रचणं' (stacking) म्हणतात. वेगवेगळ्या प्रकारची माहिती एकमेकींशेजारी किंवा एकमेकींवर, काही सुधारणा किंवा त्यांच्यामधलं साम्य-भेद न दाखवता तशीच मांडायची पण परस्पर आत्मनिष्ठेला, आत्मनिष्ठेप्रमाणेच, ज्ञानाची सखोलता आणि विकास होणं गरजेचं असतं, ज्ञानाचं नुसतं संकलन नाही; समज सावकाश वाढणं गरजेचं असतं. मनात आणि शरीरात नवीन आकलन आणि भावना भिनायला हव्या असतात इतक्या की, आपल्या व्यक्तिमत्त्वाचा किंवा भौतिकतेचा, आपल्या 'स्व'चा त्या अविभाज्य भाग होतील. नात्यांची बाब अशी आहे की, तिथे संख्येपेक्षा प्रेम जास्त महत्त्वाचं आहे आणि आवेग असला म्हणजे समाधान मिळतंच असं नाही. एखाद्या व्यक्तीला जाणून घ्यायचं असेल, तर त्यासाठी त्या व्यक्तीबद्दल आपुलकी आणि तिच्यावर सतत लक्ष असावं लागतं; दुसऱ्या व्यक्तीच्या अंतरंगात शिरण्याची, तिच्या चेहऱ्यामागे काय दडलंय, ते शोधण्याची तयारी असायला हवी, तिच्याबद्दलची सहसंवेदना अतर्क्य कालिक मार्गानं जाऊ द्यायला हवी. अधूनमधून गोड शब्द किंवा म्हणी वापरल्या, म्हणजे जवळीक निर्माण होतेच असं नाही आणि ठरवल्याप्रमाणे तसं क्वचितच घडतं.

दळणवळणाच्या तंत्रज्ञानाद्वारे संबंध टिकवण्याची किंमत अशी की, ते सर्व देवाणघेवाण त्यांच्या स्वतःच्या कार्यपद्धतीच्या कालिकतेच्या, वेगवेगळ्या भागांमध्ये समाविष्ट करतात. अनुभवाच्या दुसऱ्या मोजपट्टीवर, आपल्या सवयीच्या आणि कधीकधी अथक भौगोलिक प्रवासात आपल्या आयुष्याचा बराच काळ खर्च होतो, त्यामुळे व्यक्तिगत संबंध, मैत्री वगैरेवर त्याचा अनिष्ट परिणाम होतो.

अतिरिक्त स्थैर्यामुळेही काही समस्या निर्माण होतात. मॅनच्या (Mann) *Budden brooks*पासून किंवा सार्त्रच्या आठवणी *The Words* पासून, अतिशय जाचक नियमांनी जखडलेली मध्यमवर्गीय कुटुंबं, त्यांची न बदलणारी रोजची कामं आणि संथपणे टिकऽऽटिकऽऽकरणारी आजोबांची घड्याळं, ही काही लोकांच्या मते

घुसमट निर्माण करणारी, कंटाळवाणी होती. सार्त्रची तुरुंगातून सुटका आणि काळाची अस्तित्ववादी मांडणी – त्यानं प्रत्येक कृती अधिकृतपणे निवडली, प्रत्येक कृती नवी – ही काही अंशी त्याच्या आजोबाच्या बथ्थड स्थैर्याच्या विरोधातील बंडखोरी होती. (संथ प्रगतीवरील अविचल श्रद्धेवर आधारलेली.) आणि तितक्याच बथ्थड 'स्व'च्याही विरोधात.

एका ठिकाणीच वास्तव्य करण्यात लोकांची एक सोय असते (आणि गैरसोयही संभवते.). खेड्यामध्ये किंवा एखाद्या छोट्या वसाहतीत ती अशी असते की, आयुष्याच्या टप्प्यांचा मार्ग एका सततच्या किंवा किमान दृश्य तर्कशास्त्रानं उलगडत जातो. इतरांच्या आयुष्यांचं सुरुवातीपासून शेवटपर्यंत निरीक्षण करता येतं. त्याचा स्वत:चा विकास कसा झाला, हेही जवळून पाहता आणि समजून घेता येतं.

असं असलं, तरी एका ठिकाणी स्थिर राहणं, ही फारशी सामान्य गोष्ट राहिलेली नाही, तर अपवादात्मक झाली आहे. आपल्या जीवनमानात वैश्विक संचार आणि ठरावीक भटकंती, अशा दोन्ही गोष्टी अंतर्भूत आहेत. आपलं जन्मस्थान सोडणं, परदेशात वास्तव्य आणि सीमापार जाणं, ही आपल्या काळाची वैशिष्ट्यं झाली आहेत. अर्थातच चलनवलन हे गतिमानतेप्रमाणे उत्साहवर्धक होऊ शकतं. चलनवलन हा स्वातंत्र्याचा प्रकार आहे. त्यात पर्याय असतात आणि दुसरी संधी मिळू शकते. नवी सुरुवात पुन्हा-पुन्हा आत्मशोध करण्याच्या शक्यता असतात आणि तरी त्यासाठी किंमत मोजावी लागते, हे परदेशातून आपल्या देशात स्थायिक होणाऱ्यांना, निर्वासितांना आणि पृथ्वीवर सर्वत्र संचार करणाऱ्या असंख्य लोकांना माहीत असतं : सांस्कृतिक काळाचा भंग झाला तर, आंतरिक सातत्य नाहीसं झालं तर, एखाद्याच्या वैयक्तिक जगात फाटाफूट झाली तर, पैसे मोजावे लागतात. मिलान कुंदेराचं *The Unbearable Lightness of Being* हे पुस्तक या स्थितीची पहिली आवृत्ती (The Urtext) आणि वाक्प्रचारही आहे. सबिना, ही त्यातली 'लाइट' नायिका. ती मातृभूमीत राहण्याऐवजी परदेशात राहते. एका ठिकाणी राहण्याऐवजी ती फिरत राहते. भावनाविवश होण्याऐवजी तिला अलिप्तता आवडते. त्याचबरोबर तिला स्वातंत्र्यही हवं असतं; पण तेच, अखेरीस तिला असह्य ओझं वाटतं आणि इतका प्रचंड एकाकीपणा तिला येतो की, तिच्या आवतीभोवती असलेलं काहीच आणि कुणीच तिला महत्त्वाचं वाटत नाही.

पृथ्वीवरच्या अनेक प्रदेशांतून आपण जा-ये करत असतो. असं करताना आपल्या समस्या सोडून देत असतो आणि कधीकधी आपली ओळखही आपण सोडून देत असतो. वर्णनच करायचं झाल्यास एकोणिसाव्या शतकातील वास्तववादी माणसापेक्षाही आपली आयुष्यं अधिकच साहसी आणि अप्रामाणिकपणाची झाली आहेत. आपल्या नव्या मेंदूइतकीच नव्या 'स्व'ची गांभीर्यपेक्षा खेळकरपणा, भारदस्त

सदसद्विवेकीपणा ऐवजी बेजबाबदारपणा, भक्कम 'चारित्र्या'ऐवजी पाऱ्यासारखी चंचलता, हीच वैशिष्ट्यं झाली आहेत. काही काळापासून समाजशास्त्रज्ञ आणि सांस्कृतिक भाष्यकार अशा विकासाचा मागोवा घेत आहेत. रॉबर्ट जे. लिफ्टनचं Protean Self, झिग्मंट बॉमनचं Liquid Modernity किंवा Modernity Liteची संकल्पना, हे सगळे समकालीन सांस्कृतिक परिस्थिती आणि नव्या प्रकारांच्या चळवळींनी निर्माण केलेल्या स्वत्वाचं (Selfhood) हलकं-फुलकं आणि अधिक प्रवाही स्वरूप शब्दांत पकडण्याचेच प्रयत्न आहेत.[२५] वेग काळाची निर्मिती करतो आणि चळवळीची स्वरूपं जगलेल्या कालिकतेची रचना करतो. सवयीचं चलनवलन एकरेषीय असलेल्या काळाच्या जबाबदाऱ्यांपासून कारण आणि परिणामाच्या गंभीर पद्धतींपासून आपल्याला मुक्त करतं, पण त्याचबरोबर आपुलकीच्या काही तीव्रतेपासून ते आपल्याला वंचितही करतं. याचा अर्थ आयुष्यातले काही टप्पे आपल्या मर्जीप्रमाणे आपण निवडू शकतो, पण याचा असाही अर्थ होतो की, आपल्याला त्यांची फारशी माहिती नसते आणि कुणालाही ते पूर्णपणे माहीत नसतात.

★

कर्मठ नैतिकतेबद्दल किंवा मध्यमवर्गीय जीवनातल्या कंटाळवाणेपणातून आपण जे बाहेर येत आहोत, त्याबद्दल भावनावश होण्याचं फारसं काही कारण असेल, असं वाटत नाही; पण कंटाळवाणेपणा, ही आज आपली समस्या नाहीच आहे. आपल्याला सध्या तत्काळ माहिती आणि मनोरंजन उपलब्ध आहे. त्यामुळे आपल्याला कंटाळा येण्याची किंवा आपला वेळ जाता जात नाही, असं वाटण्याची अजिबात गरज नाही. आपल्या सांस्कृतिक अभिमान आणि आदर्शांमध्ये विविधता, उत्तेजना, तत्काळ संतुष्टता यांचा समावेश आहे. वेगाच्या आकर्षणावर, अनेक कामं एकाच वेळी करण्याच्या उन्मादावर, सर्वांत गतिमान असतो, तोच तग धरून राहतो, यावर आपला विश्वास आहे.

दुसऱ्या पातळीवर काळाबद्दलचे आपले सांस्कृतिक दृष्टिकोन, ज्यांना 'कालिक सर्वशक्तिशालीपणा' म्हणता येईल, असे वैशिष्ट्यपूर्ण आहेत. वर्णपटाच्या (spectrum) एका टोकाला, आपल्याला खात्री असते की, प्रदीर्घ काळ जगून आपण काळ अमर्यादपणे लांबवू शकतो. प्रदीर्घ काळ तरुण राहू शकतो – आणि काय सांगावं, कदाचित मृत्यूला आपण कायमचं दूर ठेवू शकतो. अतिशय सूक्ष्म प्रमाणात, कमाल उत्तेजना आणि कृतिशीलता आपण प्रत्येक क्षणात गच्च भरून घेण्याचा

---

२५. रॉबर्ट जे लिफ्टन, *'द प्रोटिअन सेल्फ : ह्यूमन रेझिलिअन्स इन ॲन एज ऑफ फ्रॅगमेन्टेशन'* (युनिव्हर्सिटी ऑफ शिकागो प्रेस, १९९३); झिग्मंट बॉमन, लिक्विड मॉडर्निटी (पॉलिटी प्रेस, २०००).

प्रयत्न करतो. आपल्याला अधिक हवं असतं. अधिक आयुर्मर्यादा, अधिक अनुभव प्रत्येक क्षणात भरलेला, अनुभवाच्या प्रत्येक मापाला अधिक वेग, आपल्याला मिळालेल्या वेळेत जास्तीत जास्त स्थलदर्शन, आपण ज्या भागात राहतो, तिथे अधिक काल-प्रदेश (time-zones). काळाला आपण कसंही वापरू शकतो, असं आपल्याला वाटत असतं.

एका अर्थानं, भांडवलशाहीच्या शेवटी-शेवटी निमित्तमात्र ठरलेल्या काळाच्या (Chronos) प्रकाराची आपण अजूनही काटछाट करत आहोत. प्रत्येक क्षणाची जी काय किंमत असेल, ती वसूल करण्याचा आणि त्यातून जास्तीत जास्त फायदा करून घेण्याचा आपण प्रयत्न करत असतो; पण हा आता काळाच्या अंतिम कारणवादाच्या (teleological vision) दृष्टिकोनाशी किंवा प्रगतीच्या विचार प्रणालीशी किंवा एकत्रित यशाच्या आशा-आकांक्षेशीसुद्धा जोडलेला नाही. आधुनिकोत्तर काळातली अस्वस्थता ADD किंवा BPDसारख्या विकारांमध्ये उदाहरणादाखल अधिक स्पष्ट केलेल्या अवस्थांमध्ये – यांचे प्रकार आणि पोत प्रॉटेस्टंट पंथी नैतिकतेनं केलेल्या दडपशाहीमुळे झालेल्या यातनांपेक्षा वेगळे आहेत. वेळ वाया घालवणं, हे पाप आहे, या विचारानं किंवा सुखाची संधी पुढे ढकलण्याऐवजी मर्यादातिक्रमण करणाऱ्या शक्तीला शरण जाणं हा गुन्हा आहे, असं समजल्यानं आपल्या काळातील चमत्कारिक अशांततेला खतपाणी घातलेलं नाही. उलट एका बाजूला सर्वसमावेशक कालिक रचना नसल्यामुळे, तर दुसऱ्या बाजूला वर्तमानातली सुखलोलुपता असल्यामुळे ती निर्माण झाली आहे.

आपण जणू काही अर्थाऐवजी गतिमानतेलाच महत्त्व दिलं आहे. आपण जर खूप वेगानं निघालो, तर आपल्या उद्दिष्ट किंवा हेतूंचा विचार न करता वेळ भरून काढू शकतो. गती हेच त्याचं स्व-समर्थनीय मूल्य आहे; पण अर्थाच्या प्रशस्त चौकटींपासून कृतीला मुक्त करणं किंवा कालिक दृष्टिकोन कायम ठेवणं, यामुळे त्याची स्वत:ची अस्वस्थता सोबत येते, त्यामुळे काळाचे आतून आणि बाहेरूनही तुकडे पडतात. वेगवेगळ्या घटना विनाकारण सुसंगत अर्थ किंवा उद्दिष्टांमधून जोडल्या जातात; पण ज्या क्षणी त्या घटना घडतात, त्या क्षणांना मात्र जोडता येत नाही. काळाच्या अशा रचनेत, प्रत्येक क्षणावरचं दडपण प्रचंड प्रमाणात वाढतं. अंतर्गत दडपणाची स्थिती त्यामुळे वाढते. सत्वरतेच्या सुखलोलुपतेमधून तिची स्वत:ची असंतुष्टता निर्माण होते.

हाच मूलभूत विरोधाभास आहे. आपण आपल्या काळात खूप अनुभव भरून घेतले, तर आपल्या स्वत:तून ते प्रसंग झिरपल्यावर आपले स्वत:चे होईपर्यंत, त्यावर प्रक्रिया करण्याची आणि अनुभव घेण्याची क्षमता आपण गमावून बसतो. मानवी शरीर वेगवेगळ्या कालिक पातळ्यांवर काम करतं. जाणिवेचे सूक्ष्म घटक,

शरीराची दैनंदिन चक्रं, जीवनाच्या अवस्थांचे ताल आणि भावनांच्या बदलत्या कालमर्यादा. प्रत्येक पातळीवर आपण काळाला आकार देतो. प्रत्येक पातळीवर मानवी कालिकतेचे स्वत:चे निकष आणि मर्यादा असतात, त्या सहजासहजी ओलांडता येत नाहीत. सर्वांत महत्त्वाच्या जगलेल्या, परिपूर्ण अनुभवाच्या पातळीवरसुद्धा अलिखित कालिक कायदे आणि निकष असणं शक्य आहे का?

प्रमाणाबाहेर वेग कमी करणं, हा प्रमाणाबाहेर वाढलेल्या वेगावरचा उपाय निश्चितच नाही. संथपणा कधीकधी हवाहवासा असू शकेल आणि योग्य प्रमाणातला निरुद्योगीपणा, हा देवत्वासारखा असू शकेल; पण फाजील निष्क्रियतासुद्धा काळ विस्कळित करू शकते आणि कालिकतेचं स्वरूप नाहीसं करू शकते. शारीरिक पातळीवर चयापचय-क्रियांमध्ये एका मर्यादेबाहेर अडथळे निर्माण होऊन बेशुद्धावस्था किंवा मृत्यूही येऊ शकतो आणि मानसिक पातळीवरसुद्धा चलनवलन नसणं, हे खिन्नतेचं किंवा नैराश्याचं, जोम कमी होण्याचं चिन्ह किंवा कारण ठरू शकतं. न वापरलेल्या शक्ती वाया जातात आणि माणसासाठी त्या घातक ठरू शकतात. पुरेशी क्रियाशीलता नसेल, तर गोंधळ निर्माण करणाऱ्या बेडौलपणात वेळ विरून जाते.

*Flow : The Psychology of Happiness* या पुस्तकात मिहाली सिक्सझेन्तमिहाल्यी (Mihaly Csikszentmihalyi) हा अमेरिकन समाजमानसशास्त्रज्ञ अनुभवाच्या सर्वमान्य गतीच्या प्रश्नावर क्रियाशीलतेचे आणि वेळेच्या उपयोगाचे प्रकार तपासून वेगळ्याच प्रकारची चर्चा करतो. त्याच्या स्वत:च्या आणि त्यानं ज्यांच्या मुलाखती या विषयावर घेतल्या त्यांच्या मते, हा प्रश्न सुख आणि आनंद मिळवण्यासाठी महत्त्वाचा आहे.[२६] जीवनाच्या अनेक क्षेत्रात अशी क्रियाशीलता दिसून येते. जुगार, क्रीडा, नृत्य, निर्मितीचे प्रयत्न किंवा अगदी साधी कामं – पण या सर्वांसाठी पुष्कळ अटी असतात. त्या पाळायलाच हव्यात आणि त्या पाळणं अशक्य नसतं. त्यासाठी निश्चित अशी ध्येयं असावी लागतात. जी व्यक्ती हे करणार असते, तिची उद्दिष्टं आणि पटण्यासारखी कारणंही असावी लागतात. क्रियाशीलतेच्या अशा चौकटींतून सिक्सझेन्तमिहाल्यी म्हणतो, त्याप्रमाणे अगदी 'अपेक्षित अनुभव' मिळतो : ध्यानाच्या अवस्था, एकाग्रता, कार्यमग्नता आणि सर्वांत महत्त्वाचं प्रवाहीपणा म्हणजे काळ हा योग्य प्रकारे, सहज वेगानं चाललाय, याची जाणीव.

अगदी अद्ययावत निरीक्षक काळाच्या स्वरूपाचं वर्णन करण्यासाठी अतिप्राचीन शब्दप्रयोग करतात – प्रवाह (flow). आणि तो अतिशय समर्पक वाटतो. काळाचा प्रवाह सतत चालू असतो आणि त्या प्रवाहात आपण उडी घेऊ शकतो. विशेष

---

२६. मिहाली सिकस्झेन्टमिहाल्यी, 'फ्लो : द *सायकॉलजी ऑफ हॅपिनेस*' (रायडर, १९९२).

अडथळ्याशिवाय, कुठलाही ताण पडू न देता त्यातून आपण वाहत जातो, तेव्हा आपण आनंद आणि संतुष्टता अनुभवू शकतो. समाधानसुद्धा त्याच्या स्वत:च्या वेगानं येतं. अगदी जास्त वेगानं नाही की, फारच संथपणेही नाही.

★

आपण सगळे कालिक प्राणी आहोत, हे समजल्यावर आपण चकित होतो. आपली शरीरं हीच आपली स्वत:ची घड्याळं आहेत. आपल्या मनांच्या आणि इंद्रियांच्याद्वारे आपण काळाला आत घेतो आणि आपल्या आतच काळाच्या आकृती आपण निर्माण करतो; पण त्याच्या पलीकडे, काळाची समस्या ही अर्थाच्या समस्येपासून वेगळी करता येणार नाही. काळ हेच मूलभूत माध्यम आणि मानवी अर्थांची स्थिती आहे. त्या तत्त्वाचे मर्यादितपण (finitude) हीच सर्व अस्तित्ववादी समस्यांची मूळ जन्मभूमी आहे. मर्त्यतेच्या क्षितिजाच्या पार्श्वभूमीवर आपण विचार करतो आणि आपल्या स्वत:च्या शेवटाबद्दल आपल्याला असलेल्या ज्ञानाच्या पार्श्वभूमीवर पहिल्या प्रश्नांवर आपण चिंतन करतो. मर्यादा असलेल्या आयुष्याचे उपयोग काय आहेत आणि आपण त्याचा काय उपयोग करू इच्छितो?

अशा प्रश्नांवर झालेलं अतिशय आशयगर्भ चिंतन हे कलेच्या क्षेत्रात झालेलं दिसतं. विशेषत: साहित्य, संगीत आणि चित्रपट या काल-विस्तारित माध्यमांमध्ये. काळ हा कलेसाठी तत्त्वज्ञानरूपी (metaphysical) स्वर्ग वा तेजावह तत्त्व (ईथर) आहे, तेच त्याला खरा अर्थ आणि श्वास देतं, असं म्हणता येईल. काळाचा प्रवाह, त्याच्या मर्मभेदकतेसह, हाच अनेक श्रेष्ठ कलाकृतींचा मुख्य आशय आहे. आणि तो तसा नसला, तर त्याच्या मुळाशी कालिकता तरी असते. ती रचना आणि स्वरूपामधून दिसून येते. इतर सर्व कलांपेक्षा, संगीताच्या बाबतीत विशेषत: हे त्याचा विषय आणि आशय या दोन्ही दृष्टींनी जास्त खरं आहे. एका अर्थानं, संगीत म्हणजे केवळ काळाला आकार देणंच आहे आणि ते ज्याला आवाहन करतं, त्या काळाच्या रचनांमध्ये अमर्याद विविधता असते. सांगीतिक गती एककालीनता (simultaneity) आणि विस्तार, प्रचंड गती आणि प्रचंड संथपणा, चक्रीय (motoric) नियमितता आणि भावनेची मोहक झेप, वेगवेगळ्या क्षणांची (आणि स्वरांची) रांगोळी (pointillism) आणि भूतकाळापासून वर्तमानापर्यंत चलनवलन (माधुर्य आणि रचना यांची लंबकता), तीव्र भावनांचे संतप्त संघर्ष, स्वीकार आणि पुनर्मिलनाचे अतिशय शांत संकेत संगीत व्यक्त करू शकतात. गुंतागुंतीच्या संगीत रचना अतिशय गुंतागुंतीच्या भावविश्वाचं (topologies) आरेखन आणि सादरीकरण करू शकतात. अगदी काळाचं आत्मचिंतनपर स्पष्टीकरणसुद्धा करू शकतात, कारण तेच विषय वेगवेगळ्या संदर्भात आणि त्यांच्या गर्भितार्थात किंवा धारणांमध्ये (valences) या पुनरावर्तनात बदलले जातात.

आणखी असं की, ज्याला 'संगीतरचनांचा आत्मा' (spirit of the age – Zeitgeist) म्हटलं जात असे, त्या आत्म्याची प्रार्थना करून त्याला आवाहन केलं जात असे आणि हे लक्षणीय आहे की, आधुनिकतेचे तुकडे-तुकडे झाल्यावर, स्टीव्ह रीच आणि फिलिप ग्लाससारखे समकालीन संगीतरचनाकार हे बाखची पुनरावर्तनं आणि काही अतिशय आधुनिकोत्तर संगीतकारांच्या सहज प्रेरणा आणि उत्तम नमुन्यांचं मिश्रण करण्याचे प्रयोग करताहेत, असं दिसतं. संगीतरचनाकारांचं पुनरुच्चारांचं तंत्र, सूक्ष्म बदल, छोटे-छोटे तुकडे यांच्यासह – दोन्ही प्रकारांनी, गती कमी करून आणि कम्प्युटर्समध्ये तसंच आपल्या शरीरातही – त्यांची पुनरावृत्ती, तशाच हुबेहूब प्रतिमा आणि अतिशय सूक्ष्म, तेवढ्याच मापाचे आशय आणि गतीचं पुनर्मिश्रण करणं, अशा काही प्रक्रियांची नोंद होऊ शकते.

पण रोगनिवारणाचे खरेखुरे गुणधर्म सर्व काळाच्या संगीतात असणं, हे संगीताचं सामर्थ्य आहे. शारीरिक आजारपणाची (उदाहरणार्थ, पार्किन्सनच्या पेशंट्समध्ये लक्षणं कमी करण्यात संगीत साहाय्य करू शकतं आणि अभिव्यक्ती दौर्बल्य (autism) किंवा ADDसारख्या मानसिक विकारांमुळे होणारी वेदना कमी करण्यासाठीही संगीताचा उपयोग केला जातो. स्मरणशक्ती गमावलेल्या पेशंट्सनाही सगळ्या गोष्टींचा विसर पडला, तरी संगीताची आठवण बरेचदा होते. संगीतातील काळाच्या रचना शारीरिक आणि मानसिक कालिक रचनांशी सुसंगत असल्यामुळे कदाचित तसं होत असेल.

मापनीय (measurable) बाह्य काळ आणि जगलेली व्यक्तिनिष्ठ कालिकता या दोन्हींचे सर्व पैलू आणि परिमाणं व्यक्त करण्याची क्षमता असलेलं संगीत हे माध्यम आहे आणि आपल्यावर असलेल्या संगीताचा सखोल प्रभावच काळाच्या अर्थपूर्ण व्यवस्थेची निकड आपल्याला दाखवून देतो; पण काळाचा सांगीतिक आकारसुद्धा आपण वेगानं येणाऱ्या भविष्यात प्रवेश करत असताना, त्या तत्त्वाचा उपयुक्त व्यवहार करण्याचा मार्ग आपल्याला दाखवू शकेल. आपण काळाची रचना करण्याची आणि तो अर्थपूर्ण रीतीनं भरण्याची गरज आहे; पण आपल्या गुंतागुंतीच्या, व्यस्त, बहुमिती (multidimensional) आयुष्यात काळाची अ-स्वायत्तता (heteronomy)सुद्धा – तालांच्या हालचालींच्या आणि भावनांच्या चढ-उतारांची विविधता – जी संगीतात आणि व्यक्तिनिष्ठतेतही दिसून येते, तिचीही गरज लक्षात घ्यायला हवी.

वेगवान काळाचं आकर्षण असतं आणि आपल्या मुक्तीचीही त्यात शक्यता असते. अधूनमधून येणाऱ्या अस्तित्वाच्या एक प्रकारच्या स्वरूपाला आणि काळाच्या दोन प्रकारांना आणि संकल्पनांना ग्रीकांनी नावं दिली आहेत. क्रोनोज (Chronos) म्हणजे काळाचं सातत्य व परिवर्तनीयता आणि कायरोज (Kairos) म्हणजे शुभ क्षणांची, संधीची किंवा संकटाची कालिकता उंचावलेला आणि परत न येणारा क्षण,

आपण वाटेल ते करून पकडला पाहिजे. सोप्या भाषेत सांगायचं, तर काही निर्णय आपण निमिषार्धात घेऊ शकतो, असे असतात आणि काही कामं शक्य तितक्या क्षमतेनं करण्याची आपल्याला इच्छा असते. बँकेमध्ये रांगेत उभं राहून पैसे काढण्यापेक्षा ATMमधून लगेच पैसे काढता येतात. तंत्रज्ञान आपल्याला अभूतपूर्व लवचिकपणा आणि स्वातंत्र्य देऊ शकतं. नेहमीची किंवा क्लिष्ट कामं आपण कुठेही आणि कुठल्याही वेळेला करू शकतो.

पण आपण आपली सगळी कामं अशी वेळेच्या साधनांवर सोपवली, तर आपल्या अनुभवाची परिमाणं न कळण्याचा धोका आहे आणि अनुभव हे मानवी ज्ञानाच्या सर्वांत समृद्ध भांडारांपैकी एक आहे. *Slowness*मध्ये कुंदेरा नृत्य-संगीताच्या मंदावलेल्या राजसगतीचं (minuet) वर्णन करताना प्रत्यक्ष मोहकतेच्या आसक्तीलाच जागृत करतो. तिला विरोध करण्याऐवजी, जगाची ही जादू अनुभवण्यासाठी एक प्रकारच्या गुणग्राहकतेनं त्या मोहाला बळी पडणं गरजेचं असतं. प्रत्येक काम घाईनं करण्याऐवजी किंवा की-पॅडवर बोटं आपटत राहण्याऐवजी अशा अनुभवांचा आस्वाद घेण्यासाठी सवड काढायला हवी. नोबोकोव्ह (या पुस्तकातला माझा सहप्रवासी)ला असं वाटलं की, मुसळधार पावसानंतर पानावरून घरंगळणारा पाण्याचा थेंब खाली पडताना त्यानं पाहिला, तेव्हा त्याची पहिली कविता त्याच्या मनात जागी झाली. तो असा एक क्षण होता, जेव्हा काळ थबकला, विस्तारला आणि मग तो थेंब त्याच्या कवितेतून प्रवाहित झाला.

आपण सर्वांनीच कवी असण्याची गरज नाही; पण आपल्याला निरर्थकपणे जगायचं नसेल, तर कधीकधी आपण अंतर्मुख होण्याची, चिंतन करण्याची, सहसंवेदना जपण्याची आणि सौंदर्यानं स्तिमित होण्याची गरज आहे. आपण गंभीरपणे विचार करायला, एकाग्र व्हायला हवं. आपण घेतलेल्या अनुभवावर चिंतन करून त्याचा अर्थ लावण्याचा प्रयत्न करायला हवा. आपल्या आयुष्यातील घटनांवर आधारित काही निर्मिती करायला हवी – अशा कविता (autopoiesis) ज्या आपल्याला ज्ञात नसतात किंवा मेंदूच्या आकलनाच्या मार्गावर असतात. त्या प्रवाहाबरोबर अधूनमधून आपण जायला हवं.

'कालिक सर्वशक्तिशाली'पणा हा सर्वांत शक्तिशाली प्रकार आहे, कारण तो अविचल आणि अपरिहार्यतेला आव्हान देण्याचा प्रयत्न करतो. काळ आपल्या एकूण आयुष्यालाच मर्यादा घालतो असं नाही, तर इच्छेच्या विचारप्रणालीवर आणि संपूर्ण नियंत्रणाच्या भ्रामक कल्पनेवरही मर्यादा घालतो. *Timescapes of Modernity : The Environment and Invisible Hazards* या विचारगर्भ पुस्तकात बार्बरा ॲडम म्हणते की, पर्यावरणाची जी लूट आपण पाहिली, ती आपण निसर्गाची कालिकता नाकारली तेव्हापासून – विकास आणि विनाशाची डोळ्यांआड झालेली

संथ वाढ, तेल सांडल्यामुळे किंवा जंगलतोडीमुळे होणारे दीर्घकालीन परिणाम.[२७] आपण निसर्गाला लुटल्यामुळे झालेली हानी आपल्याला माहीत आहे; पण आपण आपल्या मानवी कालिकतेचा अधिक दुरुपयोग केला, तर आपल्या अनुभव-वस्त्राचं तेवढंच नुकसान आणि अवमूल्यन होईल. तंत्रज्ञान आणि नवं ज्ञान आपल्याला आणखी चांगलं आरोग्य आणि दीर्घायुष्य, आणखी अधिक पर्याय आणि अधिक लवकर समाधान देऊ शकतात; पण साधन म्हणून आपला स्वत:चा आपण उपयोग केला आणि आपल्या आंतरिक स्तरांची मशागत केली नाही, आपण अजरामर राहणार आहोत, अशा विश्वासानं आपण आपली काळजी घेतली नाही, आपण आपला सगळा वेळ डिजिटल परिमाणांनी भरून टाकण्याचा प्रयत्न केला, तर आपलं आयुष्यच वाया जाण्याचा धोका पत्करल्यासारखं होईल किंवा आपल्याला देण्यात आलेला काळ वाया घालवल्यासारखं होईल. फाऊस्टनं केलेल्या सौदेबाजीत आपण काळाशी लढा देण्याचा प्रयत्न करतो, ती सर्वांत चमत्कारिक गोष्ट होय. किमान देव, प्राणी, वस्तू वगैरे सर्वांनाच माणूस समजण्याच्या (anthropomorphic) माझ्या दृष्टिकोनामुळे मला तसंच वाटतं. काळाची आपल्याशी संबंधित कार्यप्रणाली आपल्याला अनाकलनीय आहे; पण आपल्या अस्तित्वाच्या निसर्गोत्तरपद्धती समजण्याच्या घाईगर्दीत आपल्याला मानवतेचा एक समृद्ध आणि सखोल ठेवा गमवायचा नसेल, तर आपण त्याचे निकष आणि आपल्या स्वत:च्या कालिक मर्यादा समजून घेणं आणि त्यांचा आदर करणं आवश्यक आहे.

✧✧✧

२७. बार्बरा ॲडम, *'टाइमस्केपस ऑफ मॉडर्निटी : दि इन्व्हायरनमेंट ॲन्ड इनव्हिझिबल हॅझर्डस'*, (रूटलेज, १९९८).

तरुण व्यावसायिकांसाठी आयुष्याचे धडे

# गो किस द वर्ल्ड

**सुब्रतो बागची**

---

अनुवाद
**सुनीति काणे**

'गो, किस द वर्ल्ड' (जा, सारी दुनिया कवेत घे!) हा 'माइन्ड-ट्री' या सॉफ्टवेअर कंपनीचे सहसंस्थापक श्री. सुब्रतो बागचींच्या मृत्युशय्येवरच्या अंध मातु:श्रींनी त्यांना दिलेला संदेश,
हेच प्रेरणादायी पुस्तकाचं शीर्षक आहे. बुजुर्ग व्यक्तीनं स्वानुभवाद्वारे, तरुणाईला हसत-खेळत केलेलं मार्गदर्शन अतिशय मोलाचं ठरतं. चला तर मग! पाहू या की, श्री. बागचींनी आपली आंतरिक शक्ती ओळखून ती विकसित करताना कोणती आव्हानं पेलली आणि नव्या अनुभवांसाठी मनाची कवाडं उघडी ठेवून कोणता बोध घेतला!!